பெயல்

சைலபதி

யாவரும்
பப்ளிஷர்ஸ்

The views and opinions expressed in this book are the author's own. The facts contained herein were reported to be true as on the date of publication by the author to the publishers of the book, and the publishers are not in any way liable for their accuracy or veracity.

- பெயல் ● நாவல் ● சைலபதி © ● முதல் பதிப்பு : டிசம்பர் 2017
- Peyal ● Novel ● Shylapathy © ● First Edition : December 2017
- Pages : 190 ● Price : ₹ 230/-
- ISBN : 978-81-19568-31-4

Released by :

M/s. Yaavarum Publishers
24, Shop no - B, S.G.P Naidu Complex,
Dhandeeswaram Bus Stop
Opp: Bharathiar Park
Velachery Main Road
Velachery, Chennai - 600 042

90424 61472
yaavarum1@gmail.com
Url : www.yaavarum.com; www.be4books.com

Designed by :
Y Creations

All rights, including professional, amateur, motion pictures, recitation, public reading, broadcasting and the rights of translation into foreign languages are strictly reserved. No part of this book may be reproduced in whole or in part or utilized in any form or by any means electronic or mechanical, including photocopying, recording or by any information storage and retrieval system now known or hereafter invented, without the prior written permission of the author/publisher.

சோர்கிறபோதெல்லாம் உற்சாகமூட்டி
எழுத்தில் வழிநடத்தும் மூத்த தோழமை

எஸ். சங்கரநாராயணனுக்கு...

பேரிடரை எழுதுதல்

1943ல் ஏற்பட்ட வங்கத்துப் பஞ்சத்தை மனிதன் உருவாக்கிய பஞ்சம் என்பார்கள். 2015 சென்னை வெள்ளத்துக்கு இது முற்றிலும் பொருந்தும். உலக மனிதனும் உள்ளூர் மனிதனும் இணைந்து ஒரு மாபெரும் நகரத்தை நீரில் புதைத்த கதைதான் சென்னை வெள்ளத்தின் கதை.

தோழர் சைலபதி சொல்கிறபடியேதான் 2015 நவம்பர் 10 11இல் புயல் வர இருக்கிறதென்று அறிவிக்கப்பட்ட போது சென்னைவாசிகள் அதை வழக்கமான ஒன்றாகத்தான் எடுத்துக்கொண்டார்கள். வழக்கமாகப் பள்ளிகளுக்கு விடுமுறை விடப்படும். விட்டதும் வானம் வெளுத்து விடும். வெளியே செல்பவர்கள் மறக்காமல் மழைக்கோட்டை எடுத்துச் செல்வார்கள். ஆங்காங்கே தண்ணீர் தேங்கி நிற்கும். மக்கள் அரசையும், அரசு மக்களையும் திட்டித் தீர்ப்பார்கள். இப்படியாகத்தான் சென்னை வடகிழக்குப் பருவமழையை எதிர்கொள்ளும்.

சென்னையில் நவம்பர் 16லிருந்து 19ஆம் தேதிக்குள் 30லிருந்து 37 செ.மீ மழை கொட்டித் தீர்த்தது. சென்னை மிதந்தது. பின்பு வானம் வெளிவாங்கி வழக்கமான காலநிலை திரும்பியதும் பிரச்சினை முடிந்தது. இனி எல்லாம் நலமே நடக்கும் என்று நினைத்திருந்த நேரத்தில் பிரளயம் வெடித்தது. டிசம்பர் 12ல் வானம் வெடித்துப் பிளந்தது. சுமார் 35 செ.மீ மழை 12 மணி நேரத்தில் கொட்டித் தீர்த்தது. பிறகு நடந்தது துயரமும், வீரமும், தியாகமும், அன்பும், காதலும் பின்னிப் பிணைந்த வரலாறு. நீங்கள் சைலபதியின் சொற்களில் அதை நேரடியாகப் படிப்பதுதான் சரியாக இருக்கும்.

தார்விஷ் பாலஸ்தீனர்களின் போராட்டத்தைப் பற்றி எழுதாமல், ஷோலகாவ் ரஷ்யப் புரட்சியையும், சோசலிசக் கட்டுமானத்தையும் பற்றி எழுதாமல், பிக்காஸோ ஸ்பானிய உள்நாட்டுப் போரை ஓவியமாகத் தீட்டாமல், மாபெரும் வங்கப் பஞ்சத்தைப் பற்றி ரேவும், மிருணாள் சென்னும் படம் எடுக்காமல், ப.சிங்காரமும், ஹெப்சிபா ஏசுதாசனும் இரண்டாம் உலகப் போர்க்கால தென்கிழக்காசியாவையும் யுத்தத்தையும் இடப்பெயர்வையும் தங்கள் எழுத்தில் விவரிக்காமல் இருந்திருந்தால் எத்தனை அபத்தமாக இருந்திருக்குமோ அதே அளவுக்கு, சென்னையில் அந்தப் பிரளய நாட்களினூடே வாழ்ந்த ஒரு எழுத்தாளர் அதைப்பற்றி எழுதாமல் உறவுச் சிக்கல்களையும் தனிமனித விவகாரங்களையும் பற்றி எழுதிக் கொண்டிருப்பதும் அபத்தமாக இருந்திருக்கும்.

*

சைலபதியின் நாவல் பருந்துப் பார்வையாக அந்த பயங்கரக் கனவின் முழுப் பரிமாணத்தையும் நம் கண்முன் வைக்கிறது. காதைச் செவிடாக்கும் இடைவிடாத மழையின் ஓசையில் மனம் பேதலித்துப் போன ஓர் இளைஞன், அவனுள் ஜீவகளையை ஏற்படுத்தப் போராடும் அன்பு மிக்க அவன் மனைவி, மழைக்குப் பலி கொடுத்த காதலனின் மாயத் தோற்றத்தோடு உறவாடும் காதலி, வறுமையிலும் அன்பும் பாசமுமாக வாழும் இரவுக்காவலனின் குடும்பம்...என்று மிக அழகாக சென்னையில் வாழும் பல்வேறு விதமான மனிதர்களைப் படம்பிடிக்கிறது இந்த நாவல்.

சைலபதியின் பேச்சைப் போலவே எழுத்திலும் அசாதாரணமான மென்மை இருக்கிறது. ஆனால் இயற்கையின் கோர தாண்டவத்தை வருணிக்கும் இடங்களில் ஒரு போர்வையைப் போல அந்த மென்மையை உதறிவிட்டு உக்கிரமாக உயர்ந்து நிற்கிறது அந்த எழுத்து. கர்ஜித்துக் கொண்டு வழியில் உருவாக்கப்பட்ட செயற்கையான தடைகளைத் தகர்த்தபடி கரை புரண்டோடும் வெள்ளம், அடுக்குமாடிக் கட்டடத்தின் தரை, கீழ்த் தளங்களில் ஒரு நீச்சல் குளத்தில் போல வந்து நிறையும் நீர். அது ஏற்படுத்தும் நம்ப முடியாத ஒரு அமானுஷ்ய உணர்வு... அற்புதம் நிகழ்த்தியிருக்கிறார்.

எல்லாவற்றையும் விட நாவலின் தனித்தன்மை அது பேசும் அரசியலில் இருக்கிறது. சென்னை மீது நிகழ்த்தப் பட்டது இரட்டைத் தாக்குதல். ஒன்று புவி வெப்பமடைவதால் வறட்சியும் வெள்ளமும் மாறிமாறி வரும் காலநிலை. பத்து நாட்களில் பெய்ய வேண்டிய மழையை ஒரே நாளில் கொட்டித் தீர்க்கும்

வானம். இன்னொரு தாக்குதல் மனிதனே தனது நகரத்தின் மீது நிகழ்த்தியது. நீர்வழிப் பாதைகளை ஆக்கிரமித்து, ஏரிகளை ஆக்கிரமித்து, வடிகால்களில் குப்பைகளைக் கொட்டி அடைத்து வெடிக்கத் தயாராக இருக்கும் வெடிமருந்து நிரப்பிய குண்டாக இதை மாற்றியவன் அவன்தான்.

நானூறு ஆண்டுகளாக வெள்ளங்களையும், புயல்களையும் தாங்கி நிற்கும் ஒரு உள்க் கட்டமைப்பு இந்த நகரத்துக்கு இருக்கிறது. அது உலகமயமாக்கலுக்குப் பிறகு பெருவணிகத்துக்கு ஏற்றதாக மாற்றியமைக்கப் பட்டது. நீரை உறிஞ்சிக் கொள்ளும் பள்ளிக்கரணை சதுப்பு நிலங்கள் மேலும் நாசமாக்கப்பட்டன. இதில் ஒரு வேடிக்கை என்னவென்றால் National Institute of Ocean Technology கடல் ஆய்வுகளை மேற்கொள்ளும் இந்த நிறுவனம் பள்ளிக்கரணையில் ஆக்கிரமிப்பாக நீட்டிக் கொண்டிருக்கிறது. எலீவேட்டட் எக்ஸ்பிரஸ் காரிடார் கூவத்தின் தெற்குக் கரையை ஆக்கிரமித்து ஆற்றின் வடிதிறனை பெருமளவுக்கு பாதித்துள்ளது. கான்கிரீட் காடுகளாலும் தார்ச் சாலைகளாலும் மூடப்பட்ட நிலம் மழைநீரை வாங்கிக் கொள்ளாமல் நகரத்தின் மீது வாந்தியெடுத்தது.

ஜவஹர் நகர் புனரமைப்புத் திட்டத்தின் கீழ் இந்திய நகரங்களின் உள்க் கட்டமைப்பு மேம்படுத்தப் படுவதாகச் சொல்லப்படுகிறது. தமிழகத்தில் சென்னைக்கு 50000 கோடியும், கோவைக்கும் மதுரைக்குமாக 5000 கோடியும் ஒதுக்கப்பட்டது. இந்தப் பணம் சுகாதாரத்துக்கும் கல்விக்கும் தூய குடிநீர் வழங்கவும் பயன்படுத்தப் படவில்லை. மாறாக பெரும் பெரும் பாலங்களும், ஆறுவழி நான்குவழி சாலைகளும் அமைக்கப்பட்டன. சரக்குகள் இரவும் பகலும் நகரங்களுக்குக் கொண்டுவரப் படுகின்றன. உற்பத்தி செய்யப்பட்டவை வேறெங்கோ கொண்டு செல்லப் படுகின்றன. நகரங்கள் மாபெரும் உற்பத்திச் சாலைகளாக்கப் பட்டுவிட்டன. இந்தியா முழுவதிலும் இருந்து பஞ்சைப் பராரியான உழைக்கும் மக்கள் கடின உழைப்புத் தொழிற்சாலைகளில் வதைபட இங்கே கொண்டு வந்து குவிக்கப்பட்டனர். இந்த மாபெரும் கட்டுமானங்களால் நகரம் புரட்டிப் போடப் பட்டது. காலங் காலமாக அதிர்ச்சிகளைத் தாங்கி நின்ற வடிகால் கட்டுமானங்கள் சிதறடிக்கப் பட்டன. தமிழகத்தில் ஒரு தலைமுறையே ஆறுகளைப் பற்றிய பிரக்ஞையே இல்லாதவர்களாக மாற்றப் பட்டுள்ளது என பிரமோத் பாத்திரத்தின் மூலம் இந்நாவலில் சுட்டிக் காட்டப்படுகிறது.

சைலபதி நீர்ப்பாதைகளின் வழியில் உள்ள ஆக்கிரமிப்புகளைப் பற்றி விரிவாகப் பேசுகிறார். இந்த ஆக்கிரமிப்புகளால் உழைக்கும் மக்கள் பாரம்பரியமாக வாழ்ந்து வந்த சேரிகள் வெள்ளநீரில் மூழ்குவதையும், அந்த மக்கள் உயிரபாயத்துக்குத் தள்ளப் படுவதையும் விவரிக்கிறார். அதிநவீன நிறுவனங்கள் வெள்ளத்துக்குப் பலிகொடுத்த தங்கள் ஊழியர்களை இல்லாதவர்களாகக் காட்டும் நாகரீகத்தைப் பேசுகிறார். மனித நேயம் கொண்ட இளைஞர்களின் அர்ப்பணிப்புமிக்க பணிகளை நேர்மையுடன் எடுத்து விவரிக்கிறார்.

இந்தப் போக்கில் உண்மையான பாத்திரங்களும் ஊடாடிச் செல்கின்றன. யூனஸ், வெதர்மேன் போன்றவர்கள் நவீனத்துக்கு ஒரு நம்பகத்தன்மையை அளிக்கின்றனர். அரசு நிர்வாகத்தின் தடித்தனத்தைச் சொல்லாமல் சொல்லிச் செல்கிறது நாவல். ஆதிமனிதன் நாகரீகமனிதனாக மாறி விவசாயத்தில் இறங்கிய போது முதலில் வளர்ச்சியடைய வேண்டிய துறையாக இருந்தது வானியல்தான், என்பார் மார்க்ஸ். பருவ நிலைகளை உணராமல் முன்னறியாமல் நகரங்களும், கிராமங்களும் விளைநிலங்களும் நீடித்து நிற்பது சாத்தியமில்லை. இந்திய சமூகத்தில் பிராமாணர்களுக்கு இருக்கும் உயர் அந்தஸ்த்துக்கு அவர்கள் பருவநிலைகளைக் கணிக்கும் பஞ்சாங்கத்தை தங்கள் கரங்களில் வைத்திருந்ததும் ஒரு காரணம், என்பது டி.டி. கோசாம்பியின் கருத்து..

ராணுவத்துக்கும், உள்க் கட்டமைப்புக்கும் மக்கள் பணத்தை அள்ளி விடும் அரசு, வானிலை ஆய்வை சிவப்பு நாடாவால் அழகாக மூடிக் கட்டி வைத்திருக்கிறது. பருவநிலை அகதிகள் கடற்புரங்களில் இருந்து உள்நாடு நோக்கி வரும் காலத்தில் சூழலின் உக்கிரம் தெரியாமல் கிடக்கிறது இந்தத் துறை. மிக எளிதாக இருக்கும் வசதிகளைக் கொண்டு இந்த அரசு துறைகளைக் கடந்து செல்லும் இளைஞர்களைப் பற்றிப் பேசுகிறது இந்த நாவல். மக்களுக்கான விஞ்ஞானத்தையும் மக்களின் சேவகர்களையும் கொண்டாடுகிறது.

கையாலாகாத அரசு கைவிட்ட நிலையில் இந்தப் பேரழிவை எதிர்த்துப் போராடியவர்களின் பணி போற்றுதலுக்கு உரியது. அதே அளவுக்கு அந்தக் கடினமான நாட்களின் துயரத்தையும், நெருக்கடிகளுக்குப் பணியாத மக்களின் வீரத்தையும் நேர்மையுடன் பதிவு செய்த எழுத்தாளரின் பணியும் பாராட்டுக்குரியது.

இதை மிக அற்புதமான ஒரு நாவலின் முதல்பாகமாகக் கருத வேண்டும் என்று நினைக்கிறேன். மழைக்குப் பிந்தைய நாட்களில் தமிழகம் முழுவதும் சென்னைக்காகத் துடித்ததையும் மீட்புப் பணிகளில் பங்கு கொள்ள ஒருமனதாக, ஒரே குரலாக, சென்னை நோக்கி வந்ததையும் சைலபதி கட்டாயம் எழுதுவார் என்று நம்புகிறேன். அந்தக் காவிய நாட்களை தமிழிலக்கியத்தின் பக்கங்களில் பதிவு செய்யும் பாக்கியம் ஒரு எழுத்தாளருக்கும் கிட்டக்கூடிய மிகப்பெரிய வரம் அல்லவா?

இரா. முருகவேள்
கோவை
iramurugavel@gmail.com

பெயல்

1

அமைதியான வாழ்வை ஒரு நொடியில் துயரம் கவ்விக்கொள்வது போல வானை மேகங்கள் ஒரு கணத்தில் கவ்விப் பிடித்துக் கொண்டது. நவீன் மேலே நிமிர்ந்து பார்த்தான். இதற்கு முன் பார்த்திராத அத்தனை கரியமேகங்கள், பூமியை மூடிவிடத் துடிக்கும் ஒரு கரும்போர்வை போல. துள்ளலும் நடையுமான சிலஅடிப் பயணத்தில் அவன் கட்டிடத்தின் வாசலுக்கு வந்துவிட்டான். வாசலில் நின்ற செக்யூரிட்டி வணக்கம் வைத்தான். அதில் ஒரு சலிப்பு. வாரத்தின் ஐந்துநாட்களும் வணக்கம் வைத்து வணக்கம் வைத்து சலிப்படைந்தவனின் சடவு அது. ஏன்? சனி, ஞாயிற்றுக்கிழமையில் கூட வந்து கழுத்தறுக்கிறீர்கள் என்பதான பாவனை.

கீழே மூன்று பார்க்கிங் தளங்கள், மேலே ஒன்பது தளங்களில் அலுவலகங்கள் என உயர்ந்திருக்கும் அந்தக் கட்டிடத்தில் ஏறக்குறைய இருபதுக்கும் மேற்பட்ட அலுவலகங்கள். அதில் ஏழாவது மாடியில் நவீனின் அலுவலகம். வழக்கமாக இயங்கும் நான்கு லிப்ட்களில் ஒன்று மட்டுமே இயக்கப் படுகிறது. அதுவும் ஏழாவது தளத்தில் தான் நிற்கிறது. லாவண்யா போய் இறங்கிக்கொண்ட பின்பு யாரும் அதைக் கீழே இறக்கவில்லை. அப்படியென்றால் வேறு யாரும் வந்திருக்கவில்லை. இது ஒரு யூகம் தான். லாவண்யாவிற்குப் பின் வேறு யாராவது அதே தளத்திற்கு வந்திருந்தால்? தெரியவில்லை.

நவீன் செல்போனில் அழைத்தபோது லாவண்யா அலுவலகத்திற்குள் நுழைந்துகொண்டிருப்பதாகச் சொன்னாள். “என்ன சனிக்கிழமைல...” என்ற நவீனின் கேள்வியை அவள் கேட்டுக்கொண்டதாகக் காட்டிக்கொள்ளவில்லை. “சரியான வேலைப்பிசாசு நீ” என்றதற்குச் சிரித்ததைப் போலக் காட்டிக்கொண்டவள். “லிப்ட்ல என்ட்டர் ஆகுறேன்,

கட் ஆய்டும், அப்புறம் பேசலாம்" என்று சொல்லித் துண்டித்துக்கொண்டாள்.

நவீன் லாவண்யாவை நினைத்துக்கொண்டான். சிறு வாடைக்காற்று உடலை வருடுவதைப் போல மெல் உணர்வு எழுந்து அடங்கியது. தனக்குள்ளாக சிரித்துக்கொண்டான். சரியாக அளவெடுத்தது போல ஐந்தடி தான் இருப்பாள். கருப்பென்று சொல்லமுடியாது. புதுநிறம். வாசல் கதவைத் திறந்தால் எதிர்படும் பெண்ணின் சாயல். தேவைக்கு அதிகமும் இல்லாமல் குறைவும் இல்லாத சராசரி உடல் அமைப்பு. தமிழகத்தின் கடைக்கோடி மாவட்டத்திலிருந்து வந்தவள். அவள் நாவில் நடனமாடும் ஊர்ப் பேச்சையும் அதன் அசைவுகளையும் மறைத்துக்கொள்ள முனைபவள். லாவண்யாவைத் தனக்கு ஏன் பிடித்தது என்று இன்னும் அவனுக்கு விளங்கவில்லை. பெரும்பாலும் யாருடனும் அவள் அதிகமாய்ப் பேசுவதில்லை, குறிப்பாக ஆண் ஊழியர்களிடம். அவர்களும் அவளோடு நெருக்கம் காட்ட விரும்புவதில்லை. ஒரு சிலர் அவளை நாட்டுப்புறம் என்று கேலிபேசுவது கூட உண்டு. ஒருவேளை யாரும் நெருங்காத, யாரையும் நெருங்காத அவளது அந்த சுபாவம் தான் என்னை இப்படி ஆக்குகிறதோ என்னவோ?

லிப்ட் தரைத் தளம் வந்ததாகக் காட்டியது. ஏறிக்கொண்டான். கதவு மூடியது. பின்புதான் கவனித்தான். லிப்ட் கீழே அடித்தளம் நோக்கி நகர்வது தெரிந்தது. 'ஷிட்' என்று லிப்டில் மெதுவாக எத்தினான். பி1 கடந்து பி2 கடந்தது லிப்ட் பி 3 நோக்கிப் போய்க்கொண்டிருந்தது. கீழ்த் தளத்தில் காரை நிறுத்திவிட்டு யாரோ ஒரு பிரகஸ்பதி நிற்கிறது போலும். லிப்ட் பி3 ல் நின்றது. கண்ணாடி வழியாகப் பார்த்தான். யாரும் அங்கு நிற்பது போலத் தெரியவில்லை. கதவு திறந்தது. அப்பொழுதும் யாரும் வரவில்லை.

பார்க்கிங் ஏரியா சற்று இருண்டு கிடந்தது. தொலைவில் ஒரு விளக்கு ஒளிர்ந்து கொண்டிருந்தது. கொஞ்சம் வெளியே தலைநீட்டி யாராவது காரை நிறுத்திவிட்டு ஓடிவருகிறார்களா என்று பார்த்தான். இரண்டு புறமும் வெறுமையாக இருந்தது. எண்ணி 5 அல்லது 6 கார்கள் மட்டுமே நின்று கொண்டிருந்தன. அவை நிறுத்தியிருக்கும் பாங்கிலேயே அவை நீண்டகாலமாக அங்கு நிற்கிறது என்று புரிந்தது.

யாராய் இருக்கும்? லிப்டை அமுக்க வேண்டியது. அது

வந்துசேரத் தாமதமானால் நிற்கப் பொறுமையில்லாமல் படிக்கட்டுகளில் நடந்துவிடுவது. மோசமானவர்கள் என்று வெளியே மெல்லமாய் நாகரிகமாகச் சொல்லிக்கொண்டாலும் உண்மையில் மனதுக்குள் அவன் ஒரு கெட்டவார்த்தையைத் தான் பயன்படுத்தினான். லிப்டுக்குள் வந்து கதவை மூடும் பட்டனை அமுக்கினான். கதவு வழக்கத்தை விட மெதுவாக மூடியது. கீழ் இறங்கிய வேகம் மேலேரும்போது இல்லை. அத்தனை மெதுவாக லிப்ட் மேலேறியது. திரும்பவும் அது தரைத்தளம் வந்து நின்றபோது கடுப்பானான். இது நாம் செய்த வேலைதான் என்று சொல்லிக்கொண்டான். ஆனால் கதவைத் திறந்ததும் எதிரே ஒரு செக்யூரிட்டி நின்றான். அவனும் நவீனுக்கு ஒரு வணக்கத்தை வைத்தான்.

கதவு மூடிக்கொண்டது. இவர்தான் கீழே அமுக்கிவிட்டு வேக வேகமாய் மேலேறி வந்து இங்கு ஏறிக்கொண்டிருக்கவேண்டும். லிப்ட் இப்பொழுது வேகமாக நான்காம் தளத்தில் வந்து நின்றது. செக்யூரிட்டி இறங்கிக்கொண்டார். திரும்பவும் லிப்ட் மேலேறியது. ஏழாம் தளத்தில் நின்றது. வெளியே வந்தான். அந்தத் தளம் முழுவதும் அவர்கள் நிறுவனம் தான். முகப்பில் இருக்கும் செக்யூரிட்டியைக் காணோம். தொலைபேசி அடித்துக்கொண்டே இருந்தது. நவீன் தன் விரல் ரேகையை அங்கிருந்த கதவில் பொருத்தினான். கதவு திறந்துகொண்டது. உள்ளே நுழைந்ததும் விசாலமான காலியான அந்த அறை என்னவோ போல இருந்தது.

கதவு மெல்ல மூடிக்கொண்டதும் அமைதி அடர்த்தியாக அவ்வறைக்குள் படர்ந்திருந்ததை உணர்ந்துகொண்டான். வழக்கமாக ஓடும் ஏசி சத்தம் கூட இல்லை. சுமார் 120 பேர் அமரும் இடம். யாரும் இல்லாமல் இரண்டு மூன்று விளக்குகள் மட்டுமே ஒளிரப் பரவலாய் இருண்டுகிடந்தது. ஏதோ வேறு உலகம் போல இருந்தது அந்த அறை. வாரநாட்களில் இந்த அறைதான் எப்படி இருக்கும். அறைக்குள் நுழைந்ததும் ஏசி முகத்தில் ஒரு சிலிர்ப்பை விசிறும், கூடவே ஒரு நறுமணத்தையும். போதாக்குறைக்கு அங்கு இருப்பவர்களில் பலரும் கடினமான நெடியுடனான வாசனைத் திரவியங்களை அடித்துவந்து சுவாசத்தில் அலர்ஜி உள்ளவனை மிரட்டுவார்கள். உள்நுழையும் யாரையும் யாராவது வரவேற்றபடி இருப்பார்கள். சில உள்ளூர் பையன்கள் அவர்களுக்கே உரித்தான கெட்டவார்த்தையோடு வருபவர்களைச் சத்தமாக வரவேற்பார்கள். அங்கு இருக்கும்

பெண் ஊழியர்கள் பற்றி எல்லாம் அவர்கள் கவலைப் படுவதில்லை. இப்பொழுதெல்லாம் அவர்களும் அந்தக் கெட்ட வார்த்தையை முதல் வார்த்தையாகக் கொண்டுதான் பேச்சைத் தொடங்குகிறார்கள்.

அங்கும் இங்கும் அலைந்துகொண்டிருக்கும் அஸிஸ்டண்ட் பையன்கள். யாருக்காவது காப்பியை டீயை எடுத்துச் சென்றுகொண்டிருப்பார்கள். நேரம் காலம் இல்லாமல் காப்பி தயாரித்தபடியும் அதை விநியோகித்தபடியும் இருக்கும் அவர்களைப் பார்க்கப் பாவமாக இருக்கும். எப்பொழுதும் விரைப்பாக டை கட்டிக்கொண்டு கேபின்களுக்கு அருகே வந்து சத்தம் போட்டு வேலைவாங்கும் பாவனையில் வந்துபோகும் டீம் லீடர்கள், எதுன்னாலும் என்கிட்டதான் வரணும் என்று திமிராய்த் திரியும் அட்மின்கள் என இரவும் பகலும் எப்பொழுதும் கலகலப்பான அறை. இரவு பகலற்ற அந்தப் பெரு உழைப்பிற்கெல்லாம் சேர்த்து அறை இப்போது இந்த சனிக்கிழமை பேருறக்கம் உறங்குவதுபோல இருந்தது.

லாவண்யாவின் கேபின் இந்த அறையில் இல்லை. உள்ளே போய் வலதுபக்கம் திரும்ப வேண்டும். முதல் அறையே இப்படி என்றால் அதைக் கேட்கவே வேண்டாம். அறையை நெருங்கினாலே உள்ளிருப்பவர் மூச்சுவிடுவதைக் கூடக் கேட்டுவிட முடியும்படிக்கு அமைதி கவிந்திருக்கலாம். தைரியமான பெண்தான். இங்கு வந்து தனியே அமர்ந்துகொண்டு... சரி, சொந்த ஊரைவிட்டு இங்கு வந்து எப்படி வாழ்கிறார்கள், தனியே தானே.

உண்மையில் பிழைப்புக்காய் ஊர்விட்டு ஊர்வந்து இந்தப் பெருநகரத்தில் குடிபுகுகிறவர்கள் எல்லாம் ஓர் கற்பனையில் தான் வாழவேண்டி யுள்ளது. நகரம் தங்களுக்கான எல்லாவற்றுக்குமான தீர்வு என்கிற முடிபிலிருந்து தான் அவர்களுக்கு எல்லாம் தொடங்குகிறது. நகரத்தோடு ஆண்கள் ஒன்றிவிடுவது போலப் பெண்கள் ஒன்ற முடிவதில்லை. அவர்கள் வந்து இறங்கிய முதல்நாளில் இருந்து நகரத்தை அவர்கள் மனிதர்களாகப் புரிந்துகொள்ள முயல்கிறார்கள். தாங்கள் அன்றாடம் எதிர்கொள்ள வேண்டிய ஆண்களை முதலில் மனதில் குறித்துக் கொள்கிறார்கள். போருக்குத் தயாராகும் ராணுவ வீரனைப்போல தங்களின் கவசமான பேச்சையும் பழக்கத்தையும் அவர்கள் தீர்மானித்துக் கொள்கிறார்கள். அதிகபட்சம் ‘அண்ணா’ என்கிற வார்த்தையை நம்பியே அவர்கள்

நகரத்தில் தங்களுக்கான பாதுகாப்பை உறுதிசெய்து கொள்ள வேண்டியதாய் இருக்கிறது. பெரும்பாலும் பலன்கொடுக்கும் அந்தச் சொல் சில நேரங்களில் செயலிழந்து விடுமோ என்று அச்சம் சூழ்ந்துகொள்ளும். அப்பொழுதெல்லாம் அவசர அவசரமாக இருள் சூழ்கையில் கூடடையும் ஒரு பறவையின் பதட்டத்தோடு அவர்கள் அந்த இடத்திலிருந்து நகர்ந்து வீடுவந்து சேர்வார்கள். நகரம் நிச்சயம் தங்களின் ஊர் இல்லை என்பதை அவர்கள் உறுதிசெய்து கொள்ளும் கணங்கள் அவை. தன்னைப்போன்ற வேறு ஒரு பெண்ணைக் கண்டுபிடித்து அவர்கள் கைகோர்த்துக் கொள்கிறார்கள். ஆனபோதும் இந்த ஊரில் நாம் தனியாகத்தான் இருக்கிறோம் என்கிற நம்பிக்கையை அல்லது அச்சத்தை மட்டும் கைவிடாமல் அத்தனை உறுதியாகப் பற்றிக் கொள்வார்கள். லாவண்யா அப்படியாகத் தனக்குள்ளாகத் தானே ஒளிந்துகொள்கிற பெண்தான்.

டெட் எண்ட் போலத் திரும்பும் அந்த அறையின் திருப்பத்தை நெருங்குகிற போதே லாவண்யாவின் கிசுகிசுக்கும் குரல்கேட்டது. யாரோடோ பேசுகிறாள். என்ன பேசுகிறாள், புரியவில்லை. சிறு சிணுங்கல், யாருடனோ செல்லச் சண்டை. லாவண்யாவைத் தவிர வேறுயாரோ இருக்கிறார்களா? யார் அது? அதுவும் லாவண்யா இத்தனை உரிமையோடு பேசும் நபர்?

நவீன் தன் நடையை நிறுத்திக்கொண்டான். கொஞ்சம் அநாகரிகமாகப் பட்டது. இருவரின் தனிமையில் தலையிட்டு தேவையில்லாமல் தொந்தரவு செய்வதாவது. நவீன் திரும்பிக்கொண்டான். ஆனால் நடக்கவில்லை. அங்கேயே நின்றான்.

அடிப்பாவி! உனக்கு இப்படி எல்லாம் கொஞ்சிக் கொஞ்சிப் பேசத் தெரியுமா? வெடுக்கின்று பேசுகிற பெண் என்றல்லவா நினைத்துக் கொண்டிருந்தேன். உன்னையும் கவர்ந்து ஒருவன் பேசவைத்திருக்கிறான் என்றால். நல்ல வேளை வரும்போது மலர்கள் வாங்கிக்கொண்டு வரலாமா என்று நினைத்து, வேண்டாம் என்று கைவிட்டது நல்லதாயிற்று. சரி, லாவண்யாவின் குரல் கேட்கிறதுகூட இருக்கும் அந்த ஆணின் குரல் கேட்கவே இல்லையே. யாராயிருக்கும்?

நவீனுக்கு ஆர்வம் தாங்கவில்லை. திரும்பி லாவண்யாவின் கேபின் நோக்கி நடந்தான். இப்பொழுது லாவண்யாவின் குரல்

நன்கு கேட்டது. நவீன் உள்நுழைந்து விடாதபடிக்குச் சுவர் மறைவில் நின்று கேபினுக்குள் எட்டிப்பார்த்தான். அங்கு, அவன் கண்ட காட்சி அவனைத் திகைக்க வைத்து.

லாவண்யா கையில் ஒரு கோப்பைத் தேநீரை ஏந்திக்கொண்டு சேரில் அமர்ந்தபடியே அவளுக்கு வலதுபுறம் பார்த்துக்கொண்டு இருந்தாள். ஆனால் அவளுக்கு வலது புறத்தில் யாரும் இல்லை. காலி நாற்காலி. லாவண்யா டீயை உறிஞ்சிவிட்டு அந்த நாற்காலியை நோக்கிக் கோப்பையை நீட்டினாள்.

“சாப்டுறியா...” என்றாள். பின்பு கலகலவெனச் சிரித்தாள். நவீனுக்கு உடல் வியர்த்துவிட்டது. அப்படியே திரும்பி வெளியே வந்தான்.

அட பைத்தியமே, ஏன் இப்படித் தனியே வந்து அமர்ந்துகொண்டு யாரோடோ பேசுகிற பாவனை கொண்டாடிக்கொண்டு பேசி, சிரித்து.. லாவண்யா நீ பைத்தியமா, மன நிலை சரியில்லாதவளா. அதனால் தான் எப்பொழுதும் அத்தனை கடுகடுப்போடு திரிகிறாயா. ஆனால் எப்படி அலுவலக வேலைகளை எல்லாம் அத்தனை துல்லியமாய்ச் சிறப்பாய் முடிக்கிறாய். இது என்ன மாதிரியான மனநிலை. இப்பொழுது போய் அவள் முன் நின்றால் எப்படி நடந்துகொள்வாள்?

நவீன் மேற்கொண்டு அங்கு நில்லாமல் வேகவேகமாய் வெளியேறினான். கால்சட்டைப் பையில் தேடி சிகரெட் டை எடுத்துப் பற்றவைத்தான். திரும்பப் போய் அவளைப் பார்க்கும் மனநிலை அவனுக்கு இல்லை. லிப்டை நோக்கிவந்தான். லிப்ட் பி 3 இல் நின்றது. மேலே வரச்சொல்லி அம்புக்குறியை அமுக்கினான். எதிர்பார்த்ததை விட வேகமாக மேலே வந்தது. ஏறிக்கொண்டான். கதவுகள் மூடிக்கொண்டது. ஜீயை அமுக்கினான். அது சரியாக அமுங்கவில்லை. ஒருமுறை இருமுறை அமுக்கினான். அது தகராறு செய்தது. வந்த ஆத்திரத்தில் இறங்கிப் போய்விடலாமா என்று நினைத்தான். கடைசியாக ஒரு கெட்டவார்த்தையோடு ஜீயை அமுக்கினான். ஜீ பச்சை நிறத்தில் ஒளிர ஆரம்பித்தது. லிப்ட் நகர்ந்தது. மின்னல் வேகத்தில் லிப்ட் பயணப்பட்டது. பார்த்துக் கொண்டிருக்கும் போதே கண் இமைக்கும் நேரத்தில் 6 5 4 3 2 1 ஜீ என்றது. ஆனால் ஜீ யில் நிற்கவில்லை. ‘ஓ ஷிட்’ ஸ்டாப் பட்டனை அமுக்கினான். ஆனால் லிப்ட் கட்டுப்பாடில்லாமல் அத்தனை வேகமாக கீழ் நோக்கி நகர்ந்தது. நவீன் பதட்டத்தில் அங்கிருந்த

எமர்ஜன்ஸி பட்டனை அமுக்கினான். வெளியில் அது சத்தம் போட ஆரம்பித்தது. நவீன் அது கீழிறங்கும் வேகத்தில் நிச்சயம் அது விபத்துக்குள்ளாகும் என்று பயந்து வியர்த்தான். ஆனால் பி 2 வைத் தாண்டியதும் லிப்ட் சட் என்று நின்றுவிட்டது. ஸ்டேசனுக்குள் நுழையும் ரயில்போல அத்தனை மெதுவாக அது பி 3 யை அடைந்து தரையில் அத்தனை மெதுவாய் மோதி மெல்ல அதிர நின்றது. நின்றதும் லிப்ட் திறந்துகொண்டது. ஏற்கனவே அமுக்கப்பட்ட எமர்ஜன்ஸி சத்தம் லிப்டிலிருந்து கேட்டுக்கொண்டே இருந்தது. நவீனுக்கு வெளியே வரக் கால்கள் நகரவில்லை. ஒரு விபத்தை அத்தனை நெருக்கத்தில் கண்ட நடுக்கம் அது. அவன் கால்கள் உதறல் எடுத்தன. வெளியேற மனம் துடித்தது. ஒருவேளை கதவு மீண்டும் மூடிக்கொண்டால்?...பயம் அவனை அசைய விடாது செய்தது. அலாரத்தின் சத்தம் கேட்டு இரண்டு மூன்று செக்யூரிடிக்கள் லிப்டை நோக்கி ஓடிவந்தார்கள். உள்ளே நவீனைப் பார்த்ததும் உள்நுழைந்து அவனைக் கைத்தாங்கலாகப் பற்றி வெளியே அழைத்துவந்தனர்.

“என்ன சார் ஆச்சு...”

நவீன் பதில் சொல்லாமல் லிப்டையே பார்த்தான்.

“என்னான்னு தெரியலை சார், அடிக்கடி இந்த லிப்ட் இப்படித்தான் ஆயிறுது. எந்த ப்ளோர் அமுக்கினாலும் கீழேயே வந்திருது. கப்ளைண்ட் கொடுத்து அவன் வந்து பார்த்துட்டு எல்லாம் சரியாத்தான் இருக்குன்னுட்டுப் போறான். ஆனா இதுவரைக்கும் இத்தனை இஸ்பீடா வந்ததே இல்லை. பேய் கீய் பிடிச்சுகிச்சோ என்னவோ” என்றான் ஒரு செக்யூரிட்டி.

நவீன் அவன் சொன்னதைக் கேட்டு ஒரு நொடி அப்படியே நின்றுவிட்டான்.

லிப்டை மீண்டும் திரும்பிப் பார்த்தான். லிப்ட் மிகவும் நல்ல பிள்ளையாக மூடிக்கொண்டது.

***

2

கார்த்திக் இன்னும் அவளை நெகிழவிடாமல் அணைத்துக்கொண்டிருப்பது அவளுக்கு ஆச்சரியமாய் இருந்தது. கொஞ்சம் நகர்ந்து ஆசுவாசமாய்ப் படுத்தால் நன்றாக இருக்கும், ஆனால் கார்த்திக் விடுவதாய் இல்லை. உடைகளை உடுத்திக்கொள்ள அனுமதிக்காமல் அவன் பிணைந்திருந்தான். ரேவதிக்கு வேறுவழியில்லை அதை ரசிப்பதைத் தவிர.

இப்படியாகக் கட்டிக்கொண்டு கிடந்து எத்தனை நாட்கள் ஆகிவிட்டது. உடலுக்கு இது எல்லாமே தேவையாய் இருக்கிறது. உண்மையில் உடல் ஒரு சிறுகுழந்தை. அதை யாராவது கொஞ்சிக்கொண்டிருக்க விரும்புகிறது. இடுப்பிலிருந்து இறங்க மறுக்கும் கைக்குழந்தை. கவனிக்க யாரும் இல்லை என்றால் அது அப்படி வற்றி சூம்பி ஏங்கிப் போய்விடுகிறது. எல்லாவற்றுக்குமான சாவி மனத்திடம் இருக்கிறது. இணையில் ஒருவர் சுயாதீனத்தோடும் மற்றவர் சுயாதீனமற்றும் இருக்க நேர்ந்தால் அது நரகம்.

கார்த்திக் இப்படி ஆசையாய்க் கலந்து ஏறக்குறைய இரண்டு ஆண்டுகள் ஆகிவிட்டது. கடந்த இரண்டு ஆண்டுகளைப் போல மிகவும் மோசமான நாட்களை வாழ்க்கையில் அவள் கண்டதே இல்லை. நினைக்க நினைக்க எல்லாம் ஓர் துயரமான காவியம் போல நெஞ்சில் பரவிப் படர்ந்தது.

இரண்டு ஆண்டுகளுக்கு முந்திய ஓர் நாளில் மழை பிடித்துக்கொண்டது. வழக்கத்தை விட கொஞ்சம் அதிக மழை என்றுதான் தோன்றியது. கார்த்திக் ஒரு மழைப் பைத்தியம். வேலையில் இருந்து திரும்பும் போது வேண்டுமென்றே மழையில் நனைந்தபடிதான் திரும்பினான். மின்சாரம் நின்று நீண்ட நேரமாகியிருந்தது. கார்த்தி மெழுகுவர்த்திகளால் அன்று வீட்டை ஒளிரவிட்டான். அறையில் அங்கும் இங்கும் நகரும் ரேவதியின் நிழல்களைத் தீண்டி விளையாட்டாய்ச் சிணுங்கச்

செய்தான். ரேவதிக்கு அவனின் குறும்புகள் எல்லாம் போதையாய் இருந்தது. அருகில் வந்து நின்று சீண்டிக்கொண்டிருந்தவனிடம்,

"கார்த்தி, கொஞ்சம் வெயிட் பண்ணு, கிச்சன் வேலை முடிச்சிட்டு வந்துடறேன்" என்று கெஞ்சலாக சொல்லிக்கொண்டே யிருந்தாள். உண்மையில் அவளுக்கு எல்லாவற்றையும் அப்படியே போட்டுவிட்டு அவனைக் கட்டிக்கொள்ள வேண்டும் என்றுதான் இருந்தது. ஆனால் ஒரு ஆண் கலவிக்குத் தயாராவதைப் போல உடனடியாக ஒரு பெண்ணால் தயாராகிவிட முடியாது. மனதில் வேலைகளின் பட்டியல் இருக்கக்கூடாது. இப்பொழுது ஆசையில் பறக்கும் காதலன் அது தீர்ந்ததும் பசியில் பறப்பான். அப்பொழுது சோர்வை எல்லாம் காட்ட முடியாது, எழுந்து சமைத்தாக வேண்டும்.

எப்படியும் அப்போது 'கொஞ்சம் பொறு' என்று தான் சொல்லவேண்டும். அதை இப்பொழுதே சொல்லிவிடுவது ரொம்ப உத்தமம். காதலை விடப் பசி தான் பெரிய அவஸ்தை. ஏற்கனவே சமைத்து வைத்திருந்தால் நல்லது. ஆனால் கார்த்தி சூடாகச் சாப்பிட விரும்புபவன். அவனுக்கு அன்பும் ஆசையும் காதலும் உணவும் எல்லாமும் வேண்டும், சூடாக.

ரேவதிக்குள் ஆசை ஒரு மழையாகப் பெய்யத் தொடங்கிவிட்டது. ஆனாலும் அவள் வேலைகளை ஒரு குடைபோலப் பிடித்துக்கொண்டு சமாளித்தாள். சமைத்து முடித்ததும் அவனைச் சாப்பிட அழைத்தாள். அவன் உணவை விட்டுவிட்டு அவளைத் தேர்ந்தெடுத்தான்.

இப்பொழுது அவளுக்குத் தவிர்க்க வேறு காரணங்கள் இல்லை.

தொடர்ந்து மிதமாகப் பெய்துகொண்டிருந்த மழை விசிறி அடிக்க ஆரம்பித்தது. மழையின் சத்தம் ஒரு போர்க்களத்தில் கதறுபவர்களின் ஓலத்தைப் போல வலுத்தது.

வெளியே அப்படி ஒரு மழை பெய்கிறது என்பதை இருவரும் சிறிது நேரம் கழித்துதான் அறிந்துகொண்டார்கள். கார்த்திக் எழுந்து பால்கனி அருகே போய் நின்றான். அவன் உடலில் சாரல் அடித்தது. சற்றுமுன் ரேவதியின் நகங்கள் தீண்டியதுபோல அச்சாரல் வேகமும் வலுவுமாக இருந்தது. சிலிர்த்துக்கொண்டான். பின் படுக்கைக்குத் திரும்பிய போது ரேவதி அயர்ந்திருந்தாள்.

ஒரு குழந்தையைப் போல உறங்கிக்கொண்டிருந்தாள் ரேவதி. கார்த்திக் அவள் உடல் குளிரில் சிலிர்ப்பதைக் கண்டு ஒரு போர்வையை எடுத்துப் போர்த்திவிட்டான். அதை உறக்கத்திலேயே வாங்கித் தன் காதுவரை இழுத்துவிட்டுக் கொண்டாள்.

கார்த்திக்கிற்கு உறக்கம் வராமல் படுக்க மனமில்லை. படுக்கை அறையின் கதவை மெல்லச் சாத்திவிட்டு வெளியே வந்தான். அவனுக்கு மழையின் அழகிய நடனத்தைத் தரிசிக்க ஆசை வந்தது. இவர்களது குடியிருப்பு முதல் தளத்தில் இருந்தது. கையில் ஒரு பேட்டரி லைட்டை எடுத்துக்கொண்டு படியேறினான். இரண்டாவது மூன்றாவது தளத்தைக் கடந்தான். மொட்டைமாடிக்குப் போனான்.

மாடிக் கதவைத் திறந்துகொண்டதும் காற்றும் மழையும் அவனை வரவேற்றது. கதவு காற்றில் அடித்துக் கொள்ளாதிருக்க மறுபடி கதவை வெளிப்புறமாகப் பூட்டிவிட்டு மழைக்குள் நுழைந்தான். அப்படி ஒரு குளிரான மழையில் அவன் இதுவரை நனைந்ததே இல்லை. உடல் அப்படி சிலிர்த்தது. ஒருமுறை உடலை உதறிக்கொண்டான். இப்பொழுது சுற்றி முற்றிப் பார்த்தான். மழை கண்ணுக்கெட்டிய தூரம் வரைக்கும் தன் பெருங்கரத்தை விரித்திருந்தது.

ஓ என்ன காட்சி இது. ஒரு நொடி கூட விலக விரும்பாத காதலர்களைப் போல வானும் மண்ணும் மழையால் பின்னிக் கிடக்கிறதே. வானம் இன்னும் கொஞ்சம் இறங்கினால் தொட்டுவிடலாம் என்பது போல நெருங்கம். சுற்றிலும் நீர் தேங்கி கடல் போன்ற ஓர் காட்சி. வீடுகள் கடலுக்குள் மிதந்துகொண்டிருக்கும் கப்பல்களா என்ன. எவ்வளவு நீர், எவ்வளவு நீர். தூரத்தில் எப்பொழுதும் புறவழிச்சாலையில் சீறிக்கொண்டிருக்கும் வாகனங்களின் பாய்ச்சல் ஒன்றையும் காணோம். புறவழிச் சாலையைப் பார்க்க முடியவில்லை. இருளில் அவ்வளவு தூரம் தெரியவில்லை. ஆனால் பார்க்கும் திசை எல்லாம் நீரும் நீரின் சத்தமும் மட்டுமே நிறைந்திருந்தது.

மனம் பரவசலயிப்பை அடைந்திருந்தது.

மாடியின் தடுப்புச் சுவர் அருகே வந்து பார்த்தான். நீர் அப்பார்ட் மெண்டுக்குள் கொஞ்சம் நுழைந்திருந்தது. அந்த நேரத்திலும் செக்யூரிட்டி உறங்காமல் குடையைப் பிடித்துக்கொண்டு ஒரு மணல் மூட்டையைக் கொண்டுவந்து நீர் உள்வரும் கால்வாயின்

வழியை மறிக்க முயற்சி செய்துகொண்டிருந்தான். நிமிர்ந்து பார்த்தால் நீர் சாரைப் பாம்பின் வேகத்தைவிட வேகமாய்ப் பாய்ந்துகொண்டிருந்தது. அதை எல்லாம் இந்த ஒரு மூட்டை மணல் நிறுத்திவிடுமா என்ன? கார்த்திக் சிரித்துக்கொண்டு மற்றொரு திசைக்கு நகர்ந்துகொண்டான்.

நீர்வண்ணக் கோலப் பெருமாள் கோவிலின் கோபுரம் தெரிகிறதா என்று பார்த்தான். கோபுரம் மட்டுமல்ல அனந்த சயனன் படுத்திருக்கும் திருநீர்மலையைக் கூடக் காணமுடியவில்லை. மேகங்கள் மலையை மறைத்துக்கொண்டனவோ? எப்பொழுதும் நீரிலேயே கிடக்கும் அனந்தன். இந்தக் கொதிக்கும் நகரத்தின் வெக்கையிலிருந்து அவனுக்கு ஒரு நாள் ஆசுவாசம். நீர் சூழ்ந்து நீரில் கிடந்து நீர்வண்ணக் கோலமாகி அவனே நீராகி...

கார்த்திக்கு அப்படி நினைக்கவே சிலிர்த்தது. அடுத்த கணம் பாய்ந்து ஓடும் நீர் எல்லாம் அவனே என்று நினைக்கவே மனம் நெகிழ்ந்தது. மழையாகி அவனை நனைத்து நனைத்து அவனே கரைந்துகொண்டிருக்கிறான் என்று நினைத்துக்கொண்டான்.

கரையட்டும் கரையட்டும். கடைசியாய் கரைந்து கரைந்து என்ன எஞ்சுகிறதோ எஞ்சட்டும். மனதுக்குள் ஒரு முணுமுணுப்பு.

இப்பொழுது கொஞ்சம் இடதுபுறம் திரும்பினான். ஏரிக்கரை. ஒரு ஜேசிபி அந்தக் கரையைத் தன் வலிமையான கரங்களால் தட்டி அடைக்க முயன்றுகொண்டிருந்தது. கொண்டை விளக்குடன் ஜேசிபி. ஜேசிபியின் லைட் வெளிச்சத்தில் அந்த இடம் எப்படி இருக்கிறது என்பதைப் பார்க்க முடிந்தது. ஜேசிபி இயந்திரத்தின் பாதி அளவுக்கு நீர் ஏறியிருந்தது. ஏரி நிரம்பவோ அல்லது உடைப்பெடுக்கவோ இல்லை. மழைக்குக் கரைகள் லேசாகக் கசியத் தொடங்கி யிருக்கிறது. சிறு மணல் மூட்டையைப் போட்டு நீர் வரத்தைத் தடுக்க முயன்ற அந்த செக்யூரிட்டி நினைவில் வந்தான். உழைப்பவர்களுக்கு எப்பொழுதும் வேலைதான்.

பண்டிகைகள் கிடையாது, விடுமுறை கிடையாது, மழை வெயில் வெள்ளம் எதுவும் கிடையாது. அவர்கள் ஓய்வின்றி, இது பற்றிய எந்த ஆவலாதியும் இன்றி உழைத்துக்கொண்டே யிருக்கிறார்கள். போர்க் களத்தில் முதலில் ஓடிப் போராடும் காலாட்படை வீரர்களைப் போல அவர்கள். எதிரியின்

அதி தீவிரமான வலிமையை அவர்கள்தான் நேருக்கு நேர் சந்திக்கிறார்கள்.

அந்த ஜேசிபி டிரைவரை அனுப்பிவைத்தவன் கூட உறங்கியிருப்பான். ஆனால் பாவம் இவன். பக்கத்துத் தெருவில் மக்கள் சிலர் வெளியே வந்து வேடிக்கை பார்த்துக்கொண்டிருந்தனர். நம்மைப் போன்ற பைத்தியங்கள் சில இருக்கத்தான் செய்கின்றன, என நினைத்துக் கார்த்திக் புன்னகை செய்துகொண்டான்.

கார்த்திக்குக் குளிர்வதுபோல் ஆனது. நல்ல நடுக்கம் ஏற்பட்டது. ஆனாலும் அங்கிருந்து போகப் பிடிக்கவில்லை. இந்தக் கணத்தின் இந்தக் காட்சி இனி வாழ்க்கையில் திரும்ப மீளுமா. ஏதோ படகில் மிதக்கிறாற்போல ஒரு உணர்வு. நீர் ஓடிவந்த வண்ணம் இருக்கிறது. அப்படி அலையும் நுரையுமாக நீர் வந்து வீட்டின் சுவர்களில் மோதி எங்கு புகுவது என்று வழிதேடிக் கொண்டிருந்தது.

கார்த்திக் பார்த்துக்கொண்டேயிருக்கும் போதே நீர் வளர்ந்துவிட்டது போலத் தெரிந்தது. வளர்ச்சி என்றால் சில அடிகள். ஜேசிபி டிரைவர் சீட் வரை நீர். ஏரி உடையவில்லை. பின் எங்கிருந்து வருகிறது இவ்வளவு நீர். கடவுளே என்ன இது இன்னும் இன்னும் நீர் வளர்ந்துகொண்டே இருக்கிறதே.

பிரளயம், மகா பிரளயம். நீர்வண்ணக் கோலனின் ஆழியில் இருந்து உருவாகி இந்த நிலமெங்கும் மூழ்கடிக்கப் புறப்பட்டிருக்கும் பிரளயம்.

கார்த்திக் வெள்ளத்தையே பார்த்துக்கொண்டிருந்தான். அது ஒரு ராட்சசனைப் போல அவன் முன் வளர்ந்து அவனை மிரட்டிக் கொண்டிருந்தது.

*

தூரத்தில் யாரோ கதவு தட்டும் சத்தம் கேட்டது. ரேவதிக்கு உறக்கம் மெல்லக் கலைந்தது. சத்தம் இப்பொழுது கொஞ்சம் அதிகமாய்க் கேட்டது. விழித்துக்கொண்டதும் முதலில் கலைந்திருந்த தன் உடைகளைச் சரிசெய்து கொண்டாள். இடைவிடாமல் கதவு தட்டப் பட்டுக் கொண்டே யிருந்தது. படுக்கையில் கார்த்திக் இல்லை என்பதே அச்சத்தை உருவாக்கியது.

கார்த்திக்... கார்த்திக்... என்று அழைத்தாள். சத்தமில்லை. எங்கு போனான்.

கதவு தொடர்ந்து தட்டப்பட்டுக்கொண்டே யிருந்தது. கையில் ஒரு மெழுகுவர்த்தியை எடுத்துக்கொண்டு போய்க் கதவைத் திறந்தாள்.

வாசலில் நான்குபேர். அப்பார்ட்மென்ட் சொஸைட்டியைச் சேர்ந்தவர்கள். அதில் ஒருவர் செக்யூரிட்டி. "மேடம் எவ்ளோ நேரமா தட்றோம். எமர்ஜென்ஸினா சமயத்துல அலர்ட்டா இருக்க வேண்டாமா?"

"என்ன ஆச்சு சார்?"

"என்ன ஆச்சா, வந்து பாருங்க..."

ரேவதி அவர் கை நீட்டிய திசை நோக்கி நகர்ந்து சென்று பார்த்தாள்.

முதல் மாடிவரை வெள்ளம். பார்க்கிங் ஏரியா முழுவதும் மூழ்கிவிட்டது.

ரேவதி பயந்து போனாள். "சார் என்ன இது?"

"தெரியலைம்மா ஏரி உடைஞ்சிருச்சின்னு நினைக்கிறோம். எந்நேரமும் முதல் மாடி வரைக்கும் வெள்ளம் ஏறலாம். அதான் எல்லாரையும் எழுப்பி மேல அனுப்புறோம். நீங்களும் சாரும் முக்கியமானதை மட்டும் எடுத்துகிட்டு இரண்டாம் மாடிக்கு வாங்க. ஆமாம், சார் எங்க?"

அதானே?... கார்த்திக் எங்கே?

ரேவதிக்குப் பகீர் என்றது. வீட்டுக்குள் ஓடினாள். எல்லா அறைகளிலும் பார்த்தாள், அவன் இல்லை. கழிவறைகளில்... பால்கனியில்... இருந்திருந்தால் இவ்வளவு சச்சரவுக்கு வெளிவராமல் இருப்பானா? அப்படி என்றால் அவன் எங்கே?

கடவுளே என்ன இது சோதனை? கார்த்திக் மழைப் பைத்தியம் எங்காவது வேடிக்கை பார்த்துக்கொண்டே போய் இந்த வெள்ளத்தில் ஒருவேளை... அவளால் அதை நினைக்கவே முடியவில்லை. வெடித்து அழுதாள். வாசலில் நின்றவர்கள் உள்ளே ஓடினார்கள். பக்கத்து ப்ளாட் மாமி ஒருத்தி ரேவதியைத் தேற்றினார்.

"பயப்படாதே அதெல்லாம் ஒண்ணும் ஆகியிருக்காது. அவன் என்ன குழந்தையா? எல்லாம் பத்திரமா இருப்பான்."

அவன் எங்கே போனான். என்ன ஆனான்.

கடவுளே, இந்தமாமி சொல்வது அப்படியே பலிக்கட்டும். ரேவதியால் அழுவதை நிறுத்த முடியவில்லை.

"சார்... சார்... எல்லாரும் கொஞ்சம் மேல வாங்க. இங்க சார், இங்க, மொட்டை மாடிக் கதவு பூட்டி இருக்கு சார். யாரோ அந்தப் பக்கமா பூட்டியிருக்காங்க போல." செக்யூரிட்டியின் குரல்.

எல்லோரும் ரேவதியை விட்டுவிட்டு மேலே ஓடினார்கள். மொட்டை மாடிக்கதவைத் தட்டினார்கள். கதவு ஆடியதே ஒழிய திறப்பதாக இல்லை.

"சார், பேசாம கதவ உடைச்சிடலாம் சார். அப்போதான் என்னா ஏதுன்னு தெரியும்."

இருளில் இங்கும் அங்கும் தேடி செக்யூரிட்டி ஒரு இரும்பை எடுத்துவந்தான். இரண்டு அடியில் கதவு பிளந்துகொண்டது. கையை உள்ளே விட்டு தாழ்ப்பாளை அகற்றினார்கள். சில நொடிகளில்

"ரேவதி மேடம், ரேவதி மேடம். கொஞ்சம் மேலே வாங்க..."

குரல் கேட்டதும் ரேவதிக்கு நெஞ்சே அடைப்பதுபோல ஆனது. என்ன ஆனதோ என்கிற பதட்டத்தோடு கால்கள் நடுங்கத் தடுக்கிவிழுந்து எழுந்து வேகவேகமாய் மேலே போனாள்.

கார்த்திக் நல்ல மழையில் வெட்டவெளியில் நடுவில் அமர்ந்திருந்தான். ரேவதி "கார்த்திக்" என்று கத்திக்கொண்டு அவனை நெருங்கினாள். அவன் தலையை மேலே நோக்கிப் பார்த்தபடியே திக்பிரமை பிடித்து அசையாமல் இருந்தான். அவன் பார்வைகள் வானில் எதையோ பார்த்தபடியே இருந்தது. பார்க்கவே வயிற்றில் கலவரம் தந்தது அந்தக் காட்சி. அவன் மேலே விழுந்து அழுதாள்.

எல்லோரும் அவளை சமாதானப் படுத்திவிட்டு கார்த்திக்கை எழுப்பினார்கள். ஒரு பொம்மையைப் போல எழுந்துகொண்டான். அவனை அழைத்துவந்து கூரைக்குள் நிறுத்தினார்கள். அவன் திரும்பி மழையையே வேடிக்கை பார்த்தான். அவன் அப்படிப் பார்ப்பதைக் கண்டு ரேவதிக்கு வயிற்றைப் புரட்டிக்கொண்டு அழுகை வந்தது. அவள் அழுகைக்குத் துணை சேர்ந்துகொள்வதுபோல மழை இன்னும் வேகமாகக் கொட்டித் தீர்த்தது.

***

3

வாரத்தின் முதல் நாள் என்கிற பரபரப்பு கொஞ்சமும் இல்லாமல் இருந்தான் நவீன். அவனுக்கு அலுவலகம் போகவே வெறுப்பாக இருந்தது. ஒன்று லிப்ட் செய்த கோளாறினால் உருவான சிறு சோர்வு. மற்றொன்று லாவண்யா. அலுவலக வளாகத்துக்குக் கொஞ்சம் முன்பாகவே இருக்கும் கடையில் நின்று சிகரெட் ஒன்றைப் பற்றவைத்துக் கொண்டான்.

லாவண்யாவிற்கு என்ன தான் பிரச்சனை? ஏன் அவள் அப்படி நடந்துகொண்டாள்? தனியாக இருக்கும்போது பாடல் பாடுவதைப் போல விசிலடிப்பதைப் போல அவள் தனக்குத் தானே பேசிக் கொள்கிறாளா? கற்பனையில் ஒருவனோடு பேசவும் காதல் செய்யவும், அப்படி என்ன அவளுக்கு, அருகில் இருக்கும் மனிதர்களிடம் பேசினால்தான் என்ன? கடந்த ஆறுமாதமாக எவ்வளவு தூரம் அவளோடு நெருங்க முயல்கிறேன். அதை அறியாதவளா அவள். நான் அவளைத் தொடரும் ரகசியத்தை அலுவலகம் முழுமையுமே அறியும், அவளைத் தவிர. அட, காதலித்துத் தொலைக்கவேண்டாம். அது அவள் தனிப்பட்ட உரிமை. நட்புபாராட்டிப் பேசக்கூடாதா என்ன? அவளின் உதாசீனத்தின் காரணம் அவள் மனநிலை சரியில்லாதவள் என்பதுதானா? இனி என்ன தான் செய்யவேண்டும், அவளை இம்மனநிலையில் இருந்து மீட்பதா? இன்னும் அதிகமாய்க் காதலிக்க வேண்டுமா அல்லது அப்படியே கண்டும் காணாமல் இருந்துவிட வேண்டுமா? முதலில் அவள் மீதான காதலைத் தூக்கியெறிவது நல்லது. அவளைவிட அழகிகள் எல்லாம் சுற்றித் திரிய, அவள்பின்னால் இப்படி அலைந்து அவமானப் பட என்ன தலையெழுத்தா? சே, என்ன கொடுமை... ஏன் இப்படி எனக்கு நானே புலம்ப

ஆரம்பித்து விட்டேன். உண்மையில் யார் இங்கு மனநலம் அற்றுப்போனது.

நினைவுகளை விட வேகமாக சிகரெட் டுகள் கரைந்துபோய் விடுகின்றன. நவீன் சிகரெட் டை விசிறி காலால் அணைத்தான். அவனை அடையாளம் கண்டுகொள்ள முனைந்து வாகனத்தை நிறுத்தப் போன சில நண்பர்களை சைகையாலேயே கிளம்பச் சொன்னான். அவர்களும் வேகத்தைக் குறைத்த சீரிலேயே அதிகப்படுத்தி நில்லாமல் போனார்கள்.

லாவண்யா அலுவலகத்துக்கு வந்த புதிதில் அவ்வளவு தத்தியாக இருந்தாள். யார் என்ன சொன்னாலும் கேட்டுக்கொண்டது போலத் தலையாட்டிவைப்பாள். ஆனால் சொன்னதுக்கு நேர்மாறாகச் செய்துவைப்பாள். ஒரு நாளைக்குக் குறைந்தபட்சம் ஐந்து முறையாவது டீம்லீடரிடம் திட்டுவாங்காமல் அவள் நாள் கழிந்ததில்லை.

“பேசாம ஊர்லயே இருந்து சாணி தட்டிகிட்டு இருக்கிறதுதானே? நீ எல்லாம் ஏன் இங்க வந்து என் உசுர வாங்கறே.” என்று டீம்லீடர் பொதுவிலேயே திட்டிவிட்டார். அன்றைக்கு லாவண்யா அழுத அழுகையைப் போல ஒரு பெண் அழுது பார்த்ததே இல்லை. சில தோழிகள் அவளை முடிந்த அளவுக்குத் தேற்றினார்கள். அவள் அவ்வளவு சீக்கிரம் சமாதானம் அடைவதாய் இல்லை. எல்லோரும் புறப்பட்டுப் போனபின் வெகுநேரம் கழித்துதான் அவள் கிளம்பிப் போனதாய்ச் சொன்னார்கள். ஆனால் அடுத்த நாள் அவள் அலுவலகம் வரும்போது அவள் புது மனுஷியாக வந்தாள். அவள் முகத்தில் அப்படி ஒரு பொலிவு ஏறியிருந்தது. வேலைகளை யாரும் அவளுக்கு விளக்கவேண்டிய அவசியம் இருக்கவில்லை. ஒரு இயந்திரத்தைப் போல இடையறாது வேலைபார்த்தாள். டீம்லீடர் அவளின் உழைப்பைக் கண்டு மிரண்டுபோனான். அவளிடம் ஏற்கனவே பேசியிருந்த கசப்பான வார்த்தைகளை அவள் மறக்கும் பொருட்டு நல்ல வார்த்தைகளைப் பேசிச் சரிக்கட்ட முனைந்தான். அவளோ அதை எல்லாம் காதில் வாங்காமல் வேலைபார்த்துக் கொண்டே இருந்தாள். ப்ராஜக்ட்டை அவள் நகர்த்திய வேகம் மேல்மட்டம் வரைக்கும் கவனிப்புக்குள்ளானது. புதிய பிராஜக்டில் அவள் ஹெட் ஆக்கப்பட்டாள். இதெல்லாம் எப்படி நடந்தது என்று இன்று வரைக்கும் யாருக்கும் தெரியாது. டீம்லீடர் திட்டியதில் ரோசம் பொங்க அவள் மாறிவிட்டாள் என்று பேசிக் கொண்டார்கள்.

நவீன் அவளின் கதையை அசைபோட்டு சில முடிவுக்கு வரப் பார்த்தான். அவன் இதுவரை பார்த்திருந்த தமிழ் சினிமா அதற்கு அவனுக்குத் துணைசெய்தது. அவனது ஆய்வில் சில முடிவுகளை அவன் எட்டியிருந்தான்.

ஒன்று அவளுக்கு ஸ்பிளிட் பெர்சனாலிட்டி. அந்நியன் பட அம்பி கதைதான். அவளின் ஈகோ சீண்டப்பட அம்பி போய் அந்நியன் வந்துவிட்டான். இதை நினைக்கும்போது லாவண்யா தன் கூந்தலை எடுத்து முகம் மறைக்கப் போட்டுக்கொண்டு கட்டைக்குரலில் 'டேய் கம்மனாட்டி' என்று சொல்வது போல் தோன்ற தனக்குத் தானே அதிர்ந்துகொண்டான்.

சரிதான்... அவளை மனநோயாளி என்று சொல்லப்போய் நாம் பைத்தியம் ஆகிவிடுவோம் போலயே. நவீன் வண்டியை அலுவலகத்துக்கு விட்டான். அவ்வளவு நேரம் அமைதியாய் இருந்த மேகம் இப்போழுது நசநசக்க ஆரம்பித்துவிட்டது. அவன் மறுபடி நிறுத்த முனைவதற்குள் தூறல் வலுத்து அவனை நனைத்துவிட்டது. அவசர அவசரமாக மொபலை எடுத்து பத்திரப் படுத்தினான். மழைக்கு எல்லோரும் ஓடி மரத்தின் அடிக்கு ஒதுங்கிக் கொண்டிருந்தார்கள். நவீன் நிற்க முயலாமல் அப்படியே ஓட்டிக்கொண்டு போய் பார்க்கிங்கில் நிறுத்தினான். பார்க்கிங் ஷெட்டிலேயே மழைக்கு பயந்து நின்றான்.

பேஸ்மெண்ட் பார்க்கிங் ஏரியாவில் இருந்து லாவண்யா வந்தாள். வண்டியை பத்திரமாக அங்கு நிறுத்தியிருப்பாளாக இருக்கும். அவள் மழையையும் இவனையும் கவனிக்காதவள் போல நடந்தாள். சொல்லப்போனால் சில அடிகள் மட்டுமே தூரம் இருக்கும் அந்த இடத்தைக் கடப்பதற்குள் அவள் நனைந்துவிட்டாள்.

அவளை அழைக்கலாமா என்று நினைத்தான். மறுபடி கூந்தல் படர்ந்த அவளின் முகம் நினைவுக்கு வரவிருந்த அழைப்பை விழுங்கிக்கொண்டான். சில அடிகளை வேகமாக வைத்து அவளைப் பிடிக்க முனைந்தான். அதற்குள் அவள் லிப்ட் ஏரியாவுக்குப் போய் இருந்தாள். வேலை நாட்களில் எல்லா லிப்ட்களும் செயல்பட்டது. அவன் செக்யூரிட்டி லாக்கைக் கடந்து லிப்ட் ஏரியாவுக்குள் வருவதற்குள் அவள் இல்லை. வந்த ஒரு லிப்டில் ஏறி மேலே போயிருக்கலாம்.

அடுத்த நிமிடம் ஒரு லிப்ட் வந்தது. இவன் மட்டுமே ஏற நின்றான். ஏறப்போகுமுன் லிப்டுக்கு மேலே பார்த்தான். மேல்

அம்புக்குறி மட்டுமே இருந்தது. நல்ல வேளை. வேகமாகப் புகுந்துகொண்டான். லிப்ட் மேலே போக ஆரம்பித்தது. இரண்டாவது மாடியில் நின்றது. ஒருவர் ஏறிக்கொண்டார். அவர் ஏறியதும் பி3 ஐ அமுக்கினார். லிப்ட் நகர ஆரம்பித்தது. அப்பொழுதுதான் அவனுக்கு நினைவு வந்தது தான் 7 ஐ அமுக்கவேயில்லை என்று. தலையில் அடித்துக்கொண்டான். லிப்ட் கீழே நோக்கி நகர ஆரம்பித்தது. 1, ஜீ பி1, பி2, பி3.

தலை எழுத்து, என்று நவீன் தன்னை நொந்துகொண்டான். பி3 இல் நிற்க அவர் இறங்கிக்கொண்டார். நவீன் அவசர அவசரமாக 7 ஐ அமுக்கினான். அது சரியாக அமுங்கவில்லை. மீண்டும் மீண்டும் அமுக்கினான். அது வேலை செய்யவில்லை போல. 6 ஐ அமுக்கிப் பார்த்தான். அதில் விளக்கு எரிந்தது. ஐந்தை அமுக்கினான். அதிலும் விளக்கு எறிந்தது. மீண்டும் 7 ஐ அமுக்கினான். அதுமட்டும் எறியாமல் தகராறு செய்தது. வழக்கமான கெட்டவார்த்தையைச் சொல்லித் திட்டிக்கொண்டே 7 ஐ அமுக்கினான். இப்பொழுது அதில் விளக்கு எரிந்தது. லிப்டின் கதவுகள் மூடி... அடுத்த நொடி திறந்துகொண்டது.

நவீனுக்கு வெறுப்பில் வாய் வரைக்கும் அந்தக் கெட்டவார்த்தை வந்துவிட்டது. கதவு திறந்துகொண்டதும் செக்யூரிட்டி ஒருவர் ஏறினார். ஏறியதும் ஜீ யை அழுத்தினார். ஜீ ஒளிர்ந்தது. லிப்ட் மீண்டும் கிளம்பியது.

அவர் நவீனைப் பார்த்துச் சிரித்தார்.

"என்ன சார் உங்க ப்ளோர்ல எல்லோரும் என்ன பி3 வரைக்கும் வந்து போறதா எதுனா வேண்டுதலா?"

நவீன் முறைத்தான்.

"இல்ல சார், இப்போக்கூட உங்க ப்ளோர் மேடம் ஒருத்தங்க கீழ வந்துட்டு அப்புறம் சிரிச்சிகிட்டே படியேறிப் போய்ட்டாங்க. ஒருவேளை நீங்களும் அப்படிப் போலாம்னு வந்தீங்களோன்னுஞ்" அவன் முடிக்குமுன்பாக நவீன் கடுப்பாகி மேலும் முறைத்தான். அதற்குள் ஜீ வந்துவிட செக்யூரிட்டி இறங்கிக்கொண்டார். இப்பொழுது ஜீயில் ஒரு கூட்டமே காத்திருந்தது எல்லோரும் ஒவ்வொரு தளம். அங்கு அங்கு நின்று அது 7 ஆம் தளம் சேர்வதற்குள் நவீனுக்கு போதும் போதும் என்றாகிவிட்டது.

அலுவலகத்துக்குள் நுழைவதற்குள்ளாகவே அவன் சோர்வாகியிருந்தான். நண்பர்கள் கைகாட்டினார்கள். அவனுக்கு பதிலுக்குக் கைகாட்டக் கூட மனம் இல்லை. அமர்ந்த அடுத்த நொடி மீட்டிங் என்று அறிவிப்பு.

லாவண்யாதான் நடத்துகிறாள். அவள் அதற்குள் வேறு உடுப்புக்கு மாறியிருந்தாள். அவளிடம் எந்தச் சோர்வும் இல்லை. சோர்வு எல்லாம் இப்பொழுது தனக்குத்தான். லாவண்யா மீட்டிங்கில் அத்தனை அழகாய்த் துல்லியமாய்ப் பேசினாள். அதில் ஒன்றுகூட எனக்குப் புரியவில்லை. அப்படியானால் மொத்தப் பிரச்சனையும் என்னுடையதுதான். நான் தான் மனநலம் குன்றியிருக்கிறேன். எனக்குதான் இப்பொழுது ஆலோசனையும் தைரியமும் தேவை. எனக்குள் இருக்கும் அம்பிதான் இப்பொழுது வெளியே வரவேண்டும். வருவானா? வரலாம் இல்லை இல்லை வரவேண்டும்.

நவீன் தன் வலது கையைக் குவித்து அவன் நெஞ்சுப்பகுதியில் லேசாகக் குத்திக்கொண்டு, பீ நார்மல் பீ நார்மல், என்று சொல்லிக் கொண்டான்.

ஒட்டுமொத்தக் கூட்டமும் சட் என்று அமைதியாகி அவனைத் திரும்பிப் பார்த்தது.

“எனி பிராப்ளம் மிஸ்டர் நவீன்...” என்றாள் லாவண்யா.

அட கொடுமையே... மனதுக்குள் பேசிக்கொள்வதாக நினைத்து வெளியில் பேசியிருகிறோம்.

நவீன் என்னமாதிரி சமாளிப்பது என்று தெரியாமல் விழித்தான்.

“உங்க மைண்ட் வாய்ஸைக் கண்ட்ரோல் பண்ணிப் பழகுங்க” என்றாள், ஒட்டுமொத்த அரங்கும் சிரிப்பில் அதிர்ந்தது.

நவீனுக்கு எழுந்து வெளியே போய்விடலாமா என்றிருந்தது. சாரி சொல்லிவிட்டு அமர்ந்துகொண்டான்.

கூட்டம் முடிந்து எல்லோரும் கிளம்பிப் போனார்கள். நவீன் புகைக்கும் இடத்துக்குப் போனான். ஏற்கனவே அங்கு இரு பெண்களும் இரண்டு ஆண்களும் நின்று புகைத்துக் கொண்டிருந்தார்கள். நவீன் தனியே போய் புகைக்க ஆரம்பித்தான்.

அடிப்பாவி உன்னால் வந்த வினை இது. நான் பாட்டுக்கு சிவனேன்னு இருந்தேன். நீ மட்டும் சனிக்கிழமை உன் மைண்ட்

வாய்ஸைக் கண்ட்ரோல் பண்ணிக்கொண்டு அமர்ந்திருந்திருந்தால் ஏன் இப்படி ஆகிறேன். சரி, இப்போதைக்குச் செய்வதற்கு ஒன்றுதான் உண்டு. லாவண்யா மீதான பிரியத்தை ஓரம் வைப்பது. இதோ புகைத்துக்கொண்டு நிற்கிறாளே டைட்ஸ் அணிந்த பெண், லாவண்யாவிற்கு இவள் எவ்வளவோ மேல் {பார்க்கக்கூட அப்படித்தான் இருக்கிறாள்.} வெளிப்படையாகப் பேசிப் பழகுகிறாள்.

லாவண்யாவை வெறுக்க முடிவு செய்தான். சரி, பறிக்கமுடியாத பழம் என்றால் புளிப்பாகத்தானே இருக்க முடியும். சிகரெட் தீர்வதற்குள் அவளை வெறுத்துவிட முடிவு செய்தான். சிகரெட் தீர்ந்துவிட்டது. அவள் நினைப்பை மணல் தட்டில் நசுக்கிவிடுவதாக நினைத்துக்கொண்டு அதை நசுக்கினான். ஒரு ஹால்ஸை வாயில் போட்டுக்கொண்டு வெளியே வந்தான்.

லாவண்யா எதிரே வந்தாள். ஆனால் அவனைக் காணாதவள் போலே கடந்துபோனாள். போனவள் கண்ணாடிச் சுவர் அருகில் போய் நின்றுகொண்டாள். வெளியே அடித்துப் பெய்யும் மழையினை வேடிக்கை பார்த்தாள். மழையில் வேடிக்கை பார்க்க அப்படி என்ன இருக்கிறது. அவள் முகம் ஏதோ திரைப்படம் பார்ப்பதுபோல மாறி மாறி பாவனை செய்துகொண்டிருந்தது. அந்தத் தளத்தில் அப்பொழுது இவனைத் தவிர வேறுயாரும் அவளைப் பார்த்துக் கொண்டிருக்கிறார்களா என கவனித்தான். யாரும் இல்லை. எல்லோரும் அவரவர் இருக்கைக்குத் திரும்பியிருந்தார்கள்.

நவீன் அவளை இன்னும் கொஞ்சம் நெருங்கி கவனித்தான். அவள் உதடுகள் மெல்ல அசைந்துகொண்டிருந்தது. முத்தமிடுபவளைப் போல உதடுகளைக் குவித்துச் செய்கை செய்தாள். யாருக்கு முத்தமிடுகிறாள். அடித்துப் பெய்யும் மழைக்கா...

லாவண்யா சட் என்று திரும்பினாள். தன்னைக் கவனித்துக்கொண்டிருக்கும் நவீனைக் கண்டும் காணாதவள் போலக் கடந்துபோனாள்.

கடவுளே, இப்படியே போனால் எனக்குப் பைத்தியம் பிடிப்பது நிச்சயம்.

அந்தக் கண்றாவி மழையில் ரசிக்க என்ன தான் இருக்கிறது. அவள் நின்ற இடத்தில் போய் நின்றுகொண்டான். மழையை வேடிக்கை பார்த்தான். அவனுக்கு எதுவும் தோன்றவில்லை.

லாவண்யா ஒருவேளை மழையைக் காதலிக்கும் கவி ஆகிவிட்டாளோ.

நவீன் மழையை ரசிக்க விரும்பினான். உதடு குவித்து அவளைப் போலவே மழைக்கு முத்தமிடும் பாவனையைச் செய்ய விரும்பினான். அவன் உதடு குவித்த சமயம் 'பளீர்' என்று ஒரு மின்னல் கண்ணாடிச் சுவருக்கு அருகில் ஒளிர்ந்து அடங்கியது. நவீன் அதிர்ந்து கீழே விழுந்தான்.

என்ன கொடுமை இது என்று அவன் சொல்லி முடிக்குமுன்னர் அந்த மின்னலுக்குச் சொந்தமான இடி அவன் காதுக்கு அருகில் விழுந்ததுபோல அதிர்ந்தது.

***

4

இரவுப்பணி என்றால் பழனிக்கு மகிழ்ச்சிதான். அதுவும் பி3 இல் போட்டு விட்டால் மகிழ்ச்சியோ மகிழ்ச்சி. பெரும்பாலும் இரவுகளில் அங்கு தங்கள் கார்களை நிறுத்துபவர்களும் எடுத்துப்போபவர்களும் இருக்க மாட்டார்கள். பகலில் பி3 க்கு ஆறு அல்லது ஏழு செக்யூரிட்டிகள் இருப்பார்கள். வரும் கார்களை காலியாக இருக்கும் இடத்திற்குத் திருப்பிவிட, எடுக்கும் கார்கள் போகும் வழியைக் காட்ட என வேலை இருக்கும். இரவில் பெரும்பாலும் பார்க்கிங்குகள் பி1 என்றளவில் போதுமானதாக இருக்கும், பி3 பேருக்குத்தான். காலையில் யாராவது நிறுத்திவிட்டு இரவு திரும்புபவர்களாக இருந்தால் மட்டுமே வந்து எடுத்துப் போவார்கள். இரண்டொரு முறை சும்மா சுற்றி வந்தால் போதும். பின்பு அவன் விருப்பம் தான். பண்பலையில் பாடல்களைக் கேட்பான். படங்கள் நிறைந்த புத்தகங்களாகப் பழைய பேப்பர் கடைகளில் பொறுக்கிவந்து சும்மா பார்த்துக் கொண்டிருப்பான். அப்புறம் இரண்டு சேர்களை சேர்த்துப் போட்டுக்கொண்டு சின்னதாய் ஒரு தூக்கம். லிப்ட் நின்றதும் வரும் பீப் சத்தமோ அல்லது படிக்கட்டுகளில் இறங்கும் காலடிச் சத்தமோ கேட்டதும் விழித்துக் கொள்வான். அப்படியே உறங்கினாலும் யார் என்ன சொல்லிவிடப் போகிறார்கள். கம்பெனிக்காரர்கள் யார் பார்த்தாலும் வில்லங்கம் இல்லை, கூட வேலைபார்க்கும் செக்யூரிட்டிகள் யாரும் வந்து பார்க்காமல் இருந்தால் போதும். அடுத்த நாளே போட்டுக்கொடுத்து விடுவார்கள்.

வந்ததும் ஒரு முறை கடைசி வரைக்கும் நடந்துபோனான். ஒரு மூலையில் இருந்து சில அடி தூரத்துக்கு நீர் தேங்கியிருந்தது. பூமியில் இருந்து ஊற்றெடுத்துக் கசியும் நீர், பாதம் மூழ்கும் அளவுக்கு.

மழைக்காலம் வந்தாலே இதே ரோதனை. சைடு சுவத்துல இருந்தும் பூமில இருந்தும் ஊத்தெடுக்குது. என்னா மயிரு கட்டடம் கட்டுறானுங்கோ. ஒத்தா, கேட்டாப் பெரிய கம்பெனின்னு சொல்லிப்பானுங்க. வுட்டா குளம் மாதிரிக் கட்டிக்கும். இதக் காலைல டூட்டி பாக்கிற செக்யூரிட்டிங்கதான் அள்ளித் தொடச்சிக் கொட்டணும். எல்லாம் தலையெழுத்து...

நைட்ஷிப்ட் என்று மகிழ்வதற்கு இதுவும் ஒரு காரணம். வழக்கத்திற்கு மாறாகப் பழனிக்கு ரொம்பவே சோர்வாக இருந்தது. தேவையில்லாமல் தளம் முழுவதும் எரிந்துகொண்டிருந்த விளக்குகளை அணைத்தான். வழக்கமாய் அமரும் லிப்டுக்கு அருகில் இருக்கும் ஓரிரு விளக்குகளைத் தவிர மற்றவற்றை அணைத்தான். கண்ணுக்கு நேரே விளக்குகள் ஒளிர்ந்தாலும் உறங்கிவிட முடிகிற மனிதன் அவன். வெளியே மழை பிடித்துக்கொண்டு விட்ட சத்தம் கேட்டது. வரும் போதே தூறிக்கொண்டு தான் இருந்தது. அதிலேயே பாதி நனைந்துவிட்டான். அதுவே அவன் சோர்வை அதிகமாக்கியது. பகலில் வீட்டில்வேறு உறக்கமே வரவில்லை. இரண்டு நாட்களாக மனைவிவேறு நோவுகண்டு படுத்தே இருக்கிறாள். அவளுக்குவேறு உணவு, மருந்து என்று வேளா வேளைக்கு கவனித்துவிட்டு வரவேண்டியதாக இருந்தது.

பழனி இரண்டு சேர்களை எதிர் எதிராகப் போட்டுக்கொண்டான். ஒன்றில் அமர்ந்துகொண்டு மற்றொன்றில் காலை நீட்டினான். கண் தன்னைப்போல் அசந்தது.

அவனை யாரோ தொட்டு எழுப்புவதுபோல இருந்தது. காலடி ஓசையோ லிப்டின் பீப் சத்தமோ தவிர்த்து வேறு எதுவும் அவனைச் சட் என்று எழ வைக்காது. ஆனால் தன் உடலைத் தொட்டு உலுக்குவதை அவன் கொஞ்ச நேரம் கழித்துதான் உணர்ந்தான். "பழனி, பழனி" என்று யாரோ அழைக்கும் சத்தமும் கேட்டது. அவன் மெல்ல விழித்துக்கொண்டு கசங்கிய கண்களைத் துடைத்துகொண்டு பார்த்தபோது எதிரே கோபால்.

பழனியின் உடல் லேசாக நடுங்கியது. உதடுகள் மெல்ல அவன் பெயரை உச்சரித்தன.

"கோபாலு... என்னடா இது, இத்தா தண்டி ஆயிட்ட..."

கோபால் அலட்சியமாகச் சிரித்தான். அவன் பற்களை எல்லாம் காணோம். உதடுகள் கூட வெடித்துக் கிடந்தது.

“பின்ன இருக்காதா பழனி, நாலு நாளு அப்படியே ஊறவிட்டுட்டீங்களேடா பாவிகளா. பின்ன இப்பிடி ஊதமாட்டேனா. நான் மட்டுமாடா என்கூட மாட்டுன எல்லாரும் அத்தா தண்டி வீங்கிட்டானுங்க. ஒருத்தனும் பாக்க சகிக்கல.”

அவன் சொல்லும்போதே பழனிக்கு நடுக்கம் அதிகமாகியது.

“எல்லாப் பயலுகளும் ஊர்ப்பட்ட தண்ணியக் குடிச்சி குடிச்சி இப்படியாயிட்டோம். ஆமா நீ எப்படி இருக்கிற...”

பழனிக்கு என்ன பதில் சொல்வதென்று தெரியவில்லை.

“எல்லாவனும் எல்லாத்துலையும் துட்டப் பாத்துக்கினு அலையறானுக. யாருக்கு எங்களப் பத்தியெல்லாம் நினைக்க நேரம் இருக்கு. எல்லாவனும் மறந்தானுங்க சரி, பழனி, நீ கூடவா மறந்துட்ட? எம் வேலை கிடைச்சுதும் என்னையே மறந்துட்டியே பழனி...”

உதடுகள் திறக்க வழியில்லாமல் பழனி முனகினான்.

“ம் ம் மறக்கலடா... நான் உன்ன நினைச்சு...”

சொல்லி முடிக்கவில்லை. கோபாலு அழ ஆரம்பித்தான்.

“டேய் பழனி, இதோ பாருடா, உடம்பெல்லாம் தண்ணி ஊறிப் போச்சுடா, எதுவும் தின்னமுடியல. ஒரு வாய் சோறுகூட உள்ள போக மாட்டேங்குது. தொண்டக் குழி வரைக்கும் தண்ணி நிக்குது. நீ வேண்ணா பாரேன்” என்று சொல்லி தன் வாயைப் பிளந்தான் கோபால்

பழனிக்கு ஏதோ கிணற்றில் எட்டிப்பார்ப்பதுபோல இருந்தது. மேல்வரை தளும்பும் அந்தக் கிணற்றில் பழனியின் உருவம் தெரிந்தது.

“நல்லாப் பாரு பழனி, எவ்ளோ தண்ணின்னு... வேண்ணாத் தொட்டுப்பாரு பழனி.” பழனியின் கையைப் பிடித்துத் தன் வாய்க்குள் விட முயன்றான். பழனிக்கு ஏதோ விபரீதம் என்பதை மட்டும் புரிந்துகொள்ள முடிந்தது. கையை இழுத்துக்கொண்டான். கோபாலுவின் தொண்டையிலிருந்து நீர் மெல்ல மேலேறி வருவதுபோல் இருந்தது. அடுத்த கணம் அது அவன் மேல் பாய்ந்துவிடும் என்று தோன்றவும் அலறிக்கொண்டு பழனி ஓட ஆரம்பித்தான். திரும்பிக்கூடப் பார்க்காமல் ஓடினான். அப்படி ஒரு ஓட்டம். ஓடிய ஓட்டத்தில்

தரைத் தளத்தில் போய்த்தான் நின்றான். பழனி ஓடிவருவதைப் பார்த்ததும் பதட்டமாகி செக்யூரிட்டிகள் எல்லாரும் அவனிடம் ஓடிவந்தனர். அவனைப் பிடித்து அமரவைத்து "என்னாச்சுடா என்ன ஆச்சு, சொல்லுடா" என்று விசாரித்தனர். பழனி பதில் சொல்ல முடியவில்லை. அவன் குரல் எழவே இல்லை. வாசலில் பெய்துகொண்டிருந்த மழையில் அவனுக்குக் கோபாலுவின் முகம் தெரிந்தது. ஜுரம் ஏறியது.

"சரி சரி, இந்தா தண்ணி குடி... மொதல்ல பதட்டம் தணியட்டும்" என்று ஒருவர் டம்பளரை நீட்டினார். அந்த டம்பளர் கோபாலுவின் தொண்டைக்குழிக்குள் தெரிந்த கிணறுபோலத் தெரியது பழனி அப்படியே விழிபிதுங்கி மயங்கிச் சரிந்தான்.

*

நாலுநாள் காய்ச்சலுக்குப் பின் வைத்தியத்தோடு மாந்திரிகமும் செய்ய பழனி எழுந்து நடந்தான். ஜுரம் வந்து, கோபாலு கோபாலு, என்றுதான் புலம்பிக் கொண்டிருந்தான். அலுவலகத்திலிருந்து அவனைப் பற்றி விசாரிக்க வந்த நபர் அதைக் கேட்டு அதிர்ந்துபோனார்.

"யாருப்பா கோபாலு?"

"செக்யூரிட்டி சார், செத்துப்போன கோபாலுவோட ஆவியத்தான் பழனி அன்னைக்கு நைட் பாத்து பயந்திருக்கான். அவன் மட்டுமில்ல அவங்கூடச் செத்தவங்க கொஞ்சபேர் ஆவியும் அங்கதான் சுத்துதாம்" என்று செக்யூரிட்டிகளுக்குள் பேச்சு பரவ ஆரம்பித்தது. அது மெல்ல மெல்ல சில கம்பெனிக்காரர்கள் காதுக்கும் போனது. கட்டிட நிர்வாகத்திற்கு இச்செய்தி பெரும் அதிர்ச்சி. செக்யூரிட்டி நிறுவனத்தினரை அழைத்துக் கடுமையாகக் கண்டித்தனர். இச்செய்தி தேவையில்லாமல் பரவினால் வீண் குழப்பங்களை ஏற்படுத்தும் என்றும், இனி இதுகுறித்து யாரும் பேசினால் உடனடியாக காண்ட்ராக்ட் கேன்சல் செய்யப்படும் என்றும் எச்சரித்தனர்.

சும்மாவே சாமியாடும் செக்யூரிட்டி நிறுவனம் ஊழியர்களை ஒரு மீட்டிங் போட்டு வறுத்து எடுத்தது. அதன்பின் யாரும் அதைப்பற்றிப் பேசுவதை விரும்பவில்லை. ஆனாலும் எல்லோருக்குள்ளும் சிறு பயம் இருந்தது. இரவு பி3 டியூட்டிக்குக் குறைந்தது மூவர் வேண்டும் என்று சொல்லிவிட்டார்கள். சரி என்று சொல்வதைத் தவிர வேறு வழியில்லை.

மூவரும் ஒன்றாகவே சேர்ந்து போகவும் வரவும் செய்தனர். மூவர் என்று ஆனதும் இரவில் ஊறும் தண்ணீரை இரவே துடைத்துவிட்டுவிட வேண்டும் என்றும் சொல்லிவிட்டார்கள். ஆனால் சோதனையாக எவ்வளவு துடைத்தாலும் நீர்க்கசிவு மட்டும் வடிவதாகவே இல்லை. இதுவே கோபாலுவின் செயல்தான் என்று பேசிக்கொண்டார்கள்.

ஒருவாரம் கழித்து வேலைக்குத் திரும்பிய பழனியை மேனேஜர் பார்க்கச் சொன்னதாகச் சொன்னார்கள். மேனேஜர் அறையில் செக்யூரிட்டி நிறுவனத்தின் மேனேஜரும், கூட இரு செக்யூரிட்டிகளும் நின்றிருந்தார்கள். பழனி நெற்றி நிறையப் பட்டை அடித்துக் கழுத்தில் மாலை எல்லாம் போட்டிருந்தான். மேனேஜர் அவனை மேலும் கீழுமாகப் பார்த்தார்.

“என்னய்யா இது, செக்யூரிட்டி கார்டா இல்ல கோவில் பூசாரியா, இவ்ளோ மாலை போட்டுருக்க?”

பழனி பதில் சொல்லவில்லை. தனது மேனேஜரைப் பார்த்தார்ன்.

“என்னய்யா, பேசாம நிக்க்ற, கேக்குறாருல்ல சொல்லு”

“என்னய்யா சொல்றது, அன்னைக்கு ராத்திரி கோபாலுவப் பாத்தேன் சார். அவங் கடுங்கோபமா கிறான் சார்.”

அடிக்க எழுந்துகொள்பவரைப் போலப் பாவனை செய்த கம்பெனி மேனேஜர்,

“முதல்ல உன் உளரல நிறுத்து. கோபாலப் பாத்தானாம் அவன் கோபமா இருக்கானாம். இந்தக் கதவிடுறது, பூச்சாண்டி காட்றதெல்லம் இத்தோட விடு. இதெல்லாம் யாரு சொல்லிக்கொடுத்து இப்படிப் பண்ற. ஊர்த் தலைவரா, இல்லை எதாவது கட்சிக்காரனா”

பழனி கடுப்பானான்.

“சார், சொம்மா சொல்லாதீங்க. நான் கண்டதச் சொல்றேன். இதுக்கு ஏன் தலைவர இழுக்குறீங்க?”

“பின்ன இஷ்டத்துக்கு நீ நடிச்சா அதுக்குக் காரணம் என்ன?”

“சார், என்ன சார், நான் தான் முழுசும் அப்பவே சொல்லிட்டனே, அப்பால என்னா சொல்றது”

“அப்படியா, கோபால நீ பாத்த, ம் அப்படித்தானே, அப்படின்னா இதப்பாரு.”

மேனேஜர் தன் கம்பியூட்டரில் எதையோ தட்டினார். அது நாளையும் நேரத்தையும் கேட்டது. கொடுத்தார். கம்பியூட்டரில் காட்சிகள் தெரிந்தது.

பழனி நடந்து வருகிறான். இரண்டு சேர்களை இழுத்துப் போடுகிறான். ஒன்றில் அமர்ந்துகொண்டு இன்னொன்றில் கால் நீட்டுகிறான். அப்படியே சில நிமிடங்கள் ஓடுகிறது. திடீரென்று சிலிர்த்துக்கொண்டு எழுகிறான். அலறிக்கொண்டே ஓடுகிறான். உடனே மேனேஜர் சிறியதாய் இருந்த இரண்டு மூன்று கேமராத் திரைகளைத் தொடுகிறார். மொத்தம் நான்கு திரைகள் பெரிதாக மாறியது. அதில் பழனி அடுத்து அடுத்து பி3 கடந்து பி2 ஏறி, பின் பி1 பின் ஜீ யை அடைகிறான். எல்லாம் படிக்கட்டுகளில் இருக்கும் கேமிராக்காட்சிகள் என்று சொல்லாமல் புரிந்தது.

“சார், நான் சொல்றதுல நம்பிக்கை இல்லைன்னா விடுங்க சார்.”

“யோவ், நம்பிக்கை இல்லைங்கிறது மட்டுமில்ல, நீ சொன்ன கப்ஸாவால இங்க எவ்ளோ பிரச்சனை தெரியுமா. சிலபேரு உண்மையிலேயே பயப்பட ஆரம்பிச்சுட்டாங்க. அப்புறம் இந்த சிசிடிவி புட்டேஜ் போட்டுக்காட்டிப் புரியவைக்க வேண்டியதாப் போச்சு. நீ என்னடான்னா இன்னும் உளருற. இதோ பார் எங்களுக்குத் தெரியவேண்டிய தெல்லாம் ஒண்ணுதான். தூக்கத்துல கனாக் கண்டு நீயா உளருறியா, இல்லை உன்னைய யாராவது தூண்டிவிட்டு தேவையில்லாம இப்படி எல்லாம் புரளியக் கிளப்பிவிடச் சொல்லி அதனால் நீ உளருறியாங்கிறதுதான்”

பழனிக்கு வியர்க்கத் தொடங்கியது.

அடப் பாவிகளா, கண்டதைச் சொன்னா இப்படிப் பேசுறீங்களே. இவனுங்களை ஏன் தலைவரோ கட்சிக்காரங்களோ சீண்டப் பொறானுங்க. கட்சிக்காரனுங்களும் தலைவரும் தான் இவனுங்களுக்கு ஒண்ணுக்குள்ள ஒண்ணுதானே. அப்புறம் என்ன மயிரு. நான் கண்ட காட்சிய வேற ஒருத்தன் கண்டிருந்தா இந்நேரம் நெஞ்சுவெடிச்சிச் செத்துருப்பான். சாவட்டும் எவன் வேணா சாவட்டும். எனக்கு என்ன. நான் போறேன்.

“சார், நம்பினா நம்புங்க நம்பாட்டிப் போங்க. ஆனா என்னைய நம்பாத இடத்துல நான் வேலை செய்ய முடியாது. நான் வேலைய விடுறேன்”

மேனேஜர் சிரித்தார்.

"அடேங்கப்பா, வேலை நேரத்துல தூங்கிட்டு அதுல வேற கனவு கண்டு இருக்கிறவங்களை எல்லாம் பயமுறுத்தின ஒன்னை இன்னுமா நாங்க வேலைக்கு வச்சிருப்போம்னு நினைக்கிற. போ, போ எப்பவோ உன்னை வேலையவிட்டுத் தூக்கியாச்சு... சார் இவன் செட்டில்மெண்ட் எல்லாம் இனி நீங்க பாத்துக்குங்க. இனி வெளில போயும் இதைப்பத்தி உளறிக்கிட்டு இருந்தான்னா அவன் உயிருக்கு நான் உத்திரவாதம் இல்லை, அதமட்டும் சொல்லிடுறேன் பாத்துக்குங்க"

அவர் சொல்லிவிட்டு எழுந்து வெளியேறினார். மற்ற செக்யூரிட்டிகள் எல்லாம் ஒரு மாதிரிப் பார்த்தார்கள். இனி நின்றால் மரியாதை இல்லை என்பது பழனிக்குத் தெரிந்தது. வெளியேறினான்.

கம்பெனி கேட்டைத் தாண்டி வெளியே வந்ததும் திரும்பி ஒருமுறை பார்த்தான்.

டேய் கோபாலு, செத்தும்ம் கெடுத்தாங்கிறது இதுதானா, இப்படி ஆயிட்ச்சேடா. இவனுங்களுக்கெல்லாம் திமிரு. வெள்ளம் வந்தா ஒம்பது மாடியுமா மூழ்கிடும்னு நினைக்கிறானுங்கல்ல, வெள்ளம் வந்தா மூழ்காதுடா, சுனாமி வந்தா. வரும்டா சுனாமி வரும். இல்ல பூகம்பம் வந்து மொத்தமும் இடிஞ்சு மண்ணாயிரும். உங்க திமிரெல்லாம் அப்படியே மண்ணோட மண்ணாயிரும்டா. நாங் கும்பிடுற ஆத்தா நிச்சயம் கண்ணத் தொறக்கத்தான் போறா.

படபடப்பு தாங்காமல் நெஞ்சைப் பிடித்துக் கொண்டான் பழனி.

***

5

யாரோ சொன்னார்கள் என்று ரேவதி கார்த்திக்குடன் அந்த சாமியாரைப் பார்க்க வந்திருந்தாள்.

"இங்க வரிசையெல்லாம் கிடையாதும்மா, பேரு எழுதிக்கொடுங்க. சாமி கூப்பிடும். சாமி கூப்பிடுறதுதான் வரிசை. யார முதல்ல கூப்பிடுவாரு, யார கடைசியா கூப்பிடுவாரு, இல்ல கூப்பிடவே மாட்டாருன்னு சொல்லமுடியாது. ஏன்னும் தெரியாது எதுக்குன்னும் புரியாது." கருப்பாய் உயரமாய் மஞ்சள் வேட்டிகட்டி மேல்சட்டையோ வஸ்திரமோ இல்லாத உடம்போடு இருந்த அந்த ஆள் சொல்லிக்கொண்டே விபூதி மடிக்கத்தரும் தாள் அளவுக்கு ஒரு பேப்பரைக் கொடுத்தான்.

ஏன் எதற்கு என்று இந்த உலகத்தில் நடக்கும் எதைத்தான் நாம் கேட்க முடிகிறது. மகிழ்வும் துக்கமும் ஏன் வருகிறது. அதுவும் மாறி மாறி. எது நிரந்தரம் என்று மனம் அதில் தோய்ந்துவிடுகிறதோ அப்பொழுது அதை மாற்றி மற்றொன்றில் தவிக்கவிடுவதும், இனி இல்லவே இல்லை என்று நினைத்துக்கொள்பவை எல்லாம் நிரந்தரமாகக் குடியேறி வருவதையும் எப்படித்தான் புரிந்துகொள்வது. உதாரணமாக இதோ கார்த்திக் இருக்கிறானே. எப்படி இருந்தவன். வனத்தில் திரியும் ஆண்யானையைப் போல எத்தனை கம்பீரமும் காதலும் ஆனவன். ஆனால் இன்று காலம் அவனைக் கீழே தள்ளி அவன் சித்தத்தை நசுக்கி சிறுநரிபோல அவன் பிடரியில் ஏறி நின்று பழிக்கிறது.

கார்த்திக்கைப் பார்த்தாள். அவன் வெறித்தபார்வை அப்படியே இருந்தது.

எங்குதான் பார்க்கிறாய் கார்த்திக். அந்த ஆகாயத்தில் என்ன இருக்கிறது. உன் கண்களை அடிக்கடி இமைத்துக்

கொள்ளேன். அந்த இமைக்கும் கணம் கூடத் தடைபடாமல் பார்க்க அப்படி என்னதான் உனக்குத் தெரிகிறது. மனம் பிசகியவர்களின் உலகத்திற்குள் நாம் நுழையவே முடியாதா. அப்படித்தான் போலும். உலகத்தில் எத்தனை கோடி மனங்கள் இருக்கிறதோ அத்தனை கோடி உலகங்கள். அதிலும் ஒருவனே பல மனதுகளைச் சுமந்து அலைந்தால் அதுவும் கணக்கில். கார்த்திக் தனது இயல்பான உலகில் இருந்து மனம் சிதைந்து மற்றொரு உலகிற்குள் பிரவேசித்துவிட்டான். வேறு ஊரில் தொலைந்துபோன குழந்தை போல அம்மனம். திக்கு தெரியாமல் நின்று அழுது கொண்டிருக்கிறது. பேச்சுவராத, பேச்சு விக்கித்த குழந்தை. அறிந்த ஒன்றிரண்டை தத்துபித்தென்று உளறுவதுபோல கடைசியாய் அவர்கள் அறிந்த ஏதோ ஒன்றைச் சொல்லிச் சொல்லித் தவிக்கிறார்கள். அவ்வளவுதான்.

பெயரைச் சீட்டில் எழுதிக் கொடுத்துவிட்டு ரேவதி கார்த்திக்கின் கைகளைப் பற்றி அங்கிருந்த பெஞ்ச் ஒன்றில் அமரவைத்துத் தானும் அவனை நெருங்கி அமர்ந்துகொண்டாள். ரேவதியின் அருகாமை கிடைக்கிறபோதெல்லாம் அவன் கண்களை மூடிக்கொள்வான். கைகளைக் கோர்த்துக்கொண்டு அவனைத் தோளில் சாய்த்துக்கொண்டால் போதும், அப்படியே உறங்கிவிடுவான். பரபரப்புகள் ஓய்ந்த சாலையின் ஆசுவாசம் அவன் மூச்சில் தெரியும். திருமணமான முதல் இரண்டாண்டுகளில் கார்த்திக் தன்னை எப்படிக் காதலித்தான் என்பதை அவள் அறிவாள். இந்த உலகில் இப்படியான காதலர்கள் இருக்கிறார்களா என்ன, என்பதாக வியக்கும்படிக்கு இருந்தது அவன் காதல். அப்படியான பெருங்காதலனுக்கு நாம் திரும்பச் செய்யக் கிடைத்த மாபெரும் வாய்ப்பாக இந்தக் கணம் இருந்தாற்ப் போல ரேவதி நினைத்தாள்.

கார்த்திக் காதலித்தான், நானும்தான் காதலித்தேன். ஆனால் அவன் அளவுக்கு என்னால் காதலைக் கற்பனையோடு மெருகேற்றிக் கொண்டேயிருக்க முடியவில்லை. எப்படி இவன் காதலை ஒரு சுவாரசியமான புத்தகம் போல எழுதிக்கொண்டேயிருக்கிறான் என்று தோன்றும். புதிதாய் ஏதாவது யோசித்து நாம் முதலடி எடுப்போம் என்று செயல்பட ஆரம்பித்தால் அவன் அதன் உச்சபட்சக் கற்பனையோடு நம் முன்னால் நிற்பான்! அவனை மீண்டும் மீண்டும் காதலித்து அவன் காதல் கணக்கைத் தீர்க்கவே முடியாது. அவன் மேல் பெருகும் காதலை அன்பினைத் திருப்பித்தர இதைவிட நல்ல சந்தர்ப்பம்

என் வாழ்க்கையில் இந்த ஜென்மத்தில் கிடைக்கவே இயலாது. கார்த்திக்கை மீட்டு பழைய கார்த்திக்காய் மாற்றிவிடுவதன் மூலம் அவன் காதல் கணக்கு அத்தனையையும் சரிசெய்துவிட முடியும். செய்யமுடியுமா? முடியும். முடியவேண்டும். யமன் பின்னாலேயே போனாளாமே ஒருத்தி, அப்படி எதன் பின்னால் போயாகிலும் நான் கார்த்திக்கை மீட்டே தீரவேண்டும். ஒருவேளை... முடியவில்லை என்றால்...

ரேவதிக்கு இப்படி நினைக்கும் போதே கண்களில் நீர் கோர்த்துக் கொண்டது. இல்லை அப்படியெல்லாம் எதுவும் நடந்துவிடப் போவதில்லை. அவன் திரும்பவந்து மீண்டும் காதலால் வானில் அவளைத் தூக்கிவீசி அந்த இன்பத்தில் பறக்கவைத்து மீண்டும் அவளைப் பற்றிக் கொள்வான் என்று உறுதியாக நம்பினாள்.

உள்ளேயிருந்து மணி அடிக்கும் சப்தம் கேட்டது. அப்படி என்றால் சாமி இப்பொழுது பூசையை முடிக்கப் போகிறது. பின் ஒவ்வொருவராக அழைக்கும். முதலில் யார்?...

ரேவதி அமர்ந்திருந்த வரிசையைப் பார்த்தாள். நிறையப் பெண்கள் இருந்தார்கள். சில பெண்களுக்குப் பிரச்சனை போல அவர்களில் சிலரோடு துணைக்கும் சில பெண்களே வந்திருந்தார்கள். எண்ணிப் பார்த்தால் ஆறு அல்லது ஏழு ஆண்கள். அவர்களில் சிலர் கைகளில் ஜாதகக் கட்டோடு அமர்ந்திருந்தார்கள்.

ரேவதி அவன் ஜாதகத்தை எடுத்து வரவில்லை. ஜாதகம் கொண்டுபோகத் தேவையில்லை என்று தான் அவளிடம் அவளின் தோழியின் அப்பா சொன்னார்.

“போய்ப் பாரும்மா, ஜாதகம் எல்லாம் வேண்டாம். முகத்தைப் பார்த்தாலே சொல்லிருவாரு. சக்திவாய்ந்த சாமி. எவ்வளவோ வைத்தியம் பாக்கிறியே, மருந்து பாதி, மந்திரம் பாதின்னு கேள்விப்பட்டதில்லையா. போய்ப் பாரு. காசு பணம்னு ஒண்ணும் கேக்க மாட்டாரு. நீ கொடுக்கலாம் இல்லைன்னா கொடுக்காமலும் இருக்கலாம். அதனால பயப்படாத ஒரு மாறுதலுக்கு கார்த்திகை அங்க கூட்டிப்போ.”

ரேவதிக்கு அவர் சொல்லும்போதே உடல் லேசாக சிலிர்த்தது. ஒருவேளை அவர் சொல்லும்படி நல்ல வாக்கு கிடைத்தால் போதாதா. இதில், போய்ப் பார்ப்பதில் என்ன பிழை இருக்கிறது.

“நிச்சயம்பா, கூட்டிட்டுப் போறேன். இவருக்கு சொகமாகணும்னா எங்க கூட்டிட்டுப் போகச் சொன்னாலும் கூட்டிட்டுப் போறேன்”

எல்லோரும் எழுந்து நின்றார்கள். சாமி பூஜை அறையில் இருந்து வெளியேறி மற்றுமொரு அறைக்குள் நுழைந்து கொண்டது. மறுபடியும் எல்லோரும் அமர்ந்து கொண்டார்கள்.

கார்த்திக் தோளில் சாய்ந்திருந்ததால் அவளால் எழுந்திருக்க முடியவில்லை. அமர்ந்தபடியே அவள் கை கூப்பினாள். சாமி யாரையும் கவனியாதது போலத் தான் போனது. ரேவதி மனதுக்குள் தன் இஷ்டதெய்வத்தை வேண்டிக்கொள்ளக் கண்ணை மூடினாள். ஆனால் மனம் வெறுமையாய் இருந்தது. தெய்வத்தின் நாமம் கூட அவள் நாவிலோ மனதிலோ எழவில்லை. அதன் காரணமாக அவளுள் துக்கம் முளைக்கு முன்பாகவே அந்த ஒல்லியான ஆள் வந்து சத்தமாக ‘கார்த்திக்?’ என்று அழைத்தான்.

ரேவதிக்கு ஆச்சரியமாக இருந்தது. மகிழ்ச்சியோடு கார்த்திக்கை நிமிர்த்தி விழிக்க வைத்து எழுந்துகொண்டாள். கார்த்திக் இயந்திரம் போல ஒண்ணும் சொல்லாமல் எழுந்து கொண்டான். அவனை அழைத்துக்கொண்டு அந்த அறைக்குள் ரேவதி சென்றாள்.

அறை மிகப் பெரியதாக இருந்தது. மூன்று சுவர்களிலும் பெரிய பெரிய அம்மன் படங்கள். வேறு தெய்வப் படங்கள் எதுவும் இல்லை. கருணை பொங்கும் விழிகளுடன் கைகளில் கிளியினைக் கொண்டு மற்றொரு கரத்தில் அபயஹஸ்தம் காட்டும் பெரும் மீனாட்சியின் படத்துக்குக் கீழே அவர் அமர்ந்திருந்தார். உயரமில்லாத ஒரு ஆசனம். தரையில் அமரக்கூடாது என்பதற்காக அப்படிப் போட்டுக் கொண்டிருக்கலாம். அவருக்கு இரண்டு பக்கமும் விளக்குகள் ஏற்றப்பட்டிருந்தன. சிறு புகை அறைமுழுவதும் பரவியிருந்தது. அதில் ஒரு சுகந்த மணம். அவர் பார்க்க அத்தனை வயதானவர் போல் தோன்றவில்லை. ஆனால் முகத்தில் அப்படி ஒரு கனிவு இருந்தது. உதடுகள் வெற்றிலை போடுகிறவர்களின் உதட்டைப் போலச் சிவந்திருந்தது. பெரிய தாடி வைத்திருந்தார். தாடி பாதி கருப்பும் பாதி வெள்ளையுமாக இருந்தது. தலையில் சிகை சிக்கல் விழுந்து ஜடையாக மாறியிருந்தது. அதைச் சுருட்டி அவர் உச்சியில் கட்டியிருந்தார்.

ரேவதி அவர் முன்னேபோய் விழுந்து வணங்கினாள். கார்த்திக் பேசாமல் நின்றான். ரேவதி அவன் கைகளைப் பிடித்து இழுத்துத் தரையில் அமரச் சொன்னாள். கார்த்திக் அமர்ந்துகொண்டான். அவன் வழக்கமாக வானைப் பார்த்து விழித்திருக்கும் அவன் கண்கள் தற்போது மீனாட்சியைப் பார்த்து விரிந்திருந்தது.

சாமி ஒருமுறை அவனைப் பார்த்துவிட்டு அவன் பார்வை நிலைக்கும் இடத்தைப் பார்த்தார். பின் சின்னப் புன்சிரிப்பொன்றை வெளியிட்டார்.

"சொல்லும்மா, உனக்கு அம்மா கிட்ட என்ன சொல்லணுமோ சொல்லு. என்ன பிரச்சனை?"

அவர் குரல் ஒரு தம்புராவினை மீட்ட எழும்பிய ஸ்ருதியினை ஒத்திருந்தது.

"சாமி, இவரு என் புருஷன். பேரு கார்த்திக். ஐ ட்டி கம்பெனில வேலை பாத்தாரு. ரெண்டு வருஷத்துக்கு முன்னாடி வரைக்கும் ரொம்ப சந்தோஷமாத்தான் இருந்தோம். 2015 ல சென்னைக்கு வெள்ளம் வந்ததில்லையா அன்னைல இருந்துதான் இப்படி ஆயிட்டாரு. இவருக்கு மழைன்னா ரொம்பப் பிடிக்கும். அதனால மொட்டைமாடில போய் மழைல நனைஞ்சிருக்காரு. அப்படியே ஓடிவந்த வெள்ளத்தை வேடிக்கை பார்த்துக்கிட்டே அப்படியே உட்கார்ந்துட்டாரு. நாங்க குடியிருந்த அப்பார்ட்மெண்ட் ரெண்டுமாடி வரை தண்ணில மூழ்கிடுச்சி. அவளோ வெள்ளம். அதைப் பார்த்து பயந்துட்டாரு போல. அன்னைல இருந்து இப்படித்தான் இருக்காரு. திடீர்னு எழுந்துப்பார், வெளில மழை பெய்றமாதிரி இருக்குன்னுவாரு. ராத்திரி தூக்கத்தில முழிச்சிகிட்டு தண்ணி வந்து வீடு மூழ்குது எல்லாரும் வாங்க மொட்டை மாடிக்குப் போலம்னுவாரு. எதுவும் இல்லைன்னாலும் கேக்கமாட்டாரு. பலநாள் சுட்டெரிக்கும் வெயில்ல மொட்டைமாடிக்குப் போய் குனிஞ்சு உட்கார்ந்துக்குவாரு. அப்புறம் அவரை சரிசெய்ய ரொம்ப நேரமாகும். டாக்டர்ஸ் கொடுத்த மாத்திரையை எப்படியாவது சாப்பிட வச்சாத்தான் தூங்குவாரு. அதுவும் சில நேரம் வேலை செய்யாது. எப்பவாவது சாதாரணமாப் பேசுவாரு. அப்பவும் காதுக்குள்ள மழை பெய்ற சத்தம் கேட்குதுன்னு சொல்லுவாரு."

ரேவதி இவ்வளவு நேரமும் அடக்கிக்கொண்டு சொன்ன துக்கத்தை மேலும் அடக்க வழியில்லாமல் அழத் தொடங்கினாள்.

துக்கத்தை அனுபவிப்பதை விட அதை வார்த்தைகளில் சொல்வது எத்தனை துயரமானது. துக்கங்களையும் அதற்கான காரணங்களையும், சொற்களைத் தேடித் தேடி அடைந்து சொல்லும் முயற்சியில் எவ்வளவு சொல்லியும் தீராத அத்துக்கத்தை, அதை முழுமையாய் வெளிப்படுத்தும் வார்த்தைகள் இவ்வுலகிலேயே இல்லை என்னும் உணர்வு வரும்போது, எழும் துக்கம் முன்னிலும் துயருடையதாகி விடுகிறது. துக்கம் தனக்கான ஒலிப்பைக் கண்டுபிடிக்க துக்கித்தவர்களிடமிருந்து தானே ஒரு பெரும் அழுகையைக் கிளப்புகிறது. இடம் பொருள் பற்றிய எந்தப் பிரக்ஞையும் இன்றி அடிவயிற்றிலிருந்து கிளம்பும் அந்த ஓங்காரம் சொல்லமுடியாத துக்கத்தினை முழுமையாய் கேட்பவர்களுக்குள் ஒரு கத்தியென இறங்குகிறது.

அவள் அழுகையைக் காண இயலாமல் சாமி கண்களை மூடிக்கொண்டார். அவர் கையிலிருந்த ஜபமாலை வேகவேகமாக உருண்டது. அவள் அடங்கும் வரைக்கும் அவர் அதை உருட்டிக் கொண்டிருந்தார். ரேவதி அவளாய் மெல்ல அடங்கி சமாதானம் ஆனாள்.

சாமி ஓரமாய் நின்றிருந்த ஆளுக்குக் கண்காட்டினார். அவன் கார்த்திக்கினை மெதுவாக சாமியை நோக்கி நகர்த்தினான். கார்த்திக் அடம்பிடிக்கும் சிறுகுழந்தையைப் போல ஒரு ஒலியை எழுப்பினாள். ரேவதி அவன் தோள்களைத் தொட்டு சமாதானப் படுத்தினாள். அப்பொழுதும் படபடத்துக் கொண்டிருந்த கார்த்தியின் முகத்துக்கு முன்னால் ஒரு சொடக்கிட்டார் சாமி. சொடக்கின் ஒலியில் கார்த்தி அமைதியானான். சாமி அவனுக்கு, அவருக்குப் பின்னால் இருந்த அன்னையின் படத்தைக் காட்டினார். கார்த்தி தவறவிட்ட பொருளை எடுத்துக் கொள்பவன் போல மீண்டும் அந்தப் படத்தைப் பார்க்க ஆரம்பித்தான். சாமி அவன் பார்ப்பதையே பார்த்துக் கொண்டிருந்தார். அவன் விழிகளுக்குள் அவன் காணும் காட்சி எதுவெனத் தேடுபவர்போல இருந்தார். பின் கண்களை மூடிக்கொண்டார். சில நிமிடங்களுக்குப் பின்னர் திருவாய் மலர்ந்தார்.

"கொழந்தே ஒண்ணும் கவலைப்படாதே. எல்லாம் அம்மாவோட விளையாட்டு. உலகத்துல என்னை மாதிரி ஞானிங்க தேடியலையுறத உன் புருஷன் தேடமாக் கண்டுகிட்டான். அதுதான் பிரச்சனை. பராசக்தியோட தரிசனம்.

இந்தப் பிரபஞ்சம் பராசக்தியோட உருவம். அதை அது எப்பவும் வெளிப்படுத்துறதில்லை. எப்பவாவது அவ குறிக்கிற காலத்துலதான் அது வெளிப்படுத்துது. பெரிய மலைகளும் கடலும் பூமியும் கொந்தளிக்கிறப்போ அது அந்த மகாசக்தியோட பேருருவமா ஜொலிக்குது. அந்தப் பெரும் சக்திக்கு முன்னாடி மனுஷன் எம்மாத்திரம்ங்கிறத உணர்த்துறதுக்காகத்தான் அவ அப்போ அப்போ தன்னை வெளிப்படுத்துறா. மழையும் வெள்ளமும் வேறு என்ன. அது அன்னையோட சிரிப்பு இல்லையா. அந்த மாசற்ற பேரழகை இந்த ஊனக்கண்ணால தரிசிச்சா அதை மனசு தாங்குமா? பேரழகைக் கண்டு மயங்காத, அதில் மதியை இழக்காத மனுஷங்க உண்டா. இந்த உலகத்து அழகிலேயே மனம் மயங்கிப் புத்தி பேதலிக்கிறப்போ உன் புருஷன் தரிசிச்சிருக்கிறது இந்தப் பிரபஞ்ச அழகு. அவன் புத்தி பேதலிக்காதா என்ன? கவலைப்படாதே. அவன் தொலைச்சத அவன் சீக்கிரம் கண்டுபிடிச்சுக்குவான். அது அவன் பார்வையிலேயே தெரியுது. நாட்கள்லையோ வாரங்கள்லையோ அவன் சரியாயிருவான். அந்த நாள் நெருங்கிடுச்சு. நீ எதுக்கும் கவலைப்படாத. தெனம் சாயந்திரம் விளக்கேத்தி அம்மனுக்கு அர்ச்சனை பண்ணு. எல்லாம் சரியாயிடும்.''

ரேவதிக்கு அவர் இன்னும் சொல்லிக்கொண்டிருக்க மாட்டாரா என்றிருந்தது. துயரக்கடல் பயணம் சீக்கிரம் கரை காணப் போகிறதென்றால், அதுதானே கேட்க விரும்புவதும் பார்க்க விரும்புவதும்.

“ரொம்ப நன்றி சாமி.''

கார்த்திக் எழுந்துகொள்ளும் முன்,

“வெளில மழை பெய்யுது, இங்கையே இருக்கலாம்'' என்றான். ரேவதிக்கு அவன் சொன்னதும் அழுகையே வந்துவிட்டது.

சாமி அவன் தோள்களைத் தொட்டுத் திருப்பினார். கைகளில் குங்குமத்தை அள்ளி அவன் புருவ மத்தியில் வைத்தார்.

“பையா, மழையெல்லாம் வெறிச்சாச்சு. இனி வெயில்தான். அம்மா சொல்லிட்டா. புரியுதா?'' என்றார்.

கார்த்திக் அவர் சொல்வதை நம்பாமல் அப்படியா என்பதுபோல ரேவதியைப் பார்த்தான். அவளும் ஆமாம், என்பதுபோலத் தலையாட்டினாள். சாமி சிரித்துக்கொண்டே கைகளை உயர்த்தி ஆசீர்வாதம் செய்தார்.

***

6

லாவண்யா வேண்டுமென்றே ஒருநாள் விடுப்பு எடுத்துக்கொண்டாள். வாரநாட்களில் எடுத்துக் கொள்ளும் விடுப்பு எத்தனை சலிப்பூட்டுவது என்பது அறிந்தும் அவள் அதைத் தேர்ந்தெடுத்துக் கொண்டாள். வேறு வேலை எதுவுமின்றி நாள் முழுதையும் சோம்பேறித்தனமாகக் களித்தாக வேண்டும். அதைத் தவிர்க்க வெளியே மால்கள் எங்காவது போய் ஊர் சுற்றிவிட்டு கிடைத்த இடத்தில் கிடைத்ததை உண்டால் ஆச்சு.

நவீனைப் பார்க்கவும் பாவமாக இருக்கிறது. கடந்த நாட்களில் அவன் என்னைக் கண்டு மிரள்கிறான். என்னைத் தொடர்ந்து கண்காணிக்கிறேன்பேர்வழி என்று அவன் படும் அவஸ்தை காணச் சகியாததாக இருக்கிறது. ஓரிரு நாட்கள் அவனுக்கு நான் கண்ணில் படாமல் இருப்பது கொஞ்சம் ஆசுவாசமாக இருக்கலாம். உண்மையில் அதுமட்டுமே காரணம் அல்ல.

பிரமோத்... அதுதான் முதல் காரணம். இந்த நாள் முழுவதும் பிரமோத்தைப் பார்க்க இயலாது. கொஞ்ச நாட்களாகப் பிரமோத்தைப் பார்க்கவும் அவனோடு பேசவும். சும்மா அவன் அருகில் இருந்து பொழுதைக் கழிக்கவும் மனம் அப்படி அலைகிறது. சொல்லப்போனால் அவை நிகழாத அல்லது தாமதமாகிற நாட்களில் மனம் கிடந்து அலைபாய்கிறது. ஒரு கட்டத்தில் பிரமோத் இல்லாமல் வாழமுடியாதோ என்று கூடத் தோன்றிவிடுகிறது. பின் அது எவ்வளவு பெரிய மடத்தனம் என்று மனம் உணரும்போது அத்தனை வெறுமை சூழ்கிறது.

லாவண்யா படுக்கையில் இருந்து எழுந்துகொண்டாள். சூடாகத் தேநீர் வேண்டும்போல் இருந்தது. அறைத் தோழி காலையில் ஆன் செய்து வைத்துவிட்டுப் போன கெட்டிலில்

வெந்நீர் இருந்தது. அதை கோப்பையில் ஊற்றிக்கொண்டு ஒரு டீ பேக்கைப் போட்டாள். சர்க்கரை சேர்க்கும் வழக்கம் சுத்தமாகப் போய்விட்டது. கசப்பும் துவர்ப்புமான டீ தான் இப்பொழுது அவளுக்கு பேவரிட்.

ஊரில் இருந்த வரை காப்பிதான். அம்மா பஸ் ஸ்டாண்டை ஒட்டிய கடைவீதியில் இருந்து காப்பிப் பொடி வாங்கிவந்து காப்பி போடுவாள். அதுவும் பில்டர் காப்பி. சொந்தங்களில் அக்கம் பக்கத்து வீடுகளில் பில்டர் காப்பி போடும் பழக்கம் கிடையாது. அம்மா எங்கு கற்றாளோ, நினைவு தெரிந்த நாளில் இருந்து காப்பிதான் போடுகிறாள். இத்தனைக்கும் அப்பாவுக்குக் காப்பி பிடிக்காது. அவர் டீயும் சாப்பிடுவதில்லை. அவளுக்கும் அம்மாவுக்கும் மட்டும்தான். உண்மையில் டீ வாசனையே தெரியாது. இதெல்லாம் பிரமோத் அறிமுகம் ஆகும் வரைத்தான்.

பிரமோத் அறிமுகமானது இணையத்தில்தான். கன்னங்கள் பெருத்து மூக்கு உள்வாங்கிய கொஞ்சம் மஞ்சள் கலந்த நிறம் கொண்ட வழக்கமான கிழக்கிந்திய முகம். ஜாக்கிசான் சினிமாக்களில் அவன் கூட ஒரு காமடி நடிகர் வருவாரே குண்டாய், ஏறக்குறைய அவனைப் போலவே. ஊரில் இருந்து சென்னைக்கு வேலைக்குப் போன தோழியின் முகநூல் நட்பிலிருந்து அவன் அறிமுகமானான். அந்தத் தோழியோடு சேர்த்து மொத்தம் 16 மியூச்சுவல் பிரண்ட்ஸ் இருந்தார்கள். சரி. என்ன கெட்டுவிட்டது என்று அவனின் நட்பு அழைப்பை ஏற்றுக்கொண்டாள்.

ஒரு ஆறுமாதம் வெறும் லைக்குகளோடு கழிந்தது. அதன் பின் அவன் ஒரு வீடியோவைப் பகிர்ந்திருந்தான். அதில் ஒரு பெண் நிர்வாணப் படுத்தப்பட்டு மிகவும் மோசமாக நடத்தப் பட்டிருந்தாள். அவளைச் சுற்றி இருந்த ஆண்களும் பெண்களும் மிகவும் மோசமான வார்த்தைகளால் திட்டினார்கள். அவள் தரையில் அமர்ந்து தன் கால்களைக் கட்டிக்கொண்டு தன் உடலில் எந்தப் பகுதியை மறைப்பது என்று அறியாமல் திகைத்து அவமானமுற்று கதறி அழுதுகொண்டிருந்தாள். அவள் அங்கங்கள் சில பூச்சுக்கள் மூலம் மறைக்கப்பட்டுத்தான் இருந்தது. ஆனாலும் ஒரு பெண் நிர்வாணப் படுத்தப்பட்டு அவமானப்படுவதை மற்றொமொரு பெண் எப்படிப் பார்த்துக் கொண்டிருப்பது. வந்த கோபத்தில் அந்த இடுகைக்குக் கீழ் மிகக் காட்டமாக பதில் இட்டேன்.

“ஏன் இப்படியானவற்றைப் பகிர்ந்து மேலும் மேலும் அந்தப் பெண்ணை நிர்வாணப் படுத்துகிறீர்கள். ஏறக்குறைய நீயும் அந்தக் கீழ்த்தரமான கூட்டத்தில் ஒருத்தனாகத் தான் இருப்பாய்” என்று இட்டுவிட்டு முகநூலை மூடிவிட்டாள். அந்த நாள் முழுக்க அத்தனை மன அழுத்தம். உலகில் என்ன என்னவோ நடக்கிறது. என்ன கருமத்துக்கு அவைகளை எல்லாம் நாம் தெரிந்துகொள்ள வேண்டும். அதைப் பார்த்ததிலிருந்து மனம் அப்படி உளைச்சலுறுகிறது. ஊரில் உள்ள குப்பைகளை எல்லாம் சுமந்துவந்து நம் வீட்டுக்குள் கொட்டப் பார்க்கிறது இந்த முகநூல். இனி அந்தப் பக்கமே போகக்கூடாது என்று முடிவுகட்டிக்கொண்டாள்.

எதையாவது நாம் வேண்டாம் என்று மனம் முடிவு செய்கிற போதுதான் அதன் மேல் அப்படி ஒரு ஆர்வம் பிறக்கிறது. இது எனக்கு மட்டும்தானா என்று தெரியவில்லை. நான் வெறுக்கத் தொடங்கியதையே சில நாட்களில் விரும்பவும், விரும்பத் தொடங்கியதை சில நாட்களில் வெறுக்கவும் ஆரம்பித்துவிடுகிறேன்.

ஆமாம், அப்படிக் கண்டித்து அவனுக்கு பதில் போட்டோமே அவன் நிச்சயம் நம்மை பதிலுக்குத் திட்டியிருப்பானோ. அப்படித் திட்டியிருந்தால் அதற்கு பதிலுரைக்காமல் நாம் இருப்பதை நம் நண்பர்கள் என்னவென்று கருதுவார்கள். எத்தனை கோழை நான், என்று அவர்கள் முடிவுசெய்ய வாய்ப்பிருக்கிறது. தெருவில் நடக்கும் சண்டைகளில் தலையிடுகிற யாரும் அந்தச் சண்டை முடிகிற வரைக்கும் அங்கிருந்து விலக முடியாது. சில நேரம் சண்டையிட்டவர்களுக்குள் சண்டை முடிந்துபோயிருக்கும். ஆனால் சமாதானம் பேசப் போனவனுடன் இருவருக்கும் சண்டை வளர்ந்திருக்கலாம். ஒருவேளை அவன் என்னைக் கண்டபடி வசைபாடிக் கொண்டிருக்கக் கூடும். தவறு, அவனுக்கு பதில் போட்டதற்கு பதில் அவனை பிளாக் செய்து விட்டிருக்க வேண்டும். அதைவிடுத்து பயந்து முடங்கிப் போவது சரியல்ல.

மீண்டும் முகநூலைத் திறக்க எதாவது காரணம் வேண்டும் தானே. அவன் சண்டைக்கு வந்திருந்தால் நன்கு சுடச்சுடக் கொடுத்துவிட்டு அவனை பிளாக் செய்ய வேண்டும், என்ற முடிவோடு முகநூலைத் திறந்தேன். அங்கு முதல் இடுகையாகவே அவனின் அந்த வீடியோவும் அதற்குக் கீழ் என் பதிலும் அதற்கு அவன் இட்டிருந்த மறு பதிலும் இருந்தது. அது சில நிமிடங்களுக்கு முன்புதான் பதிவிடப் பட்டிருந்தது.

Pramod Pramod : வணக்கம், எனது இடுகையில் தங்கள் பதிவினைக் கண்டேன். எனக்குத் தமிழ் தெரியாது. இதை நான் என் தோழியின் உதவியோடுதான் புரிந்துகொண்டேன். உண்மையில் இந்த பதிலையும் எனக்காகத் தட்டச்சு செய்துகொண்டிருப்பதும் அவர்தான். முதலில் அவர்களுக்கு என் நன்றி. நீங்கள் மிகவும் இளகிய மனம் கொண்டவர் என்பது உங்களின் பதிலில் புரிந்தது. அப்படியான உங்களின் மென்மையான மனதைப் புண்படுத்தியமைக்கு மன்னிப்பு கேட்டுக் கொள்கிறேன். ஆனால் தோழி, இதெல்லம் நடப்பது வேறு எங்கோ ஒரு தேசத்தில் இல்லை. நமது பாரத தாய்த் திருநாட்டில் தான் நடக்கிறது. அந்தப் பெண் ஒரு தலித். வெயிலின் கொடுமையில் அவள் தாகம் தீர்க்க அவசரத்துக்கு ஒரு ஊர் பொதுக் குளத்துக்குள் இறங்கி நீர் அருந்திவிட்டாள். பேர்தான் பொதுக் குளம் ஆனால் அது எல்லோருக்கும் இல்லை. அதைப் பார்த்துவிட்ட ஆதிக்க சாதிக்காரர்கள் செய்யும் கொடுமைதான் இது. இது எங்கள் கிராமத்துக்குப் பக்கத்து கிராமத்தில் போன மாதம் நிகழ்ந்தது. இதுபோல நிகழ்வது எங்கள் ஊரில் மிக சகஜம். காரணம் அங்கே இன்னும் கல்வியும் அறிவியலும் முழுமையாய்ப் போய்ச் சேரவில்லை. இப்பொழுதுதான் அங்கிருந்து நாங்கள் சிலர் வெளியே வருகிறோம். எங்கள் ஊரின் அரசியல்வாதிகள் காலம் காலமாகப் பேசிப் பேசியே எங்களை ஏய்த்துவிட்டார்கள். அதிகாரிகளோ அரசியல்வாதிகளை வைத்துக்கொண்டு சம்பாதித்துக் கொழுத்து விட்டார்கள். அதனால் எந்த மாறுதலும் சுதந்திர இந்தியாவில் எங்கள் வாழ்க்கையில் நிகழவில்லை. நீங்கள் கொடுத்துவைத்தவர்கள். உங்கள் ஊரில் சில அரசியல்வாதிகள் தோன்றி இவைகளை எல்லாம் நீண்ட காலத்துக்கு முன்பாகவே ஒரு கட்டுப்பாட்டில் கொண்டு வந்திருக்கிறார்கள். நாங்கள் இவற்றைப் பகிரக் காரணம் எங்கள் ஊரின் அரசியல்வாதிகளும் அதிகாரிகளும் இந்தியா முழுமையும் எப்படித் தங்களைக் கண்டு வெறுக்கிறது என்பதை அறியத்தான். இனி அவள் மறைப்பதற்கு உடலில் ஏதுமில்லை. ஆனாலும் இனி இன்னொரு பெண்ணுக்கு இப்படிச் செய்வதற்கு முன் எல்லோருக்கும் ஒரு சிறு அச்சமும் அவமானமும் எழவேண்டும். அதற்காகத் தான் நாங்கள் தொடர்ந்து பகிர்கிறோம். தோழமையுடன் பிரமோத்.

வாசிப்பின் பரபரப்பில் முதல் புரியாத சில பகுதிகளை மீண்டும் வாசித்தேன். இப்பொழுது அந்த வீடியோவை மறுபடி பார்த்தேன். அப்பொழுதும் கோபம் வந்தது. ஆனால்

இந்த முறை வேறுமாதிரி. தனது சிறுபிள்ளைத்தனமான, எந்த முதிர்ச்சியும் அற்ற பதிவிற்காக மனம் வருந்தியது. இன்னும் அதிகம் அதிகமாய் இப்பதிவு பகிரப்படவேண்டும் என்று மனம் விரும்பியது. 'சாதிக் கொடுமைகள் வேண்டாம், அன்பு தன்னில் செழித்திடும் வையம்' என்று எழுதி அந்த வீடியோவை மீண்டும் நான் என் பக்கத்தில் பகிர்ந்தேன். தேவையில்லாமல் ஒருவரைக் கடிந்துகொண்டதற்கான பதிலாக இதை நினைத்துக் கொண்டேன். அடுத்த நொடி பிரமோத் அதற்கு லைக் இட்டு பதிலில் thanks என்று சொன்னான். இப்படியாகத் தான் பிரமோத் எனக்கு அறிமுகமானான்.

ஜன்னலைத் திறந்த போது காற்று சில் என்று முகத்தில் அடித்தது. நேற்றிரவெல்லாம் நல்ல மழை. ஊரில் இருப்பதுபோன்ற உணர்வு மேலிட்டது. ஏன்சென்னை வந்தோம் என்று வெயிலில் தவித்த நாட்களுக்கு மாற்றாக இந்தக் குளிர். ஊரில் பாதிநாட்கள் இந்தக் குளிர்தான். அந்த இதத்தையும் வளத்தையும் விட்டுவிட்டு, இங்கு வாழவந்ததுதற்குப் பிரமோத் அன்றி வேறு யார் காரணம்.

அந்த வீடியோ பகிர்விற்குப் பிறகு பிரமோத்தோடு ஒரு நட்பு உருவாகிவிட்டாற் போல ஆனது. அவ்வப்பொழுது இன்பாக்ஸில் வந்து வணக்கம் சொல்வான். மெல்லக் கொஞ்சம் கதையடிக்க ஆரம்பித்து பின் அதுவே வழக்கமாகிவிட்டது. அதுவரைக்கும் முகநூலில் புரோபைல் ஆக என் புகைப்படம் வைக்கவில்லை. ஒரு மலரின் படம் மட்டுமே இருக்கும். பிரமோத்தான் உங்கள் முகத்தைக் காட்டக்கூடாதா என்று கேட்க நட்பு எல்லை மீறுவதாகத் தோன்றியது.

ஆனால் பெரும்பாலும் எல்லா நண்பர்களும் (பெண்களும் சேர்த்துதான்) தங்கள் படத்தை எந்தத் தயக்கமும் இன்றித்தான் பதிவிடுகிறார்கள். நான் தான் இன்னும் பயப்படுகிறேன். சரி சூழல் அப்படி இருக்கிறது என்ற போதும் சூழலுக்கு பயந்து எத்தனை நாள் வாழ்வது. அடுத்த வாரத்தில் பிரமோத்தின் பிறந்தநாள். அன்று காலை ஓணத்திற்கு எடுத்த புடவையைக் கட்டிக்கொண்டு சாமி கும்பிட்டுவிட்டு அப்படியே ஒரு புகைப்படம் எடுத்துக் கொண்டேன். நன்றாகத் தானிருந்தது. ஆனால் ஒரு முழுமையில்லாத மாதிரி. மீண்டும் அந்தப் புகைப்படத்தைப் பார்த்ததும் அது புரிந்துவிட்டது. அவசர அவசரமாக கொஞ்சம் சந்தனம் எடுத்து ஒரு சிறு கீற்றை நெற்றியில் இட்டுக்கொண்டு பாதி அளவுப் புகைப்படம் ஒன்றை

எடுத்தேன். அட, கச்சிதம். அதை முகநூலில் புரொபைல் பிக்சராக வைத்தேன். எதிர்பாராத விதமாக ஆயிரம் லைக்குகள் குவிந்தன. அதில் பிரமோத் இருக்கிறானா என்று தேடினேன். அன்று நாள் முழுவதும் அவன் வரவேயில்லை. யாருக்காகப் பதிவிட்டோமோ அவன் காணவில்லை. இல்லை பார்த்துவிட்டுப் பிடிக்காமல் போயிருக்கலாம். அவன் இன்னும் கலரான அழகான பெண்ணாக என்னைக் கற்பனை செய்திருக்கலாமோ. அது இல்லை என்றதும் வெறுத்திருக்கலாமோ... மனம் ஒரு கணம் முறிந்துபோனது.

சரி, அப்படி அவனுக்குப் பிடிக்காமல் போனால் தான் என்ன தவறு. அவன் என்னை ஏன் ரசிக்கவேண்டும். நான் அழகாக இருக்கிறேனா என்று கேட்டு ஏங்கும் சிறுகுழந்தையின் நடவடிக்கையல்லவா என்னுடையது. யார் அவன். அவனுக்கு ஏன் நான் இவ்வளவு மரியாதை தரவேண்டும். ஆயிரம் பேர் விரும்பியிருக்கிறார்கள். அவன் ஒருவன் விரும்பாதது அத்தனை குறையா.

மனது என்னென்னவோ பேசிற்று. எப்படியானாலும் உண்மையை ஒத்துக் கொள்ளத்தான் வேண்டும். இது பிரமோத்திற்காக எடுக்கப்பட்ட படம். அவன் தான் என்னைப் பார்க்க விரும்பினான். அதை அவன் காண்பதுதான் இதன் நோக்கம். அவனே இதைக் காணவில்லை என்றால் இத்தனை தயாரிப்புகளோடு புகைப்படம் எடுத்ததெல்லாம் வீண். பேசாமல் படத்தை எடுத்துவிடலாமா.

இரவு உறக்கம் வரவேயில்லை. கைபேசி லேசாகச் சிணுங்கியது. அது முகநூல் நடவடிக்கை பற்றிய அறிக்கை. மணி இரவு பதினொன்று. யார் இந்த நேரத்தில் பார்க்கவா வேண்டமா. ஒருவேளை பிரமோத் ஆக இருந்தால். அவன் இல்லாமல் வேறு யாராவது கூட இருக்கலாம். அப்படியிருந்தால் இன்னும் வெறுப்பு அதிகமாகலாம்.

ரொம்ப அதிகமாக இதற்கு முக்கியத்துவம் தருகிறேனோ. ஒரு புகைப்படத்தைப் போட்டுவிட்டு அதிகமாக எதிர்பார்க்கிறேனோ. என்ன எதிர்பார்க்கிறேன். பிரமோத் அந்தப் புகைப்படத்தில் மயங்கி, ஐ லவ் யூ, என்று சொல்லவேண்டும் என்றா. சரிதான். நல்ல பைத்தியம் எனக்கு.

கையை நீட்டி மொபைலை எடுத்தேன்.

கடவுளே, அது பிரமோத் தான்.

Pramod Pramod : Lavanya, your profile pix is awesome. here heavy rain. So No Internet. Even today rain got worse. Almost I came by swimming to office. Y I came you know, because I need internet. My office has Uninterrepted internet. Y I need net? Because I need to chat with you. OMG, I saw your pix And became crazy about you. I take this pix as my birthday gift. And I am going to tell you one thing, Even if you didn't upload ur pix I will be telling the thing. Now I cant resist myself from telling that thing. That is I LOVE YOU lavanya. Bye

கழுத்தின் எலும்புத் தேய்மானம் உள்ளவர்களுக்கு அவ்வப்போது கால்களுக்குக் கீழ் உலகம் நழுவுவதுபோல் இருக்குமாம். எனக்கு இதை வாசித்ததும் அப்படித் தான் இருந்தது. மீண்டும் அவனோடு சாட் செய்ய முயன்றேன். ஆனால் அவன் இணைப்பில் இல்லை. என்ன பதில் சொல்வது என்று தெரியவில்லை. ஆனாலும் அவனோடு இன்னும் பேசவேண்டும் போல் இருந்தது. படுபாவி சோதனையாக ஒரு குண்டைத் தூக்கித் தலையில் போட்டுவிட்டு ஆஃப் லைனில் போய்விட்டான். வரட்டும் வரட்டும், வராமல் எங்கு போவான்.

பிரமோத் அடுத்து லைனில் வரவேயில்லை. பேசாமல் இந்த தேசத்தின் முனையில் கடலைப் பார்த்துக்கொண்டு நின்று காலத்தைப் போக்கிக் கொண்டிருந்தவள் நான். என்னை இந்த நகரம் நோக்கித் திருப்பி விட்டுவிட்டான் பாவி.

மறுநாள் செய்தித்தாள்கள் எல்லாம் ஒரே செய்தி 'சென்னையில் வெள்ளம்'.

***

7

பழனி காலையிலேயே குளித்துவிட்டு வேலைக்குக் கிளம்புபவனைப் போலக் கிளம்பினான்.

“எங்க கிளம்பிட்ட... அதான் வேலை யில்லைல்ல. ஆமா இன்னைக்கு வெள்ளிக்கிழமைதானே, அந்தப் பூசாரி மூணுவாரம் வந்து மந்திரிச்சிக்கிடச் சொன்னாருல்ல, அப்புறம். ஆமா கையில் கட்டியிருந்த தாயத்து எங்க... அட பதிலு எதுனா சொல்லுதா பாத்தியா”

மனைவி கேட்கும் எந்தக் கேள்விக்கும் விடை சொல்லாமல் பழனி செருப்பைப் போட்டுக்கொண்டு கிளம்பினான்.

என்ன வெள்ளிக்கிழமை சனிக்கிழமைன்னுகினு. எல்லாம் என் மடத்தனம், அத்த ஜோட்டால அடிக்கணும். பேயி பூதம்னு பயந்துகினு. அது சரி, சம்பவம் நடந்து ரெண்டு வருசமாச்சு அதே ரெண்டு வருசமா நானும் அதே கம்பெனில தான் வேலை செஞ்சுனுக்கிறேன். அப்பல்லாம் எந்தப் பேயும் பூதமும் வரலியே. திடீர்னு என்ன? அப்படியே வந்தாத்தான் என்ன? நானா அவனக் கொன்னேன். நானா கோபாலை சாவடிச்சேன். என்ன, அவன் வேலைய எனக்குக் கொடுத்தாங்க. அவ்ளோதானே. என்ன வேலை பெரிய கவர்மெண்ட் வேலை. நாள் முழுக்க நின்னுகினே இருக்கிற வேலை. இந்த வேலை இங்க இல்லைன்னா எங்கையும் கிடைக்காதாங் காட்டியும்...

நான் வேலை வாங்கிக்கினது தப்புன்னா, அவங்க வூட்டுல யார் கைக்கும் தெரியாம லட்சக் கணக்கில ரூவா வாங்கிகினு கேஸ் கூடக் கொடுக்காம ஊரக் காலி பண்ணிகினு போச்சே அவன் சம்சாரமும் பசங்களும்? அது தப்பில்லையா? அவங்க சும்மாவா வாங்கினாங்க, உள்ளூர் கட்சிக்காரன் வந்து மிரட்டினான். அதையே ஊர்த் தலைவர் வந்து நல்லபுள்ள மாதிரி சொன்னாரு.

இதோ பாரு இவளே, மழை வெள்ளம் எல்லாம் நம்ம கைலயா இருக்கு. அதெல்லாம் கடவுள் செய்ற வேலை. நம்ம விதி முடிஞ்சா நாமளும் எதுனா ஒரு காரணத்துல போகவேண்டியதுதான். அவனுக்கென்ன மகராசனாப் போய்ட்டான். நீ பாவம் ரெண்டு பிள்ளைகள வச்சிக்கிட்டு அல்லாடுற. சரி, போலீஸு கேஸுன்னு போனா யார் அலையறது. தோ, இந்தப் போலீஸ், கட்சிக்காரன் சொல்றதக் கேட்டுக்கிட்டு எப்.ஐ.ஆர் கூடப் போட மாட்றான். சரி, நான் வந்து சொன்னா நிச்சயம் போட்டுருவான். ஆனா எப்படி கேஸ நடத்துவான். கூடவே இருந்து அவங்களக் கண்காணிச்சிக்கிட்டே இருக்க முடியுமா சொல்லு? அதுக்கு நமக்கு நேரம் இருக்கா இல்ல காசுபணம் இருக்கா. யாரு அலையிறது? எத்தனை வருசம்அலையிறது?

கேஸ் போட்டா அந்தக் கம்பெனிக்காரன் எவ்ளோ செலவு பண்ணமுடியுமோ அவ்ளோ பண்ணி கேஸ நடத்துவான். அவ்ளோ துட்டு, ஆளு, அதிகாரம் அவங் கைல இருக்கு. நம்மளால அவன் கிட்ட மோதமுடியுமா?

நானும் கம்பெனி மேனேஜர் கிட்ட பேசினேன். அந்தாளு தங்கமான மனுஷனா இருக்கிறாரு. நம்ம கோபால் பேரச் சொன்னதும் கண்ணீரே விட்டுட்டாரு. அவ்ளோ பிரியம் அவம் பேர்ல. அதும்போக கம்பெனியப் பத்தியும் சொன்னாரு. அந்தக் கம்பெனி ஏற்கனவே பேங்ல எல்லாம் பல நூறு கோடி கடன் வாங்கியிருக்குதாம். அத அடைக்கவே ரொம்ப சிரமமா இருக்கு. இப்போ இந்த பில்டிங்கையும் மூடிட்டா சிக்கல் பெருசாயிரும்கிறாரு. மொத்தாம் லெட்சத்திச் சொச்சம் பேரு அங்க வேலை பாக்குறாங்க. அவங்க வாழ்க்கை எல்லாம் அவ்ளோதான்கிறாரு. பாவமாத்தான் இருக்கு, என்ன செய்ய?”

அவர் பேசுனது கோபால் சம்சாரத்துக்குப் புரிஞ்சதோ இல்லையோ எனக்குப் புரிஞ்சது. இதெல்லாம் பழைய டெக்னிக்தான். விபத்துல ஒரு கை போனவன் கிட்டபோய், ‘இப்படியான விபத்துல ரெண்டு கையும் போனவன நினைச்சுப் பாருன்னு’ சொல்லி சமாதானப் படுத்துற டகில்பாஜி வேலைதான். ஆனா அது நல்லா வேலைசெய்யும். நல்லவேளை, நாம தப்பிச்சோமேங்கிற நிம்மதியத் தரும். அதத்தான் அந்தத் தலைவர் செய்றார்.

இந்தா பாருமே, சொல்றதக் கேளு, நான் உன் அப்பா மாதிரி. சும்மா அழுதுகினே இருந்தா செத்தவன் வந்துருவானா என்ன?

அப்புறம் அந்தக் கம்யூனிஸ்ட் கட்சிக்காரப் பயலுக வந்தா உள்ள விடாத. அவங்கள நம்பினா நமக்கு ஒண்ணும் கிடைக்காது பண்ணிடுவானுங்க. வெறும் கேஸு, கோர்ட்டுன்னு அலைச்சல் தான் மிஞ்சும். என்கிட்டப் பொறுப்ப விடு. கம்பெனிகிட்ட பேசி ஒரு நல்ல அமௌண்ட் வாங்கித் தர்றேன். வச்சிகினு இந்தூர்லையோ இல்ல உன் சொந்தூர்லையோ போய் நீ உம் பிள்ளைகள வளத்து ஆளாக்கிப் பொழைச்சிக்க. அதுங்களாவது நல்லதா படிச்சு நல்லா வரட்டும். அதும்போக அந்தக் கம்பெனியும் கஷ்டத்துல இருக்கு. நம்ம தயவால ஒரு லெட்சம் குடும்பம் பொழைச்சா அதுல நமக்கும் ஒரு கடுகளவு புண்ணியம் சேராதா. அது நம்ம சந்ததியக் காப்பாத்தும்...

அடேங்கப்பா என்னா புண்ணியம். கொடுத்த லெட்ச ரூபாய்ல என்ன மிஞ்சும். எண்ணிப்பாத்தாக் கரஞ்சிரும். அத வச்சிக்கிட்டு என்ன செய்வா அந்தப் பொம்பள. சரி, வோணம்னா அவ கூட நின்னு யாரு அலையறது. அதுக்கும் ஆள் இல்ல. அதாம் வேற வழியில்லாம அவளும் கைல காச வாங்கிகினு அவ அம்மாக்காரி இங்க எண்ணூர்லதான் இருக்கா, அங்கையே போய் அவகூட சேந்துகிட்டா. உள்ளூர்லெயே ஏதோ மீன் கம்பெனிக்குப் போறான்னு கேள்விப்பட்டேன். கோபால் அவ கனவுல எல்லாம் போய் மிரட்டுறானான்னு தெரியலை. இல்ல அவனுக்கும் இந்தப் பழனிதான் இளிச்சவாயன்னு தோணிச்சோ என்னவோ.

மணி என்னவோ இன்னும் பத்துகூட ஆகவில்லை. ஆனாலும் டாஸ்மாக் சைடில் நான்கு ஐந்துபேர் நின்றிருந்தார்கள். அவர்களில் ஒருவன் கையிலிருந்த புட்டியை அப்படியே வாயில் கவிழ்த்துக்கொண்டான். பழனிக்கு அங்கு அவ்வளவு பேர் இருப்பது ஆறுதலாக இருந்தது. நம்மைப் போல இன்னும் சிலரும் ஊரில் இருக்கிறார்கள் என்கிற நிம்மதி. சைடு ஜன்னல் வழியாக ரூபாய் நோட்டை நீட்டினான். பாட்டில் வந்தது. வழக்கத்தை விட பத்து ரூபாய் அதிகம். பழனி வாங்கி மடமடவென்று குடித்தான்.

பத்துரூபா... மயிரா போச்சு பத்துரூபாய்க் காக இன்னும் ரெண்டு மணிநேரம் காத்திருக்கணும். இந்த ரெண்டுமணி நேரமும் மூளை வேலைசெய்துகினே இருக்கும். என்ன வேலை, எல்லாம் வெறும் கவலை. நாளைக்கு என்னா செய்றது, நாளைக்கழிச்சு என்னா செய்றதுன்னு கவலை. கவலை... கவலை... கவலை... ஜென்மம் முழுக்க கவலை.

என்ன கார்ல போணும், பங்களால வாழணும்னா கவலை... கருமம் மூணு வேளையும் சோத்த திங்கணும். அதுக்குதான் கவலை. வேலைவெட்டி இருந்தா அதுனா கன்பார்மா கிடைக்கும். அதுவும் இல்லைன்னா, ஏன் வேலை இல்ல? இருந்ததே ஒரு வேலை. ஆனா இப்போ இல்லை. ஏன் இல்லை. ஏன்னா டூட்டில தூங்கிட்டேன் அதான். ஏம்பா டூட்டில தூங்கிறதெல்லா ஒரு தப்பா. கவர்மெண்ட் ஆபீஸ்ல பேர்வாதி அப்படித்தான தூங்குறானுங்க. அப்புறம். தூங்கினது தப்பில்ல. தூக்கத்துல கனவுகண்டு கத்தினதுதான் தப்பு. அதை வெளில சொன்னதுதான் தப்பு. இரண்டு வர்ஷத்துக்கு முன்னாடி கிளம்பின பூதத்த அவனுங்க பலத்தால அங்கதான் மூடிவச்சிருக்கானுங்க. அந்த மூடியத் தொறக்கிறாமாதிரி நான் கனவு கண்டுட்டேன், அதுதான் தப்பு.

பழனி முழு பாட்டிலையும் குடித்து முடித்தான். பாட்டிலை அங்கேயிருந்த பிளாஸ்டிக் பக்கெட்டில் போட்டுவிட்டு ஊர்த் தலைவர் வீட்டை நோக்கி நடந்தான். முன்புபோல இல்லை தலைவர். அத்தனை எளிதாகத் திண்ணையில் சேர் போட்டு அமர்ந்திருக்கிற தலைவர் இல்லை. வீட்டை எடுத்துக் கட்டிவிட்டார். தரைத்தளம் முழுக்க அவர் கார் நிறுத்தும் இடமாக்கி விட்டு முதல்மாடி இரண்டாம் மாடி என்று கட்டிக் கொண்டு விட்டார். கேட்டால், ‘மழை தண்ணி வந்தா பயப்படவேண்டாம் பாரு’ என்கிறார். வாசலிலேயே இரண்டுபேர் நிரந்தரமாக நிற்கிறார்கள். அவ்வளவு சீக்கிரம் தலைவரைப் பார்க்க அனுமதிப்பதில்லை. சும்மா ஒரு குரலாவது கொடுக்கவேண்டி வரலாம். அப்பொழுதுதான் தலைவரைப் பார்க்க முடியும். அதற்குக் கொஞ்சம் தைரியம் வேண்டும். அதற்குதான் குடித்துத் தொலைத்தது. இல்லை என்றால் வாசலில் நிற்கும் அந்தத் தடியன்களை எப்படிச் சமாளிப்பது. எப்படியும் அவன்களிடம் வாக்குவாதம் செய்யவேண்டும். அடி கூட விழலாம். அசிங்கப்பட வேண்டியிருக்கும். சுயநினைவோடு இருந்து அசிங்கப்படுவது அத்தனை எளிதல்ல. குடித்துவிட்டுப் போய் அவமானப் பட்டு மனைவி காதுவரை போனாலும் ‘கருமம் குடிச்சிட்டுப் போய் சண்ட வலிச்சிருக்குது சனியன்’ என்று சீக்கிரம் சமாதானம் ஆகிவிடுவாள்.

பழனிக்கு, அட, குடிக்கக்கூட நமக்கு இவ்வளவு காரணங்கள் இருக்கிறதே, என்று ஒரு கணம் சிரிப்பு வந்தது. உள்ளூரச் சிரித்தபடியே தலைவர் வீட்டுவாசலுக்கு வந்தான்.

சொல்லிவைத்தாற் போல் அந்த இடிதடியன்களும், 'என்னா வேணும், எங்க வந்த' என்றார்கள்.

"தலைவரப் பாக்கணும்."

"என்னா விசயம்?"

"இல்ல, தலைவர்கிட்ட பழனி வந்துகிறேன்னு சொல்லுங்க போங்க. அவர் உள்ளாற கூப்ட்டு வுடுவாரு."

"நீ, நேத்தே வருவேன்னு தலைவரு சொன்னாரு. என்னடான்னா ஒரு நாள் லேட்டா வர்றே. என்ன நேத்து குடிச்சிட்டு மட்டையாயிட்டியா. வெயிட் பண்ணு தலைவரு இப்போ வருவாரு, நீயே பாத்துச் சொல்லிக்க."

தலைவர் நான் வருவேன் என்று சொன்னாரா. அப்படியென்றால் தலைவருக்கும் தகவல் வந்திருக்கிறது. அப்படியானால் தலைவர் நம்மைக் குறித்து ஒரு முடிவு செய்துவைத்திருக்கக் கூடும். அவ்ளோ சீக்கிரம் நம்மைத் தலைவர் கைவிட்டு விடுவாரா என்ன? நிச்சயம் கம்பெனியில் சொல்லி நமக்கு அந்த வேலையை வாங்கித் தரத்தான் போகிறார். சே, என்ன என்னமோ நினைச்சுக்கினு குடிச்சிட்டு வந்துட்டமே. இப்பொ தலைவர் கிட்டப் பேச மரியாதையா இருக்காதே. சரி க்ளோஸாப் போகாத விலகி நின்னே பேசுவோம்.

பழனி தலைவர் வரப்போகும் வாசலைப் பார்த்தபடியே எதிரே இருந்த மர பெஞ்சில் அமர்ந்தான்.

*

தலைவர் வீட்டுவாசலில் தான் அன்றைக்கு அத்தனை ஜெனமும் கூடியது. ஏரி நிரம்பி வழிய ஆரம்பித்துவிட்டது. மழை வேறு விடவே யில்லை. எல்லா வீடுகளுக்குள்ளும் நீர் புகுந்து பாத்திர பண்டங்கள் நீரில் மிதக்க ஆரம்பித்துவிட்டன. மண் சுவரும் கூரைகளாலும் ஆன வீடுகள் எப்போது கரையலாம் என்று முகூர்த்தம் பார்த்துக் கொண்டிருந்தன. தெருவில் முட்டிவரைக்கும் தண்ணீர் ஓடிக் கொண்டிருக்கிறது. அது ஓடுகிறதைப் பார்த்தால் ஒரு ஆறைப் போல இருந்தது. சாலையில் இரண்டு பக்கக் கட்டிடங்களையும் தொட்டுக்கொண்டு ஓடும் ஆறு. கொஞ்சம் கால் ஊன்றாமல் நின்றால் கீழே தள்ளிவிடும் வேகம். ஏரி உடையக்கூட வாய்ப்பிருக்கிறது. அப்படி உடைந்தால் நிச்சயம் ஊர் பாதி மூழ்கிவிடும்.

அதிசயமாகத் தலைவர் வீட்டுப் பக்கம் மட்டும் தண்ணீர் வரவேயில்லை. அதற்கு அடுத்த தெரு வழியாகவே தண்ணீர் போய்க்கொண்டிருந்தது. வீட்டினுள் டி.வி சத்தமாக ஓடிக்கொண்டிருந்தது. அதில் யாரோ ஒரு மருமகளை மாமியார் உண்டு இல்லை என்று ஆக்கிவிடுவேன் பார் என்று சபதம் செய்து கொண்டிருந்தாள். ஊரெல்லாம் கரெண்ட் போய் ஒரு நாள் ஆகிவிட்டது. தலைவர் வீட்டில் ஜென்செட் போட்டு டி.வி பார்த்துக் கொண்டிருந்தார்கள். ஊர் ஜெனம் வந்திருக்கிற தகவல் சொல்லப்பட்டதும் தலைவர் வெளியே வந்தார்.

சும்மா சொல்லக்கூடாது, தலைவர் ஒரு குடைகூடப் பிடித்துக்கொள்ளாமல் மடமடவென்று இறங்கிவந்து மக்கள் கூட்டத்தில் நின்றுவிட்டார். கூட்டத்தில் இருந்தவர்களுள் ஒருசிலர் பதறி தங்கள் குடைகளை அவருக்கு நீட்டினார்கள். அவர் அதை மறுத்து மழையில் நின்றார்.

“மழையப் பத்திதான் டி.வி.ல சொன்னான். ஊரெல்லாம் கடுமையான தண்ணியாம். ஓரிடம் ரெண்டிடம்னா பரவாயில்ல ஊரே வெள்ளக்காடா இருக்காம். என்ன செய்றதுன்னு தெரியாமா எல்லாரும் முழிச்சிக்கிட்டு இருக்காங்க.”

“தலைவரே, தண்ணி வீட்டுக்குள்ள எல்லாம் வந்திருச்சு தலைவரே. உள்ள இருக்க முடியல.”

“சரிடா, தண்ணி போக இடம் வேணாமா. ஏரிக்கு நடுவுல இருக்கோம். என்ன தான் பண்ணமுடியும்?”

“என்ன தலைவரே இப்படிப் பேசுறீங்க. ஏரிக்கு நடுவுலன்னா நாம என்ன ஏரிக்குள்ளையா இருக்கோம். ஏரிக்கு வெளியதான இருக்கோம். என்ன இன்னைக்கு நேத்தாவா இருக்கோம். வருஷ வருஷமா தலைமுறை தலைமுறையா இருக்கோம். அப்பல்லாம் இப்படி ஆகலையே?” கூட்டத்தில் இருந்த பெரியவர் ஒருவர் ஆக்கிரோஷமாய்க் கேட்டார்

தலைவர் அவரை உற்றுப் பார்த்தார். ஒட்டுமொத்த ஊரில் அவ்வப்போது அவரைக் கேள்விகேட்கும் ஒரே நபர் அவர்தான்.

“சரிதான்யா நீ சொல்றது. ஆனா மழைக்கும் தண்ணிக்கும் தெரியணுமே இங்க வரக்கூடாதுன்னு. அதக் கட்டுப்படுத்த முடியுமா சொல்லு?”

“மழையக் கட்டுப்படுத்த முடியாது. ஆனா அது ஓட வழி இருக்கணுமா இல்லையா. உங்களுக்கே தெரியும், ஒரு நாப்பது

வருஷம் முன்னாடி வரைக்கும் அதோ தெரியுதே அந்தக் கம்பெனி வரைக்கும் ஏரி இருந்துச்சு. அப்புறம் சுருங்கி சுருங்கி சின்னதாயிடுச்சு. ஏரிதான் சுருங்கிச்சு. ஆனா அதுல இருந்து ஓடுற தண்ணி அந்த வழியாத்தான் போய்க்கிட்டு இருந்துச்சு. கடந்த இருபது வருஷமா அது பூராவும் பில்டிங் கட்டிட்டாங்க. கடைசியா மிச்சமிருந்த வழியையும் கம்பெனிக்காரங்க காம்பௌண்ட் எழுப்பி மூடிட்டாங்க. கடந்த ஆறு வருஷமா மழையில்ல. ஒண்ணும் தெரியலை. இந்த வருஷம் நல்ல மழை, பாருங்க, தண்ணி வழி தெரியாமத் திண்டாடுது. வீட்டுக்குள்ளாற வருது..."

கையில் அள்ளிவிட முடிகிற தண்ணீர்தான். ஆனால் சேர்ந்துவருகிறபோது அதற்கு யானை பலம். தனது வழிகளை எல்லாம் மக்கள் அடைத்துவிட்ட பதட்டத்தில் சினத்தில், வழியில் தென்படுகிற அனைத்தையும் கபளீகரம் செய்யும் மூர்க்கம்.

"அதுக்கு இப்போ என்னான்ற, கம்பெனி வரும்போது எல்லாரும் வாய மூடிகினுதான இருந்தீங்க. இப்போ மட்டும் என்ன? நம்ம ஊரு ஆள்கள் கூடத்தான் அதுல வேலை செய்றாங்க. ஊருக்கெல்லாம் நல்லதுன்னா. நாலு சிரமம் இருக்கத்தான் செய்யும். இப்பவந்து அது ஏணி இது கோணின்னா? நானா கட்டடம் கட்டி வச்சிருக்கேன் வழியெல்லாம்."

"தலைவரே யாரும் உங்கள மட்டும் குறை சொல்லல. ஆனா உங்களுக்கும் எங்களுக்கும் தெரியாம நடக்கல. நாங்க எதையும் கேக்க முடியாது. ஆனா உங்க கிட்ட சொல்லாம ஜனாதிபதி கூட இங்க ஒண்ணும் செஞ்சுற முடியாது."

மழை வலுத்து எல்லோர் மேலும் சிறு கற்கள் தாக்குவதைப்போல எரிச்சலை உண்டாக்கியது.

"சரி, இப்போ என்னதாஞ் செய்யணும்?"

"தலைவரே, தண்ணி போக வழியில்லாம வீட்டுக்குள்ளாற ஏறுது. இப்படியே போனா வீட்டுல இருக்கிற சாமாஞ் செட்டெல்லாம் தண்ணியோட போயிரும். அப்புறம் கட்டக் கோவணம் கூட இருக்காது."

"ம்ம். அதுக்கு..."

"அதுக்கு, அட்லீஸ்ட் கம்பெனி காம்பவுண்ட் சுவர லேசா இடிச்சுவிட்டா தண்ணி அங்க ஓடிறும். கம்பெனி பில்டிங்குக்குப்

பின்னாடி பெரிய பாதை இருக்கு. அதுவழியா ஓடி தண்ணி நேரா எதிர்ப் பக்கம் தலைவர் தோட்டத்து வாசல்ல ஓடுற காவாய்ல சேந்திரும். அதுவழியா ஆத்துக்கும் போய்ச் சேந்திரும். அதனால..."

"அதனால கம்பெனி சுவத்த இடிக்கச் சொல்றியா. இதெல்லாம் வில்லங்கம். நான் எப்பிடி அதைச் செய்ய முடியும்?"

"நீங்க தானே தலைவரு, உங்களால முடியாதுன்னா அப்பறம் நாங்க எங்க யார்கிட்ட போயிச் சொல்றது?"

"எதுனா பண்ணுங்க. நாளைக்குப் போலீஸ்காரன் வந்தான் அடிச்சான் கேஸ் போட்டான்னு எங்கிட்ட வராதீங்க, இப்பவே சொல்ட்டேன்."

"இப்படிப் பேசினா எப்படி தலைவரே, அப்போ எங்களுக்கு ஒரு வழி சொல்லுங்க. மொத்தம் நானூறு குடும்பம் இருக்கு. வீடு போய் ஒட்டுத் துணி கூட இல்லாம நாளைக்குத் தெருவுல நிப்போம். அதெல்லாம் நீங்க தருவீங்களா சொல்லுங்க."

தலைவர்க்குக் கோபம் கொப்பளித்தது. திரும்ப வீட்டுக்குள் சென்று கதவைப் பூட்டிக்கொண்டார். மக்கள் எல்லோரும் ஒருவர் முகத்தை ஒருவர் பார்த்துக் கொண்டார்கள். வார்த்தைகள் எதையும் பேசிக் கொள்ளவில்லை. வாழ்வின் கடைசித் தருணத்திற்கு வந்துவிட்டதைப் போன்ற மவுனமும் கனமும் அவர்களைச் சூழ்ந்துவிட்டது.

பெரியவர் மட்டும் சத்தம் கொடுத்தார்.

"சும்மா நின்னா ஆச்சா, வாங்கையா சுவத்த இடிச்சித் தண்ணி போக வழி செய்வோம். அப்புறம் சாமி விட்ட வழி. வாழ்ந்தா வாழுவோம் செத்தா சாவோம்."

ஆண்கள் எல்லோருக்கும் அது சரி, என்று பட்டது. பெரியவர் நடக்க அவர் பின்னால் நடந்தார்கள். பெண்கள் எல்லாம் வீட்டில் தவித்துக் கொண்டிருக்கும் தங்கள் பிள்ளைகள் நினைவுக்கு வர வீட்டுக்குத் திரும்பினார்கள்.

ஆண்கள் நடந்துபோகும் வழியெங்கும் நீர் நன்கு முட்டிக்குமேல் ஏறிவிட்டது. ஒருசில வீட்டிலிருந்து பாத்திரங்களும் துணிகளும் மிதந்து தெருவெள்ளத்தில் ஓட ஆரம்பித்துவிட்டது. அதைப் பொறுக்கிக்கொண்டே ஒருத்தி கத்திக்கொண்டு ஓடிவந்தாள். ஆண்கள் ஒருகணம் நின்று

அவற்றை எல்லாம் பொறுக்கி எடுத்து ஓடிவந்தவளிடம் கொடுத்தனர். பொருள் அதிகமாக இருந்ததால் அவளால் கைகளில் சுமக்க முடியவில்லை. அவள் சற்றும் யோசிக்காமல் தன் புடவையை உருவினாள். ஒரு சில ஆண்கள் மறுபக்கம் திரும்பிக்கொண்டார்கள். அவள் என்ன நினைக்கிறாள் என்று புரிந்துகொண்ட ஆண்கள் புடவையை வாங்கி ஆற்றில் மீன் பிடிப்பது போல விரித்துப் பிடித்துக் கொண்டார்கள். கைகளில் பாத்திரங்களை துணிகளை வைத்திருந்தவர்கள். அதில் போட்டார்கள். அதை வாங்கிச் சுற்றிக்கட்டி அவள் கையில் கொடுத்தார்கள். அவள் அதைத் தன் தலையில் சுமந்துகொண்டு திரும்பி நடந்தாள்.

அவள் போவதைப் பார்த்ததும் பெரியவருக்கு அழுகை வந்தது. சத்தமாய்ப் புலம்பினார்.

"இன்னும் என்ன என்ன கொடுமையெல்லாம் பாக்கப்போறோமே தெய்வமே."

பதிலுக்கு வானம் மறு குரலாய் ஒரு பெரிய இடி இடித்து மிரட்டியது.

***

8

பெரியவர் குமாரசாமி அனைவருக்கும் முன்னால் நடந்தார். தண்ணீரில் கால்களை எடுத்துவத்து நடப்பது அவருக்கு அவ்வளவு எளிதாக இல்லை. பின்னால் இருந்து தள்ளும் நீரின் வேகத்தை ஈடுகொடுத்து கால்களை எடுத்துவைத்து நடக்கவேண்டி யிருந்தது. அவர் பின்னால் இளவட்டமும் நடுவயதுமான ஆண்கள் பின் தொடர்ந்தார்கள். ஒரு மரண ஊர்வலத்தில் நகர்கிறவர்களைப் போல அவர்கள் அத்தனை அமைதியாய் நடந்தார்கள். யாரும் யாருடனும் பேசிக்கொள்ளவே யில்லை. மாறாக மழை எல்லோரோடும் உரக்கப் பேசிக் கொண்டிருந்தது. குடிகாரனைப் போல மழை இடைவிடாமல் ஒரே மாதிரிக் குரல் எழுப்பிக் கொண்டிருந்தது. எல்லோரும் அதன் பேச்சை விரும்பாதவர்களாகவும் உள்ளூர அஞ்சுபவர்களாகவும் இருந்தார்கள். இளைஞர்கள் இது போன்றதொரு மழையைப் பார்த்ததே யில்லை. நடுவயதுக் காரர்களுக்கு கொஞ்சம் நினைவில் இருக்கிறது.

பெரியவர் முகம் இறுக்கமாக இருந்தது. துயரின் ஒரு பெரும் பாதையில் நடப்பவரைப் போல அவர் முகம் கடுமையாகி யிருந்தது. அடிக்கடி வானைத் தலைநிமிர்ந்து பார்த்துக்கொண்டார். ஒவ்வொரு முறை பார்க்கும் போதும் வானம் இன்னும் அதிகமாய் இருட்டிக் கொண்டிருந்தது. அந்த இருட்டு பெரியவர் முகத்தில் கொஞ்சம் கொஞ்சமாய்ப் பிரதிபலிக்கத் தொடங்கியது. இது இருட்டும் நேரமில்லை. நேரம் கெட்ட நேரத்தில் கிளம்பும் இருளுக்கு மிரளும் பறவைகளின் படபடப்பு அவர் முகத்தில் தெரிந்தது.

உண்மையில் மழையோ இடியோ வெள்ளமோ அவரை இத்தனை பதட்டப்பட வைக்கவில்லை. அவர் அனுபவத்தில்

இப்படியான இரண்டு மூன்று வெள்ளங்களைப் பார்த்துவிட்டார். சொல்லப் போனால் அவை எல்லாம் இதைவிடத் தீவிரமானவை. ஏறக்குறைய முப்பது ஆண்டுகளுக்கு முன்பு இதோ ஓடுகிற ஆற்றின் மூதாதை ஓர் நாள் உறக்கம் கலைந்தாற் போல வெளிப்படுத்திக் கொண்டு பாய்ந்தோடியது. ஏரியின் கரைகளில் இருந்து தொலைவில் இருந்த பெரியவரின் குடிசை முழுவதும் மூழ்கியே போனது. அவரும் அவர் மனைவியும் இரண்டு பிள்ளைகளும் நீந்திக் கொண்டே ராமாபுரம் சாலை வந்து சேர்ந்தனர். யானையின் காலடிகளில் வீழும் சிற்றுயிர்களென அதன் வழித் தடத்தின் ஆக்கிரமிப்புகள் எல்லாம் சிதறின. ஆறு தன் பாதையைத் தான் முதலில் நிரப்பும். அப்படி அது தன் வழியின் திரும்பிக்கொண்ட பின்பு அவர்கள் சாலைக்கு நடந்துவந்தார்கள்.

சாலையில் தண்ணீர் பாதம் நனையும் அளவுக்குதான் ஓடிக்கொண்டிருந்தது. ஆனால் சாலைகள் சேரும் அந்தப் பகுதி பரபரப்பாயிருந்தது. நிறைய போலிஸ் ஜீப்கள், ஒரு பெரிய தீயணைப்பு வண்டி. அங்கும் இங்கும் ஓடிக்கொண்டிருக்கும் சீருடைக் காவலர்கள். குமாரசாமி மனைவி பிள்ளைகளை ஒரு ஓரமாய் நிற்கச் சொல்லிவிட்டு மக்கள் கூடியிருந்த இடத்துக்குப் போனார்.

ஆறு, பொன்மனச்செம்மல் வீட்டிற்குள் நுழைந்துவிட்டிருந்தது. நதிக்குத் தலைவன் என்று தெரியுமா, தொண்டன் என்று தெரியுமா. அது தன் பாய்ச்சலில் எதிர்ப்படுகிற எல்லாவற்றையும் நிறைத்துவிட்டு நகர்ந்து கொண்டிருந்தது. உடனடியாக பொன்மனச் செம்மலைப் பாதுகாப்பான இடத்துக்கு மாற்ற அதிகாரிகள் ஏற்பாடுகளைச் செய்து கொண்டிருந்தனர். மழை தொடங்கிய முதல் நாளே வேறுஇடத்துக்கு மாறச் சொன்னபோது அவர், ‘மழைதானைய்யா, பாத்துக்கலாம்’ என்று சொல்லிவிட்டாராம். தற்போது நீர் தோட்டத்தில் புகுந்து வீட்டுக்குள்ளும் புகுந்துவிட்டது. இதற்குமேல் அங்கு இருப்பது பாதுகாப்பல்ல என்று எல்லோரும் வற்புறுத்தி அவரை வெளியேற சம்மதிக்க வைத்தனர். பொன்மனச்செம்மல் தற்போது எந்நேரமும் வெளியே வரக்கூடும் என்று எல்லோரும் எதிர்பார்த்துக் கொண்டிருந்தனர். குமாரசாமியும் ஆவலாய் நின்றார். மழை வெளுத்து வாங்கியது. அப்பொழுதும் மக்கள் கூட்டம் நகராமல் அங்கேயே நின்றது. நதியின் வேகம் நேரத்துக்கு நேரம் அதிகரித்துக் கொண்டே யிருந்தது. அவர்

மனைவியோடு வெளியே வந்தார். அந்த மழையினூடாகவும் அவர் காண அத்தனை பளபளப்போடு இருந்தார். நோயுற்றிருந்தவர் என்பதை அவர் தோற்றத்தை வைத்து நம்பவே முடியவில்லை. என்ன முகம் தான் கொஞ்சம் வற்றியிருந்தது. குமாரசாமிக்குத் தன் கண்கள் கண்ட காட்சியை நம்ப முடியவில்லை. மகிழ்ச்சி வெள்ளம் கரைபுரண்டோடியது. பொன்மனச்செம்மல் வேகவேகமாக வெளியேவந்தார். சுற்றியிருந்த மக்களைக் கண்டு கைகளைக் கூப்பி வணங்கினார். மக்கள் எல்லாம் மகிழ்ச்சியில் ஆர்ப்பரித்தனர். அவரைப் போலவே அங்கு நின்ற மக்களும் தங்கள் உடைமைகளையும் வீட்டையும் ஆற்றிற்கு அள்ளிக் கொடுத்துவிட்டு, போக இடமின்றி நிற்பவர்கள் தான். ஆனாலும் தங்கள் தலைவரைக் கண்டது அவர்களுக்கு அத்தனை ஆனந்தத்தைத் தந்தது. குமாரசாமிக்கு இந்த மகிழ்ச்சியின் காரணம் புரியவேயில்லை என்றபோதும் அவனும் அவர்களோடு சேர்ந்து மகிழ்ந்தான். அவர் மெல்ல நடந்துவந்து சாலையில் நின்ற தனது காரில் ஏறிக்கொண்டார். அருகில் இருந்த அதிகாரி ஒருவரிடம் மக்களைக் காட்டி ஏதோ கேட்டார். அதற்கு அவர்கள் விரிவாக ஒரு பதிலைச் சொன்னார். அதில் திருப்தி அடைந்தவர் போல மக்களுக்குக் கையசைத்தபடியே காரில் ஏறக் கார் மெல்ல நகர்ந்துபோனது. தலைவர் போனதும் அங்கு நின்றவர்கள் அவரின் நிலைக்காய்ப் பரிதாபப்பட்டு 'பாழாய் போன மழை, இப்படித் தலைவர் வீட்டுக்குள்ளாற வந்திருச்சே' என்று மழையை சபித்தபடியும் தலைவரின் உடல் பழைய பொலிவைப் பெற்றுவிட்டதென்ற திருப்தியோடும் கலைந்து கொண்டிருந்தார்கள். குமாரசாமி திரும்ப வந்து தன் மனைவி பிள்ளைகளோடு சேர்ந்துகொண்டார். 'பொன்மனச்செம்மல் உங்களுக்கு எல்லாம் பாதுகாப்பு ஏற்பாடைச் செய்யச் சொல்லி சொல்லியிருக்கிறார். அவரின் அறிவுரைப்படி உங்களுக்கு உணவு மற்றும் தங்கும் வசதிகள் மௌண்ட்டில் ஏற்பாடுசெய்யப்பட்டுள்ளது. எனவே அனைவரும் மௌண்ட் முகாமுக்குப் போகுமாறு கேட்டுக்கொள்கிறோம்' என்று லவுட் ஸ்பீக்கரில் அதிகாரிகள் மக்களைக் கேட்டுக் கொண்டனர். மக்கள் ஒரு கணம் அதைக் கேட்டுச் சிலிர்த்தனர். குமாரசாமியும் குடும்பமும் அந்தப் பெருமழையில் நனைந்தபடியே அங்கு சென்று சேர்ந்தனர். இயல்பு திரும்ப ஒருவாரம் ஆனது. திரும்பி அவர்கள் தங்கள் இடத்துக்கு வந்து சேர்ந்தபோது அது ஒரு குப்பைமேடைப் போலக் காட்சியளித்தது. அதைச் சரிசெய்து

மீண்டும் ஒரு குடிசை அமைத்துக் கொள்ள இரண்டு மூன்று நாட்கள் எடுத்தது.

அதையெல்லாம் பார்த்திருந்த குமாரசாமிப் பெரியவருக்கு இம்மழை ஒன்றும் பெரிய அச்சத்தைத் தரவில்லை. அவரை அச்சப்படுத்தியது வேறு ஒன்று. அது அவர்கள் செய்யத் துணிந்திருக்கும் காரியத்திற்காக எதிர்கொள்ள வேண்டியிருக்கப் போகும் எதிர்வினைகளை நினைத்தே அவர் அச்சம் கொண்டிருந்தார்.

கம்பெனிச் சுவர் இருக்கும் இடத்திற்கு அவர்கள் வந்து சேர்ந்தார்கள். சுவர் வழி மறிக்கும் ஓர் ராட்சசனைப் போல அங்கு நின்றது. சுவர்கள் அவரவர் அதிகாரத்தின் எல்லைகள். ஒருவர் அதிகாரத்தில் மற்றொருவர் கை வைப்பதையும் அதை மீறிக் கால் பதிப்பதையும் யாரும் விரும்புவதில்லை. எல்லையை மீறுவது போருக்கு அழைக்கும் செயல். அது வரப்பாக இருந்தாலும் சரி, தேசத்தின் வரைபடமாக இருந்தாலும் சரி. தன் எல்லையைத் தனது அங்கத்தின் ஓர் பகுதியாகக் கருதியே மானுடம் பழகி விட்டது. அத்துமீறலை எப்பொழுதும் அது வெறுக்கும். சாமானிய மனநிலையே அப்படியென்றால் அதிகாரமையம்... அவை தம் எல்லைகளைப் பிறர் பார்ப்பதைக் கூட பெருங் குற்றமாகக் கருதுபவை. அதுதான் பெரியவரின் பயம். ஊரின் அரசியல்வாதிகள் முதல் காவல்துறை வரை எல்லாம் அவர்களின் கடைக்கண் பார்வைக்கு ஏங்கிக் காத்துக்கிடப்பவை. அப்படியிருக்கையில் சுவரில் கை வைப்பதென்பது எதிர்மறையாக உள்ளூர் செல்வாக்குகளின் பகையைத் தேடிக்கொள்வது. என்ன வேண்டுமானாலும் நடக்கலாம். வழக்கு போடப்படலாம், கைது செய்யப்படலாம் அல்லது வழக்கமான தங்களின் பாணியில் தனித்தனியாக ஒவ்வொருவரையும் அழைத்து அவர்களின் விலா முறிக்கபடலாம். ஏன் குற்றத்தை முன்னெடுக்கக் காரணமானவர் கொலை கூட செய்யப்படலாம். அப்படியானால் பெரியவர் தாம் அந்தப் பட்டியலில் முன்னால் இருப்பவர். தன்னைப் பற்றிய கவலை அவருக்கு இல்லை. முதிர்ந்து காய்ந்து உள்ளீடற்ற ஓடாக மாறிவிட்ட மரம் எப்பொழுது வீழ்ந்தால் என்ன? அவர் கவலையெல்லாம் அவரைப் பின்தொடரும் இளைஞர்களைப் பற்றித்தான்.

அவரின் மனக் கவலையைப் போலவே சுவரும் நீண்டு உயர்ந்து நின்றது. மழையில் அசையாது நிற்கும் அந்தச்

சுவரைப் போலவே அவர்களும் செய்யவேண்டியது குறித்து அறியாது நின்றனர். முன்னையும் விட மழை வேகம் பிடித்துக் கொட்டியது. துளி ஒவ்வொன்றும் அத்தனை பலமாக விழுந்தது. ஒவ்வொரு துளி மழையும் ஒரு சிறு பனிக்கட்டியின் குளிரை உடலில் கொட்டியது. கைகள் விரைத்துப் போயிருந்தன. இந்த நிலையில் கையில் ஆயுதங்களைத் தாங்கி வேலைசெய்வது என்பது பெரும் வலிநிறைந்த ஒன்று. ஈரத்தில் மரத்துப்போன கைகளில் சம்மட்டியோ கடப்பாரையோ இறுகப்பிடிக்க முடியாதபடிக்கு வழுகும். அப்படியே இறுக்கிப் பிடித்து அறைந்தால் அறைந்ததன் அதிர்வு அப்படியே கரங்களுக்கும் திரும்பும். அந்த அதிர்வு எத்தனை காய்த்துப் போன கரங்களாக இருந்தாலும் வலியை ஏற்படுத்தும். போர்க் களத்தில் வலிகளைப் பொருட்படுத்த இயலாது. கசியும் இரத்தங்களோடும் தெறிக்கும் வலிகளோடும் முன்னேறியாக வேண்டும் என்பதை, கூடியிருக்கும் ஜனங்களில் எத்தனை பேர் அறிவார்கள். பொதுவாக உணர்வுமயத்தில் கூடுகிற ஜனங்களில் பெரும்பான்மை, வேட்டைக்காரனின் கவணிலிருந்து கிளம்பும் ஒரு சிறு கல்லுக்குச் சிதறும் பறவைகளைப் போன்றவர்கள். எஞ்சும் சிலரைத் துரத்தி அடிப்பது எதிரிக்கு மிக எளிது.

பெரியவர் திரும்பிப்பார்த்தார். எல்லோரும் அவரின் முகத்தை ஆர்வமாக ஏறிட்டனர். குறைவான வெளிச்சத்தில் அவர் முகத்தில் ஓடும் எண்ணத்தை யாராலும் அவ்வளவு எளிதாகப் படிக்க முடியவில்லை. பெரியவர் அந்தக் கூட்டத்தில் தாட்டியான ஆள் ஒருவரை அழைத்தார். சுவரை நோக்கிக் கையைக் காட்டியதும் அவர் புரிந்துகொண்டார். அந்த ஆள் ஒரு கட்டிட மேஸ்திரி. அவர் சுவருக்கு அருகே போய்ப் பார்த்தார். தண்ணீர் அவர் முட்டிக்கால் வரை ஓடிக் கொண்டிருந்தது. நீர் சுவரின் மோதி அவர் நிற்கும் இடத்தில் ஒரு அலைச் சுழியை ஏற்படுத்திக் கொண்டிருந்தது. அவர் சுவரை முழுமையாய்ப் பார்த்தார். அவர் நிற்கிற இடத்திலிருந்து சில அடிகள் நகர்ந்து சுவரில் கைவைத்தார். அந்த இடத்தில் ஒரு சிறு விரிசல் இருந்தது. அதை அவர் தன் விரல்களால் தொட்டு விரிசல் விரியும் சில தூரம் தொட்டுப் பார்த்தார். அவர் முகத்தில் ஒரு மகிழ்ச்சி ரேகை ஓடியது. அவர் திரும்பி கூட்டத்தைப் பார்த்தார்.

"நைனா, முழு சுவத்தையும் உடைக்கிறது இப்போ முடியவே முடியாது, இந்த இடத்துல ஒரு விரிசல் இருக்குது பாருங்க. பாத்தா நல்லா ஆழமாத்தான் தெரியுது. இதுக்கு நாலு அடி

தள்ளி அந்தப் பக்கத்திலிருந்து அப்படியே தட்டிக்கினும், இந்தப் பக்கம் நாலு அடி தள்ளி அதே மாதிரி தட்டிக்கினும் வரணும். நடுவுல ஒரு ஆள் கடப்பாரையால இந்த விரிசல்ல போட்டுக்கிட்டே இருந்தா சீக்கிரம் ஒரு பொந்து விழுந்துரும். அப்புறம் இரண்டு பக்கமா இடிச்சு இடிச்சு பெருசு பண்ணிக்கலாம். வெள்ளம் உள்ள புக ஆரம்பிச்சிட்டுதுன்னா அதுவே விரிசலைப் பெரிசாக்கிரும்."

அவரின் பேச்சு பெரியவருக்கு நம்பிக்கை ஊட்டுவதைப் போல இருந்தது. அவர் சொன்னபடி செய்யுங்கள், என்பது போல அவர் பின்னால் இருந்தவர்களுக்கு சைகை செய்தார். அவர்களில் நாலுபேர் சம்மட்டிகளோடும் ஒருவர் கடப்பாரையோடும் சுவர் நோக்கிப் போனார்கள். மேஸ்திரி அவர்களுக்கு அவர்கள் தாக்க வேண்டிய இடத்தைச் சுட்டிக் காட்டினார். உடனே அவர்கள் மறு கேள்வி இன்றி அந்த இடத்தை அடிக்கத் தொடங்கினர். சம்மட்டியாள்கள் ஒருவர் மாற்றி ஒருவர் சுவரின் ஒரு தாளமிடுவதைப் போல சம்மட்டியால் அடிக்க ஆரம்பித்தார்கள். கடப்பாரை போடுபவன் விரிசலில் குத்தினான். விரிசல் மெல்ல உள்வாங்கிக்கொள்ள ஆரம்பித்தது.

வெளிச்சம் குறைந்துகொண்டே சென்றது. இன்னும் சில நிமிடங்களில் இருட்டிவிடலாம். அதற்குள் இதைச் செய்து முடித்தால் தான் உண்டு. வேலை பார்ப்பவர்கள் கொஞ்சம் சோர்ந்துபோக அதுவரை பார்த்துக் கொண்டிருந்தவர்கள் அதை வாங்கித் தொடர்ந்தார்கள். முழு வலிமையையும் கூட்டி அடிக்கும் அவர்களிடமிருந்து 'ஓவ்ஞ் ஓவ்வ்' என்னும் ஓங்காரம் வெளிப்பட்டுக் கொண்டிருந்தது. மழைக்குப் போட்டியாக அந்தக் குரல்கள் அந்தப் பகுதியில் திரிந்தன.

சுவற்றுக்கு அந்தப்புரம் யாராவது இருப்பார்களா? செக்யூரிட்டிகள் வேலையாட்கள்... அப்படி இருந்தால் இந்நேரம் அவர்கள் சத்தம் கேட்டு நடப்பதை யூகித்திருக்கக் கூடும். ஒரு அதட்டல் சத்தமாவது வந்திருக்க வேண்டும். ஆனால் அப்படி எதுவும் இதுவரை கேட்கவில்லை. அவர்கள் எல்லாம் மழைக்குக் கட்டிடங்களில் தஞ்சம் புகுந்திருக்க வேண்டும். கட்டிடம் சுவற்றிலிருந்து கொஞ்சம் தொலைவில் தான் உள்ளது. மழையின் கூச்சலில் சுவரில் மோதும் பொருட்களின் சத்தம் ஒருவேளை கேட்டிருக்க வாய்ப்பில்லை. அடிக்கடி விழும் இடிகள் சுவர் இடிப்பின் ஒலித் தடங்களை அழித்துக் குழப்பிவிடக் கூடும். ஆனால அது நீண்ட நேரம் சாத்தியம் அல்ல.

நீர் இப்பொழுது முட்டிக்கு மேல் ஏறி நிற்கத் தொடங்கிவிட்டது. பெரியவர் 'ம் ஆகட்டும்ஞ்' என்பதுபோல ஒரு குரல் எழுப்பினார். இளைஞர்கள் வேகமாய் இடித்தார்கள். முதலில் கடப்பாரை புகுந்து விரிசல் பொத்துக்கொண்டது. முதல் துளையைக் கண்டதும் நீர் புதுவழியை அடைந்துவிட்ட மகிழ்ச்சியில் அதனுள் நுழைந்தது. கடப்பாரை ஆள் உற்சாகமாகி விரிசல் கோட்டிலேயே இடித்தான். அவை விரிந்துகொண்டது. நீர் ஒரு அடி நீளத்துக்கு உடைப்பெடுத்து உள்புக ஆரம்பித்தது. நீர் வரும் வேகத்துக்கு இதெல்லாம் எம்மாத்திரம். ஆட்கள் வேகமாய் இடித்தார்கள்.

அதற்குள் மறுபக்கம் ஒரு சிலர் ஓடிவருவதும் கூச்சலிடுவதும் கேட்டது. "நிறுத்தாம அடி..." என்றார் பெரியவர். இளைஞர்கள் முழு பலத்தையும் திரட்டி அடிக்க ஆரம்பித்தனர். சுவர் அதிர ஆரம்பித்தது. செங்கல்கள் லேசாய் விலகிக்கொண்டது தெரிந்தது. விலகிய இடத்திலேயே அடித்தனர். கொஞ்ச நேரத்தில் அவை நகர்ந்து அந்தப்புறம் விழுந்தது. அப்படியே இரண்டு பக்கமும் கற்கள் விழுந்து பொந்து ஒன்று உருவானது. இடித்தவர்கள் 'ஓ' வெனக் கத்தினர்.

"நிறுத்தாத நிறுத்தாத, இரண்டு பக்கமும் அடி, உடைச்சுப் பெருசு பண்ணு..." என்றார் மேஸ்திரி. அதைக் கண்டதும் ஓடி வந்த செக்யூரிட்டிகள் இடிக்கக் கூடியிருந்த மக்களின் எண்ணிக்கையை யூகித்துப் பின்வாங்கினர். அங்கு நின்றால் ஒருவேளை தாம் தாக்கப்படக் கூடும் என்று அஞ்சியவர்களாக கட்டிடத்திற்கு முன்புறம் நோக்கி ஓட்டமெடுத்தனர். மக்கள் இரண்டு பக்கமுமாக இடித்து சுவர் ஓட்டையை அகலப்படுத்தினர். புதிய பாதையைக் கண்டுகொண்ட வெள்ளம் இப்பொழுது வசதியாக உள்நுழைந்து ஓடியது.

***

9

‘இங்கு மழைநீர் சேகரிப்பு அமல்படுத்தப் பட்டுள்ளது’ என்ற அறிவுப்புப் பலகையை ஒட்டி இறங்கும் அடித் தளங்களுக்கான சறுக்குப் பாதையில்தான் காலையிலிருந்து பெய்யும் மழை நீர் இறங்கிக் கொண்டிருந்தது. பி1, பி2வைக் கடந்து பி3 நோக்கி நீர் தொடர்ந்து ஓடிக் கொண்டிருந்தது. ஏற்கனவே ஊற்றெடுக்கும் தண்ணீர் வேறு சேர்ந்து நிற்கிறது. இரவெல்லாம் அந்த நீரில் நின்று நின்று கோபாலுக்குக் கடுமையான கால் உளைச்சல். காலையில் பணிமுடிந்து வீடுதிரும்பலாம் என்று காத்திருந்தவனை பணி மாற்றலுக்கு வரவேண்டியவர் வராததால் சூப்பர்வைசர் அனுப்ப மறுத்துவிட்டார். போகக் கூடாது என்று கண்டிப்பாகக் கூறியிருந்தால் கோபால் ‘போடாங்கோத்தா’ என்று சொல்லிவிட்டுப் போயிருப்பான். ஆனால் சூப்பர்வைசரோ அத்தனை தன்மையாகக் கேட்டார்.

‘ஏற்கனவே பாதி ஆள்கள்தான் இருக்கோம். வரவேண்டிய ஆள்களும் இன்னும் வரலை. இதுல இப்போ இருக்கிறவங்களும் போய்ட்டா அவ்ளோதான் சமாளிக்க முடியாது கண்ணா. உன்னால மேலுக்கு முடியலைன்னா கிளம்பிக்கோ. இல்லைன்னா இருக்க முடிஞ்சா இரு, புண்ணியமாப் போகும்’

கோபாலுக்கு எதிர்த்துப் பேச மனமில்லை. தொடர்ந்து இருந்துவிட்டான். ஆனால் வேலை இத்தனை கடுமையாகும் என்று எதிர்பார்க்கவில்லை. பி3 முழுக்க கார்கள். அதிலும் சிலது மிகவும் விலையுயர்ந்தவை. காலையில் பெய்த ஒரு பெருமழைக்கே தண்ணீர் கட்டிக்கொண்டது. கார்களின் டயர் வரைக்கும் தண்ணீர் ஏறிநின்றது. சிசிடிவியில் இதைப் பார்த்துவிட்டு நிர்வாகத்தினர் மிகவும் பதட்டமானார்கள். உடனடியாக நான்கு ஜென்செட்களை இறக்கி நீரை வெளியேற்றச் சொன்னார்கள்.

நான்கையும் கொண்டுவந்து இறக்கி அதை ஓட விடுவதற்குள்ளாகவே போதும் போதும் என்றாகிவிட்டது. ஆனால் அது அசுரவேகத்தில் நீரை உறிஞ்சிப் பின்புறம் நோக்கிப் பொருத்தப்பட்டிருந்த குழாய் வழியாக வெளியே தள்ளியது. நீரின் அளவு குறைய ஆரம்பித்தது. 'அப்பாடா' என்று ஆசுவாசப் படுவதற்குள் மழை மீண்டும் பிடித்துக்கொண்டது. வெளியேறும் நீரைவிட உள்புகும் நீர் அதிகமானது. மீண்டும் நீர் அளவு ஏறிக்கொண்டது.

'அடப் போங்கடா' என்று வேலையாட்கள் சோர்ந்து போனார்கள். சில நிமிடங்களில் மோட்டார்களும் சோர்ந்துபோயின. டீசல் இல்லை. நான்கில் மூன்று நின்றுவிட்டது. ஒன்று மட்டும் ஓடிக் கொண்டிருக்கிறது. அது கொஞ்சம் பெரிய இன்ஜின். டீசல் அதில் கொஞ்சம் அதிகமாக இருந்தது. எனவே அதுமட்டும் ஓடிக் கொண்டிருந்தது.

கோபாலுக்கு என்னவோ போல் இருந்தது.

இந்நேரம் வீட்டில் இருந்திருக்க வேண்டும். பிள்ளைகள் வேறு பாட்டி வீட்டுக்குப் போயிருக்கிறார்கள். நாளைதான் வருவார்கள் என்று மனைவி சரசு சொல்லியிருந்தாள். மழை நாட்களில் பிள்ளைகள் இருந்தால் அவர்களோடு விளையாண்டுகொண்டு நேரத்தைப் போக்குவது ஒரு மாதிரி மகிழ்ச்சி என்றால். அவர்கள் இல்லாமல் சரசுவோடு தனித்து இருப்பது கொண்டாட்டம்.

ஒரு காரை வீட்டின் மாடியில் கூரை வேய்ந்த அறை. அதிலேயே தடுத்து சமையலறை ஆக்கியாயிற்று. பிள்ளைகள் வளர்ந்த பின்பு அந்த அறை சுத்தமாய்ப் போதுமானதாக இல்லை. வளரும் பிள்ளைகள் உறக்கத்தில் உருண்டுபோய் எதிலாவது இடித்துக் கவிழ்த்துகிறார்கள். இரவில் படுக்கையில் வட்டமடிக்கும் அவர்களை அடிக்கடி சரிசெய்து படுக்கவைப்பதே பெரியவேலை.

பகல் ஷிப்ட் இருக்கும் நாட்களில் வீடுதிரும்பும் போது எதையாவது தின்ன வாங்கிவரும் வழக்கம் கோபாலுக்கு உண்டு. விவரம் தெரிவதற்கு முன்பு அதனால் எந்தப் பிரச்சனையும் இல்லை. விவரம் தெரிந்தபின் அவர்கள் அப்பா வரும் வரைக்கும் உறங்குவதேயில்லை. 'மறுநாள் ஸ்கூலு இருக்கிறதுல்ல, தூங்குங்கடா' என்னும் சரசுக்கு 'இரும்மா, நைனா எதுனா துண்றதுக்கு வாங்கிக்கினு வரும்'

என்று முழித்துக்கொண்டு கிடப்பார்கள். ‘ஏண்டா, எதுனா வாங்கிவந்தா காலைல காணாமப் பூடுமா, இல்ல நானே தின்றுவனா, ‘தூங்குங்கடா’ என்பாள். அதெல்லாம் அவர்கள் காதில் விழவே விழாது. சில நாட்கள் அவர்கள் தன்னையும் அறியாமல் தூங்கிவிடுவதுண்டு. ஆனால் எப்படித் தெரியுமோ கோபால் உள்நுழைந்து உடையை மாற்றுகிறபோது விழித்துக் கொள்வார்கள். ‘நல்லா தின்பண்டம் வாங்கித்தந்து கெடுத்து வச்சிகிற’ என்னும் சரசுவுக்கு கோபால் தன் சிரிப்பையே பதிலாக்கி விடுவான்.

கோபாலுக்கு உறக்கம் எல்லாம் பெரிய விஷயமே இல்லை. சாப்பிட்டு முடித்ததும் சரசு படுத்துக் கொள்வாள். கோபால் வெளியே அமர்ந்து தொலைவில் நெடுஞ்சாலையில் ஓடும் வாகனங்களைப் பார்த்தபடி பீடி வலித்துக் கொண்டிருப்பான். வேடிக்கை சுவாரசியத்தில் இரண்டு மூன்று பீடிகள் ஓடும். அதன் பின்னும் உறக்கம் வராத இரவுகளில் அவன் சரசுவை நெருங்கிப் படுத்துக்கொள்வான்.

ஆசையும் பயமும் ஜோடிபோட்டுக் கொண்டு அவளுக்குள் உற்பத்தியாகி யிருக்கும். கோபாலுவின் கரங்களைத் தன் மேல் எடுத்துப் போட்டுக் கொள்வாள். அப்படிப் போட்டுக்கொண்டு விட்டதாலே கோபால் அவளை அடைந்து விட முடியாது.

பெரியவன் கொஞ்சம் வளர்ந்துவிட்டான். இரவில் அவன் உறக்குவதற்கு நேரம் பிடிக்கிறது. அசந்து உறங்குகிறாப் போல் இருக்கும். அப்படியே உருண்டு வந்து முகத்தில் காலைப் போடுவான். காலை எடுத்துவிட்டால் விழித்துக்கொண்டு மலங்க மலங்க விழிப்பான். அவனைக் குற்றம் சொல்ல முடியாது. வளரும் பிள்ளைகளுக்கு நிறைய இடம் தேவைப் படுகிறது. என்ன செய்ய, இருக்கும் இடத்தில் தான் எல்லாமும். அதற்காக எத்தனை நாளைக்கு கோபாலையே பொறுத்துக்கொள்ளச் சொல்வது.

பாவம் கோபால். மற்ற ஆண்களைப் போல இல்லை. பீடி பிடிப்பதைத் தவிர வேறு கெட்ட பழக்கங்கள் இல்லை. சரசு என்ன சொல்கிறாளோ அப்படி வாழ்வதுதான் வாழ்க்கை என்று முடிந்துகொண்டவன். அப்படிப் பட்டவனைத் தவிக்க விட அவளுக்கு மனமே இருக்காது. இரவு சின்னதாய் எரியும் பல்பை அணைத்துவிடுவாள். வாசல் கதவிடுக்கில் கசிந்து உள்நுழையும் தெருவிளக்கின் ஒளியை ஒரு துண்டைப் போட்டு மறைத்துக் கதவை அடைத்து வைப்பாள். வெளிச்சம் சுத்தமாக இல்லை

என்று நம்பிக்கை வந்தவுடன் தான் அவள் கோபாலைத் தொட அனுமதிப்பாள். ஆனால் வெளிச்சம் போனதும் அறை இருட்டாக இருக்கும். சில நிமிடங்களில் கண்கள் இருட்டுக்குப் பழகிக் கொண்டதும் அறை நன்கு தெரியும். அப்பொழுதுதான் அவளும் உடலைத் தளர்த்திக்கொண்டு ஆசைப்பட ஆரம்பித்திருப்பாள். கண்களுக்கு கூரையும் பக்கத்தில் படுத்திருக்கும் பிள்ளைகள் முகமும் தெரிய அவளுக்கு பக் என்று இருக்கும்.

அவள் கோபாலைப் பார்த்துக்கொண்டே கொஞ்சி மகிழ்ந்து எத்தனை நாட்கள் ஆகிவிட்டது. அவள் பிள்ளைகள் அசைகிறார்களா என்பதையே வெறித்தபடி இருப்பாள். கோபாலுக்கு அவளைப் பார்க்கப் பாவமாக இருக்கும். தனக்காகவும் பிள்ளைகளுக்காகவும் தத்தளிக்கும் அவளுக்காக ஆயுள் முழுசுக்கும் எதுவும் இல்லை என்று அவள் சொன்னாலும் சரி என்று புன்னைகையோடு செல்ல அவன் தயாராய் இருப்பான். ஆனால் சரசு தன் பங்கில் எந்தக் குறையும் இருக்கக் கூடாது என்பதில் உறுதியாய் இருந்தாள். முந்தாநாள் வந்திருந்த மாமியார் பிள்ளைகளைக் கையோடு கூட்டிக்கொண்டு போய் இரண்டு நாட்கள் வைத்துக் கொள்வதாகச் சொன்னார். கோபாலோ, 'அவகிட்ட கேட்டுக்கிடுங்க' என்று சொல்லிவிட்டு வந்திருந்தான். கிளம்பும் போது சரசு கோபாலைப் பார்த்து ஒரு சிரிப்பு சிரித்தாள். கோபாலுக்கு காதோரம் சிலிர்த்தது. ஒரு பத்து மணிக்கு போன் செய்து அம்மா பிள்ளைகளை அழைத்துக்கொண்டு கடைசி பஸ்ஸுக்குக் கிளம்பிவிட்டார் என்றாள். 'என்னாடி சொல்ற, பேசாம லீவு சொல்லிகினு வந்துறவா' 'ம்கூம்'. ஒழுங்கா மருவாதியா வேலையப் பாரு. புள்ளைங்க ரெண்டு நாள் செண்டுதான் வரும். புரியுதா? கெணத்துத் தண்ணிய வெள்ளமா கொண்டு பூடும்' என்று சொல்லி போனை வைத்தாள். கிணற்றுத் தண்ணீர் என அவள் தன்னைச் சொன்னது அவனுக்குக் கிளுகிளுத்தது. வெறும் பேச்சு, சரசுவின் இந்த அன்புகலந்த பேச்சு இதுபோதும். வேறு எதுவும் வேண்டாம். அந்தரங்கமான பேச்சு. உண்மையில் அதுவே எவ்வளவு திருப்தியைத் தருகிறது. இன்னும் ரெண்டு வார்த்தை பேசினாள் என்றால், அதுவே போதும். புருஷன் பொண்டாட்டி ஆசையா வாழ்ந்தா வெறும் வார்த்தையே போதும். நாட்பட நாட்பட அதுகூட வேண்டாம். அருகாமையும் பார்வையுமே போதுமானது. சரசுவின் பார்வையே தன்னை எவ்வளவு தூரம் கூட்டிச் செல்லும், என்று அவன் அறிவான். ஒண்ணுமில்ல, 'நமக்குன்னு ஒரு உசிரு' என்கிற நினைப்பு

உருவாக்குகிற தனி போதையில்லையா அது.

கோபாலுவுக்கு மனதில் என்ன என்னவோ தோன்றியது. மழை வாசலில் அடித்துப் பெய்துகொண்டிருந்தது. கோபாலு அப்படியே அசந்துபோய் ஒரு காரின் மீது ஏறி அமர்ந்து அப்படியே சாய்ந்து உறங்கிவிட்டான்.

*

யாரோ சத்தமாய்க் கூப்பிடுவது கேட்டு கோபால் விழித்துக்கொண்டான். வயதான செக்யூரிட்டி ஒருவர், படிக்கட்டுகளில் சிரமப்பட்டு இறங்கிவந்து கொண்டிருந்தார். அவர்தான் சத்தமாய்க் கூவியிருக்கிறார்.

"என்ன பெருசு, எதுக்குக் கத்துற"

"என்னது எதுக்குக் கத்துறனா, என்ன நீ அசந்து தூங்கிட்டியா, வெளிய என்ன களேபரம் நடக்குதுன்னு தெரியுமா?"

"என்னாச்சு..."

பெரியவர் அருகே வந்திருந்தார். கோபால் காரிலிருந்து கீழே குதித்தான். சாதாரண நாட்களில் இப்படி எல்லாம் படுக்க வாய்ப்பே இல்லை. காலை முதலே மின்சாரம் இல்லை. ஜென்செட்டில் தான் ஓடிக்கொண்டிருந்தது. அதுவும் கொஞ்ச நேரத்துக்கு முன்பு டீசல் இல்லாமல் நின்றுபோய் விட்டது. விளக்கும் இல்லை, சிசிடிவியும் இல்லை. டீசல் வாங்கிவர ஆள் போயிருக்கிறார்கள். அந்த இடைவெளியில்தான் கோபால் கண்ணயர்ந்து விட்டான்.

"என்னாச்சு சொல்லு."

"அதையேன் கேக்குற, பின்னாடி மணப்பாக்கம் ஏரியாக்காரங்க எல்லாம் சேர்ந்து காம்பௌண்ட உடைச்சிட்டாங்க"

"ஐய்யையோ, ஏனாம்..."

"அவனுக ஊருக்குள்ளாற தண்ணி கெட்டிக்கிடக்கு. போக வழியில்ல, அதான்"

"என்ன கதையாகீதே... அதுக்குன்னு..."

"இதெல்லாம் கும்பலா வந்து உடைக்கிறவன் கிட்ட சொல்ல முடியுமா. அவனுங்க ஆத்திரம் அவனுக்கு. கும்பலா வந்தானுங்க, உடைச்சானுங்க, போயிட்டானுங்க. இப்போ தண்ணி நம்ம கம்பெனிக்குப் பின்னாடி ஆறாட்டம் ஓடிக்கினு கீது."

“அடப்பாவிகளா, கம்பெனிக்குள்ளாற வந்துறப் போதுன்னா”

“இப்பத்தைக்கு வரலை. அப்படியே வெளில ஓடி காவால சேந்து தலைவர் வீட்டு வாசல் வழியா அடையாறுக்கு ஓடுது.”

“சரி, நம்ம ஆளுங்க சும்மா வா இருந்தாங்க. போலீஸுக்காவது சொல்றதுதானே?”

“ஆமாடா. இந்த மழைல போலீஸு உங்க கம்பெனிக்கு வரத்தான் காத்துக்கிட்டு கிடக்கானா. அப்படியே போலீஸுக்குச் சொல்றதுன்னாலும் எப்படிச் சொல்றது, போன் எதுவும் வேலை செய்யல. செல்போன் போகல. இப்போதான் நம்ம சூபர்வைசர் கிளம்பி நேர்ல சொல்லி ஆளக்கூட்டியாறப் போயிருக்காரு. அப்படியே வந்தாலும் என்ன செய்யமுடியும்னு நினைக்கிற. ஆத்து வழில கட்டடத்தக் கட்டினா அவளோதான்னு சொல்லிட்டுப் போய்க்கிட்டே இருப்பான். விசாரணை எல்லாம் மழை நின்னபின்னாடிதான் நடக்கும். சரி அப்படியே ஓடுதேன்னு சந்தோசப் பட வேண்டிதான்.”

கோபாலுக்கு என்ன நடந்திருக்கிறது என்பதைக் காண ஆசை மிகுந்தது.

“அண்ணா, நீ கொஞ்சம் இங்க இரு. நான் போய் அத ஒருதபா பாத்துகினு வந்துர்றேன்.”

சொல்லிவிட்டு பதிலுக்குக் காத்திறாமல் ஓடி மேலே போனான். கம்பெனியின் பின்பக்கமாக நடந்தான். மழை கொஞ்சம் வெறித்திருந்தது. மழையில் நனைந்தபடியே வேகமாக நடந்தான். கொஞ்ச நேரத்திலேயே நீர் சலசலக்கும் சத்தம் கேட்டது. அச்சத்தம் இதுவரை அவன் கேட்டறியாதது. சில நிமிட நடையில் அவன் கண்களில் அது தெரிந்தது. ஒரு நதி அவன் கண்களுக்கு முன்னால் சுழித்துக் கொண்டு ஓடிக் கொண்டிருந்தது. அழுக்கும் அதன் நுரையுமாக காண வேறு ஏதோ ஊருக்குள் காட்டுக்குள் நுழைந்துவிட்டது போல இருந்தது. கோபால் ஒருமுறை தன்னைக் கிள்ளிப் பார்த்துக்கொண்டான்.

ஒருவேளை இன்னும் தூக்கத்தில்தான் இருக்கிறோமா. இல்லை இல்லை. கண்ணில் தெரியும் இந்த நீரின் பிரவாகமும் அதன் ஒலியும் அத்தனை நிச்சயமானவை. இருண்டு கொண்டிருக்கும் இந்தப் பொழுது இதுவரை தன் வாழ்வில் கண்டேயிராத கனவுப் பொழுது. சுட்டெரிக்கும்

வெயில் கண்டதுண்டு. சைக்கிள் மிதித்துக்கொண்டு சிக்னலில் நிற்கும்போது பாதங்களில் அனலில் கால் வைத்துவிட்டது போலப் படரும் சூடு, அதுதானே இந்த ஊரின் நிஜம். இந்த நாளும் இந்த ஆறும் இந்த இருளும், ஓ எவ்வளவு அச்சமூட்டக் கூடியதாக இருக்கிறது.

கோபாலுக்கு உண்மையில் அவை ஏதோ ஓர் அச்சத்தை அவனுள் உருவாக்கியது. பழகியிராத ஊரில் கைவிடப்பட்டு நிற்கிற அச்சம். இனி ஒருபோதும் இந்தக் காட்சிகள் மாறாமல் அப்படியே நிலைத்துவிடும் என்கிற அச்சம். அப்படி நிலைத்துவிட்டால்ஞ் இந்த ஊர் நீரில் அமிழ்ந்துவிட்டால்? நல்லவேளை பிள்ளைகள் மாமியாரோடு ஊருக்குப் போய் இருக்கிறார்கள். வீடு இருக்கும் இடம் கொஞ்சம் மேடுதான். சரசு கூட மாடியில் பத்திரமாகத் தான் இருப்பாள். அந்த நினைவே கொஞ்சம் ஆசுவாசமாக இருந்தது.

திரும்பி வாசலுக்கு வந்தான். ஒருவர் வண்டி ஒன்றைத் தள்ளிக்கொண்டே உள்ளே வந்தார்.

“ஊரெல்லாம் ஒரே தண்ணிக்காடு. எங்கையும் போகமுடியல. வண்டி வேற நின்னுடுச்சு. போரூர் ஏரி உடைஞ்சிருச்சாம். அக்கம் பக்கமெல்லாம் ஒரே வெள்ளம்”

கோபாலு அவர் சொல்வதை திகில்க் கதை கேட்பது போல் கேட்டுக் கொண்டிருந்தான். அவன் நெஞ்சம் அவர் சொல்வதைக் கேட்டபடியே திக் திக் என இசைத்துக் கொண்டிருந்தது.

***

10

வனாந்தரத்தில் வழிமறிக்கப்பட்ட யானைகள் மிரள்வதைப் போல வீடுகளுக்குள் நுழைந்து துவம்சம் செய்யத் தொடங்கிய மழைநீர் சுவர் வீழ்ந்ததும் மீண்டும் தன் வழியைக் கண்டடைந்ததில் புல்வெளியில் மான்குட்டிகளைப் போலத் துள்ளி உற்சாகமாய் ஓட ஆரம்பித்தது. இளைஞர்கள் ஆர்ப்பரித்தனர். துணைக்கு தூரவானிலிருந்து ஒரு தொடர் இடிச்சத்தம். சுவர் வீழ்ந்தபோது எழுந்த சத்தம் கூட ஒரு சிறு இடியின் சத்தம் போலத் தான் கேட்டது. கூடவே நீர் பாய்ந்து ஓடும் பெரும் சலங்கைகளின் சத்தம். இளைஞர்கள் கூச்சலோடு ஒரு பெரும் பாடலுக்கு நடனமாடுகிறவர்கள் போலச் சத்தமிட்டார்கள்.

பெரியவர்கள் அவர்களை அதட்டினர்.

"வேலை ஆச்சுல்ல. சும்மா கத்தி கூச்சல் போட்டு, நாம என்னவோ அவன் சொத்தப் பிடுங்க வந்திருக்கோம்னு அவன் நினைச்சுக் கிடவா. பேசாம வாங்கடா."

ஆடிக் கொண்டிர்ந்த இளைஞர்கள் அமைதியாகி நின்றார்கள். அவர்களுக்கு பெருசுகளின் பேச்சில் உள்ள நியாயம் புரிந்தது. மேஸ்திரி நீரின் பாதையில் கிடந்த சில பெரிய அளவிலான கற்களைப் புரட்டி வேறுபக்கம் போட்டார். மற்றவர்களும் அதைப் புரிந்துகொண்டு உடைப்புகளில் விழுந்த கற்களைப் பொறுக்கி ஓரமாகப் போட்டனர். நீர் இப்பொழுது அதன் போக்கில் அத்தனை நல்ல பிள்ளை போலப் போக ஆரம்பித்து விட்டது. கூட்டம் திரும்பி ஊர் நோக்கி நடக்க ஆரம்பித்தது.

பெருசுகளுக்கு இதற்கான எதிர்வினை எப்படி இருக்கும் என்கிற பயம் இருந்தபோதும் வரும்போது இருந்த இறுக்கம் தற்போது இல்லை. தங்கள் பக்க நியாயங்களை

ஒருவருக்கொருவர் பகிர்ந்து கொண்டார்கள். உண்மையில் அது வரப்போகும் காவல் அதிகாரிகளிடம் சொல்வது போன்ற ஒத்திகையாகவே இருந்தது. தலைவர் மட்டும் அவர்களோடு சேர்ந்து வந்திருந்தால் இந்த பயம் தேவையில்லை. ஆனால் அவர் ஒதுங்கிக் கொண்டார். நிச்சயம் இந்நேரம் அவரே சம்பந்தப் பட்டவர்களுக்குத் தகவல் சொல்லியிருக்கக் கூடும்.

அரசியல்வாதிகளின் கண் அசைவு இன்றி எது நடக்கும். எத்தனை பெரிய கோடீஸ்வரன் கூட உள்ளூர் அரசியல்வாதியின் ஒத்துழைப்பின்றி என்னதான் செய்துவிடமுடியும். தலைவர் கூடவந்து சுவரை இடித்திருந்தாலும் அவருக்காக அந்நிறுவனமும் காவல்துறையும் கண்டும் காணாமலும் போயிருக்கும். ஆனால் ஏனோ அவர் மறுத்துவிட்டார். தலைமை இல்லாமலும் மக்களால் ஒன்றாகித் திரள முடிந்தது மகிழ்ச்சிதான். சாதாரணமாக இரண்டு பக்கமாய்ப் பிரிந்து கிடக்கும் ஊர் செனம் இன்று ஒன்றாகி நின்றதும் ஆச்சரியம்தான். வாழ்க்கை, அது சார்ந்த பெரும் நெருக்கடி, இவைதான் மனிதர்களைத் தங்கள் தேவை சார்ந்து போராட வைக்கிறது. எந்த உயிரும் சுருண்டு விழுந்து சத்தமின்றிச் சாவதை விடப் போராடி வாழ்க்கைக்கான சாத்தியங்களை அதிகப் படுத்தவே துணிகிறது.

பெருசு என்ன என்னவோ நினைத்துக்கொண்டு நடந்தார்.

நீர் அளவு இப்பொழுது கணிசமாகக் குறைந்திருந்தது. போகும் போது முட்டிவரைக்கும் ஓடிய நீர் இப்பொழுது பாதியாகி விட்டது. மழை மட்டும் கொஞ்சம் வெறித்தால் போதும், சுத்தமாக வடிந்துவிடும், என்றிருந்தது. ஊர்த் தெருவுக்குள் நீர் இன்னுமே குறைந்திருந்தது. நாயரின் டீக்கடை தவிர பிற கடைகள் எல்லாம் மூடிக் கிடந்தன. நாயர், கடையினுள் புகுந்திருந்த நீரை மொண்டு வெளியேற்றிக் கொண்டிருந்தார். கூட அவரின் மனைவியும் துணைக்கு நின்றுகொண்டு பொருட்களை நகர்த்திவைத்துக் கொண்டிருந்தார். கூட்டமாக மக்கள் வருவதைப் பார்த்ததும் அவர் நீர் அள்ளுவதை விட்டுவிட்டுத் தெருவுக்கு வந்தார்.

“ஐயா போகும்போது ஒத்த குரல் கொடுத்திருந்தால் நானும் வந்திருப்பேன் இல்ல. நானும் இந்த ஊருதானே, நீங்கமட்டும் போனா எப்படி? நல்லது கெட்டதுன்னா நாயர் கலந்துக்க மாட்டார்னு நினைச்சுட்டீங்களா.”

பெரியவர் மறுப்பது போல சைகை செய்தார்.

“அதனால் என்ன நாயர். இன்னும் கொஞ்ச நேரத்துல போலீஸ் வரும். அப்போ யார் யார் எல்லாம் இடிச்சீங்கன்னு கேப்பாங்க. அப்போ கூட வந்து நில்லும், அதுபோதும். சரியா”

நாயர் சிரித்தார். “நீங்க என்ன நினைச்சது, நாயர் போலீஸ்னா பயந்து நடுங்கும்னா. நம்ம நாடு கேரளாவாக்கும். நாளுக்கு ஒரு ஹர்த்தால், தினத்துக்கு ஒரு போராட்டம் நடத்துற பூமி. போலீஸ் அடியெல்லாம் வாங்கி வாங்கி மரத்துப் போன உடம்புதான். ஒருவிதத்துல ஊரவிட்டுப் போய் டீக்கடைவச்சுன்னாலும் பொழைச்சு உயிரோட இருந்துக்கோன்னு சொல்லி வீட்டாளுங்க தொரத்திவிட்டுட்டாங்க.”

கூட்டத்தில் இருந்த ஒரு பையன், “நாயர் ஒரு போராளியாக்கும்” என்று சொல்லிச் சிரித்தான். நாயரும் விடாமல் “பின்ன ஞான் நக்ஸலைட் போலொரு போராளியானு.”

இளைஞர்கள் அவருக்குப் பயப்படுபவர்கள் போல சைகை செய்தார்கள். அவர்களில் ஒருவன்

“சரி சேட்டா. உன்னைப் போராளின்னு ஒத்துக்கிறோம். எல்லாருக்கும் ஒரு சூடா ஒரு டீ போட்டு உன் போராட்டத்தைத் தொடங்கு பாப்போம்.”

“சேட்டா, அவன் சொல்றானேன்னு போடாதே. எவன் பையலயும் காசு இல்ல. ஓசில குடிச்சிட்டுக் கடன் சொல்லிட்டுப் போயிடுவானுங்க.”

“பெறகு காச வாங்க நீ போராளியாகணும்...”

“அட, இதுல என்ன இருக்கு. ஆனா ஒரு பிரச்சனை. பால் இல்லை. ஒன்லி கட்டன் சாயாதான்.”

“நல்ல வேளை. டீத்தூளும் இல்ல. சுடு வெள்ளம்தான்னு சொல்லாம விட்டாரு.”

“அட விடு சேட்டா, ஒரு பேச்சுக்குச் சொன்னோம். நாங்க கிளம்புறோம்”

“இல்லை இல்லை. எல்லோரும் இருந்து சாயா குடிச்சிட்டுத் தான் போகணும். இது என்னோட ரிக்வெஸ்ட்”

எல்லோருக்கும் கூச்சமாக இருந்தது. கிண்டலுக்குக் கேட்டாலும் யாராவது எதையாவது இலவசமாகத் தருவது

என்றால் மனம் கூசத்தான் செய்கிறது. ஆனாலும் எல்லோருக்கும் சூடாகக் குடித்தால் தேவலாம் என்றுதான் இருந்தது. யாரும் நகராமல் நிற்பது கண்டு பெருசும் நிற்க வேண்டியதாகி விட்டது. டீ கிடைக்கும் என்பதை விட மழையில் நனைந்தபடி நீரில் நிற்கப் பெருசுக்குக் கால் குடைச்சலாய் வலித்தது.

நாயர் சூடாக டீ போட்டுக் கொடுத்தார். கடும் டீ. சர்க்கரை குறைவாக இருந்தது. அதனால் டீயின் கடுகடுப்பு அதில் கடுமையாக இருந்தது. இளைஞர்கள் சர்க்கரை எஸ்ட்ரா கேட்டு வாங்கிக்கொண்டார்கள். ஆனால் பெரியவருக்கு அதுவே மிகவும் ரசிக்கத் தக்கதாக இருந்தது. சில மிடருகளே இருந்த அந்தக் கடும் டீ அத்தனை உற்சாகம் தருவதாக இருந்தது. எல்லோரும் நாயருக்கு நன்றி சொல்லிக்கொண்டு நடந்தார்கள். அவரவர்கள் அவரவர்கள் வீடுகளை அடைந்த போது தண்ணீர் நன்கு வடிந்திருந்தது. வீட்டினுள் நுழைந்து தேங்கியிருந்த நீரினை வீட்டுப்பெண்கள் மொண்டு வெளியே ஊற்றிக் கொண்டிருந்தனர்.

இருளும் அளவுக்கு நேரமாகிவிட்டதா என்று தெரியவில்லை. ஆனாலும் இருள் மிக வேகமாக ஓடிவந்து கொண்டிருந்தது. மின்சாரம் இல்லாததால் எல்லோரும் அவரவர் வீட்டு வாசல்களில் எண்ணெய் விளக்குகளைப் பொருத்தி வைத்துவிட்டு வேலை செய்தார்கள்.

ஒரு வீட்டிலிருந்து பெண் ஒருத்தி பதறியடித்தபடி ஓடிவந்தாள். கையில் வைத்திருந்த ஏதோ பொருளைப் பதட்டத்தில் வீட்டினுள் போட்டிருக்கிறாள். சிமிண்ட் தரையில் அந்தப் பொருள் விழுந்து சுற்றும் சத்தம் வேறு கேட்டது. எல்லோரும் அவரவர் வேலைகளை அப்படி அப்படியே போட்டு விட்டு ஓடிவந்தார்கள். அவளுக்கு இந்தக் குளிரிலும் முகமெல்லாம் வேர்த்திருந்தது. வார்த்தைகள் வெளிவரத் தயங்கின.

“என்னா ஆச்சுடி சொல்லு” என்று அவளைத் தாங்கிப் பிடித்திருந்த பெண்கள் கேட்டார்கள். அவள் திணறியபடி “பாம்பு... பாம்பு” என்றாள். பெண்கள் தொலைவில் நின்றிருந்த ஆண்களைப் பெயர் சொல்லிக் கூப்பிட்டாள். அவன் ஓடிவந்தான். கூடவே இரண்டு இளவட்டப் பையன்கள்.

விசயத்தைச் சொல்லவும் அவர்கள் உள்ளே நுழைந்தார்கள். வீட்டினுள் இருள் சூழ்ந்திருந்தது. ஒருவன் கையில் வைத்திருந்த டார்ச்சை அடித்தான். கவிழ்த்து வைத்திருந்த பாத்திரத்தை

எடுத்தபோது அதன் அடியில் பாம்பு இருப்பதை அவள் கண்டிருக்கிறாள். பாத்திரத்தை அப்படியே போட்டுவிட்டு ஓடி வந்து விட்டாள். பாத்திரம் அதிர்ந்து கவிழ்ந்து கிடந்தது. பக்கத்திலேயே அந்தப் பாம்பும். சுமார் பத்து அடியிருக்கும். அதன் மேனி எங்கும் அப்படி ஒரு பளபளப்பு. கொசுவர்த்திச் சுருள் போலச் சுருண்டு தன் தலையை மட்டும் மேலே கொஞ்சம் தூக்கிப் பார்த்தது.

பாம்பு அதிக பயத்தில் அல்லது சோர்வில் இருக்கிறது. மழை நீர் எங்கிருந்தோ அடித்துக்கொண்டு வந்திருக்கிறது. மனிதர்களின் வருகைக்கு அது சீறும் சக்தியற்று இருப்பது போலத் தோன்றியது. தலையைத் தாழ்த்திப் படுத்துக் கொண்டது. வாழ்வில் இனி ஓடி ஒளிய முடியாத, விரும்பாத தருணம். மனம் மெல்ல நிகழ்வதற்குத் தன்னைத் தயார்ப் படுத்திக் கொள்ளும் தருணம், அத்தருணத்தின் வாழ்வினைப் போல இருந்தது அதன் செயல். என்ன வேண்டுமோ செய்து கொள்ளுங்கள் என்பது போலவும் ஏதோ சொந்தவீட்டில் கால்நீட்டிச் சோர்ந்திருக்கிற ஒரு வயசாளியின் செய்கை போலவும் இருந்தது.

பெரியவர் உள்ளே வந்தார். டார்ச்சை வாங்கி அடித்துக் கண் சுருக்கிப் பார்த்தார்.

“டேய் நல்லதுடா.”

முன்னால் நின்ற பையன் சற்று பின் வாங்கினான்.

அது இருக்கும் நீளத்துக்கு அங்கிருந்து அது சிறு துள்ளல் செய்திருந்தால் இந்நேரம் அனைவரையும் தொட்டிருக்கலாம். ஆனால் அது அப்படிச் செய்யவில்லை. எல்லோரும் சத்தம் போடாமல் வெளியே வந்தார்கள்.

“கிண்டி பாம்புப் பண்ணைக்குப் போன் பண்ணி பாம்பு பிடிக்கிறவங்க யாரையாவது கூப்பிடலாம்பா.”

“அடப் போங்கண்ணே, போனே எதுவும் போவல. இதுல பாம்பு பிடிக்கிறவங்கள எங்க கூப்பிடுறது.”

“பாம்ப எப்படியாவது ஊட்ட விட்டு வெளிய கொண்டாந்துட்டா அடிச்சிறலாம்...”

“என்னது நல்லத அடிக்கிறதாவது...”

“என்ன பெருசு, அடிக்காம? பேசாம நல்லத உங்க வூட்டுக்கு எடுத்துகினு போய் வளத்துக்க, யார் வேண்டாம்னா.”

எல்லோரும் சிரித்தார்கள். அந்த இக்கட்டிலும் எல்லோராலும் சிரிக்க முடிந்தது.

"வாய மூடுடா, நாதாரி. மாரியாத்தாளுக்கு பொங்கலு வைக்கிறென்னு வேண்டிக்க. தன்னால அதுவே போயிடும்..."

"அப்ப சரி. வாங்கடா, மாரியாத்தா வந்து பாம்ப பிடிச்சிகினு போகட்டும்" என்று ஒரு இளைஞர் கிண்டல் செய்தான்.

பெரியவருக்கு ஏன் பேசினோம் என்பதுபோல இருந்தது.

"பேசாம ஒரு கொம்ப எடுத்து வெளில இருந்து உள்ள விட்டு அதைச் சீண்டுவோம். எப்படியும் வெளில வரும். அப்போ அதை அடிக்கலாம். உள்ள அது சீறினாலும் நம்மால தப்பிக்க முடியாது..."

மற்றவர்களுக்கு வேறு வழி தோன்றவில்லை.

பெரிய கம்பைத் தேடி எடுத்தார்கள். அது பெரிய பந்தல்கள் போடும் மூங்கில் கம்புபோல இருந்தது. மற்ற வீடுகளில் வீட்டுக் கதவை மூடிவைத்து விட்டு வெளியே நின்றார்கள். ஒருவன் டார்ச் லைட் அடிக்க மற்றவன் வீட்டினுள் கம்பை நுழைத்தபடி உள்ளே பார்த்தான்...

அத்தனை நேரம் சாதுவாகக் கயிறுபோலப் படுத்திருந்த அந்த நாகம் இரண்டு அடி உயரத்துக்குப் படம் எடுத்து நின்றது. டார்ச் ஒளி பட்டு அதன் இரு சிறு விழிகளும் வைரம் போல் மின்னின. அதைக் கண்டதும் டார்ச் லைட் வைத்திருந்தவன் பயந்து அதைக் கீழே போட்டான். லைட் கீழே ஒளிக் கற்றைகளைப் பாய்ச்சிக் கொண்டு கீழே கிடந்தது. கம்பைப் பிடித்திருந்தவன் மற்றவர்களுக்குச் சைகை செய்தான். எல்லோரும் அவன்பக்கம் வந்து நின்று அந்தப் பாம்பைப் பார்த்தார்கள். எல்லோருக்குள்ளும் பயத்தின் அமிலம் சுரக்க ஆரம்பித்தது. பெரியவர் எட்டிப்பார்த்துக் கன்னத்தில் போட்டுக்கொண்டார். கம்பைப் பிடித்திருந்தவனுக்குக் கைகள் நடுங்கின. அதைப் பார்த்த மற்றொரு இளைஞன் அவன் கையில் இருந்து கம்பை வாங்கினான். மற்ற எல்லோரையும் கலைந்து போகும்படிச் சைகை செய்தான். டார்ச் லைட்டையும் அவனே கையில் வாங்கிக்கொண்டான்.

டார்ச்சை பாம்பின் கண்நோக்கி அடித்தான். பாம்பு ஒளியை கவனித்தது. லைட்டை இருபுறமும் ஆட்டினான். ஒளி இருபுறமும் பாய பாம்பு அது ஆடும் திசையில்

திரும்பியவண்ணம் இருந்தது. இரண்டுமுறை வலது பக்கம் ஆட்டிவிட்டு டார்ச்சை இடதுபக்கம் ஆட்டினான். பாம்பு இடதுபக்கம் திரும்பியது. இந்தமுறை தன் படத்தோடு திரும்பி ஒளியைத் தன் பார்வையால் பின்தொடர்ந்தது. மீண்டும் ஒருமுறை வலதுபுறம் திருப்பிவிட்டு இடதுபுறம் திருப்பும் போது அது மீண்டும் இடதுபுறம் திரும்பியது. ஒளியை அப்படியே கீழே தரையில் விழுமாறு தாழ்த்தினான். அது குளத்தில் தண்ணீர் குடிப்பவன் தலையை நீர் நோக்கித் தணிப்பதுபோலே பாம்பு ஒளியை நோக்கித் தன் தலையை இறக்கியதுதான் தாமதம் அவன் மூங்கில் கம்பின் முனையை அதன் தலையில் வைத்து அமுக்கினான்.

தன் வலு அனைத்தையும் திரட்டி அவன் அந்தக் கம்பை அதன் தலையில் ஒரு நொடியில் ஊன்றினான். தான் தாக்கப் படுகிறோம் என்பதை உணர்ந்ததும் அந்தப் பாம்பு தனது போராட்டத்தைத் தொடங்கியது. அதன் பத்தடி உடலை காற்றில் சுழற்றி அடித்தது. அந்தக் கம்பின் மேல் தன் உடலைச் சுற்றி முறுக்கியது. தலையை விடுவித்துக் கொள்ள உடலோடு சேர்த்து அந்தக் கொம்பை அசைக்கப் பார்த்தது.

அவன் நல்ல இறுகிய தோள்களுக்கும் கரங்களுக்கும் சொந்தக்காரனாக இருந்தான். அவன் முறுக்கேறிய கரங்களால் நீண்ட நேரம் கொம்பை அசையாமல் பிடித்துக்கொண்டான். அதற்குள் ஒருசில இளைஞர்கள் உள்ளே ஓடி கையில் இருந்த கத்தி ஒன்றினால் கொம்பில் சுற்றிக்கொண்டிருந்த பாம்பின் வாலை இழுத்து வெட்டினான். வெட்டியதில் பாம்பு இரண்டு துண்டானது. ஆனால் வெட்டிய வேகத்தில் கொம்பும் லேசாக விலகப் பாம்பு தன் தலையை நொடியில் விடுவித்தது. இரண்டு பாம்புகளைப் போல அதன் இரண்டு உடல்களும் நெளிந்தன, தலைப்பகுதியைத் தூக்கி அது மீண்டுமொரு படம் எடுக்க முயன்றது. ஆனால் அதால் அத்தனை எளிதில் தன் உடலை இப்பொழுது தூக்க முடியவில்லை. தலையில் ஏற்பட்ட வலிகூடக் காரணமாக இருக்கலாம். ஆனால் வெட்டப்பட்ட வால் அத்தனை வேகமாக நெளிந்து கொண்டிருந்தது. மீண்டும் கம்பினால் அந்தப் பாம்பின் தலையை நசுக்கினான். இப்பொழுது அது தன்னை இழந்து வீழ்ந்தது. மீண்டும் மீண்டும் மீண்டும் அதைத் தலையிலேயே அடித்தான். பாம்பின் தலை முழுமையாக நசுங்கிச் செத்திருந்தது. உள்ளே சென்றவன் பாம்பினைத் தன் கத்தியில் தூக்கி வெளியே கொண்டுவந்து போட்டான்.

அந்த வீட்டுப்பெண் இன்னமும் நடுங்கியபடியே இருந்தாள். அவளுக்கு பதிலாகப் பக்கத்துவீட்டுப் பெண்கள் உள்ளே போய் இரத்தம் சிதறிக்கிடந்த அந்த இடத்தை நன்கு சுத்தம் செய்தனர். பெரியவர் தலையில் அடித்துக்கொண்டு அவர் வீடு நோக்கிப் போனார். சின்னப்பிள்ளைகள் எல்லாம் பாம்பின் சடலத்தைத் தூக்கிக்கொண்டு போகிறவன் பின் ஊர்வலமாகப் போனார்கள். கொஞ்ச தூரம் தள்ளியிருந்த புதரில் அதை வீசினான் அந்த இளைஞன். புதரின் அடிவாரத்தில் தேங்கியிருந்த நீரில் அதுவிழ 'பொளக்' என்ற சத்தம் கேட்டது. பிள்ளைகள் எல்லோரும் கைதட்டிச் சிரித்தனர். அந்த இளைஞன் அவர்களை சத்தம் போடாமல் வரச் சொல்லி கையமர்த்தினான். ஆனாலும் அவர்கள் அவர்களுக்குள்ளாகப் பேசிக்கொண்டே வந்தார்கள். அவை பாம்பு பற்றிய கதைகளாக இருந்தது. கடைசியாக ஒருவன், "டேய் நல்லபாம்பக் கொல்லக்கூடாதுடா, அப்படியே கொன்னாலும் அதோட உடம்பை எரிச்சிடணும். அப்படி யில்லைன்னாக்கா அதோட ஜோடிப்பாம்பு மோப்பம் பிடிச்சுவந்து பாக்கும். அப்படிப் பாக்கச்சுலோ செத்த பாம்போட கண்ணுல அதக் கொன்னவன் முகம் தெரியும். அதப்பாத்திட்ட அந்த ஜோடிப்பாம்பு கொன்னவன நிச்சயம் பழி வாங்குமாம். ஆமா அந்தப் பாம்போட கண்ணுல யார் முகம்டா தெரியும், தோ இந்த அண்ணன் முகமா இல்லை நம்ம பயில்வான் அண்ணன் முகமா. அண்ணா நாங்க சும்மாப் பேசிகினு வர்றோம்ணா. அதுக்கு ஏண்ணா முறைக்கிற... அண்ணா அடிக்காதண்ணா அடிக்காதண்ணா... வாங்கடா டே ஓடிர்லாம்."

***

11

இரவில் சென்னை மிகவும் சாந்தமான ஒரு மிருகமாக மாறிவிடுகிறது. அது, விழித்திருக்கும் நகரவாசிகளைத் தன் குளிர்ந்த நாவினால் தடவிவிடும் ஒரு நாய்க்குட்டியைப் போல ஒரு காற்றைச் சுழலவிடுகிறது. திலீப் மெல்ல எழுந்து பால்கனிக்கு வந்தான். சற்றுமுன் அவனே தயாரித்திருந்த கிரீன் டீயிலிருந்து வெப்பத்தின் வாசனை அவனுக்குக் கொஞ்சம் இதமாக இருந்தது. டீக் கோப்பையை எடுத்து மெல்ல உறிஞ் சிக்கொண்டே அவன் வானத்தை வெறித்துக் கொண்டிருந்தான். ஒரு பஞ்சுமிட்டாய் போன்ற சில மேகங்கள் மேற்கு நோக்கி புதிய ஊரில் வழி விசாரித்துக்கொண்டு நடப்பவனைப் போல மெல்ல ஒரு நத்தையைப் போல நகர்ந்துகொண்டிருந்தன. அந்த மேகத்தின் உண்மையான வண்ணம் எதுவென்று தெரியவில்லை. ஆனால் அது கொஞ்சம் மங்கலான ஆரஞ்சு நிறத்தில் தெரிந்தது.

சூடான தேநீர் குரல்வளைக்கு அத்தனை இதம். நாவில் இறங்கிக் குரல்வளை வழியாக ஓடி நெஞ்சுக்கூட்டை கதகதப்பாக்கி பின் வயிற்றில் சூடாய் இறங்குவதை கண்மூடி ஒரு கணம் திலீப் ரசித்தான். எல்லாம் மிதமாக அளவாக இதமாக இருக்கும்போது எத்தனை இனிமையாக இருக்கிறது. அதன் அளவில் கொஞ்சம் கூடினாலோ குறைந்தாலோ எல்லாம் குலைந்து விடுகிறது. அப்படி அளவெடுத்ததுபோல எல்லாவற்றையும் வைத்துக்கொள்கிற மனம் தான் எல்லோருக்கும் அமைந்து விடுவதில்லை. சிலபேர் அப்படி இருக்கிறார்கள். அவர்களுக்கு விதிக்கப்பட்ட அல்லது அவர்களே அப்படி அமைத்துக்கொண்ட வாழ்க்கைக்குள் வீட்டுக்குள் செயல்களுக்குள்ளாகவே காலம் காலமாக நடந்து கடந்து விடுகிறார்கள். தனக்கு சில அங்குலங்களுக்கு

அடுத்து இருக்கும் இடத்தையோ உயிரையோ மனிதனையோ பொருளையோ கூட அவர்கள் திரும்பிப் பார்ப்பதில்லை. கடிவாளம் பூட்டிக்கொண்ட பார்வைதான், என்றபோதும் அதில் ஒரு நிம்மதி இருக்கிறது. அப்படி இல்லாமல் ஆர்வ மிகுதியில் மனிதர்களை நோக்கி ஓடுகிறபோது இப்படி தூக்கத்தைத் தொலைத்துத் தனியாய் ஒரு பைத்தியம் போல நள்ளிரவில் நின்று மேகம் நகர்கிறதை வேடிக்கை பார்க்கத்தான் வேண்டும்.

மழை இல்லை. கணித்தபடி மழை நேற்று மதியமே தொடங்கியிருக்க வேண்டும். ஆனால் சுணங்குகிறது. அண்மையில் வெளியான செயற்கைக்கோள் படமும் அத்தனை நம்பிக்கை தருவதாக இல்லை. ஆனால் இதெல்லாம் எப்படி சாத்தியம். மூன்று நாட்களுக்கு முன்பு இருந்தே தீவிரமான மழையின் நாட்கள் நெருங்குவதன் அடையாளம் தெரிந்ததே. 25 ஆம் தேதியின் மழையைத் தொடர்ந்து உருவான மேலடுக்கு சுழற்சி வரைபடத்தில் ஏற்பட்ட கறை போல அப்படியே நிற்கிறது. ஆனால் அதற்குப் பின் உருவான மற்றொரு சுழற்சி மெல்லச் சுழன்றபடி நகர்கிறது. ஏறக்குறைய அது பழைய சுழற்சியோடு சில மணி நேரத்துக்கு முன்பு இணைந்துவிட்டது. நம் கடன் அதையும் கணித்துச் சொல்லியாகிவிட்டது. இரண்டுமாகச் சேர்ந்து மெல்ல வட தமிழகத்தின் கரையோரம் நகரவேண்டும். இந்தக் காலை தொடங்கி இன்னும் இரண்டு நாட்களுக்காவது மழை நீடிக்கவேண்டும். ஆனால் அதற்கான அறிகுறி ஏதும் தற்போது வானில் இல்லை.

இன்றைக்குப் பகல் பொழுதுகளில் மழை சுத்தமாக இல்லை. சில தூறல்களோடு முடிந்துவிட்டது. பள்ளிக்கு விடுமுறை அறிவித்த சில நிமிடங்களில் வானம் வெறித்துவிட்டது. வானிலை அறிக்கை சொல்பவர்களெல்லாம் இந்த சமூகத்தில் மழை திரைப்படத்தில் வரும் இடிஅமீனைப் போல காமெடியன்கள். நிறையப் பேர் குறி கேட்பவர்களைப் போலக் கேட்கிறார்கள். நாளை மழை பெய்யுமா... எப்போது பெய்யும்... பெய்யும் என்றீர்களே ஏன் பெய்யவில்லை... சொன்னபடி நடக்கவேண்டும், நடக்கவில்லை என்றால் சொன்னவனைப் பார்த்து ஒரு சிரிப்பு. இதற்கு முன்பு வேறு எதற்கும் வேறு யாரையும் பார்த்து இவ்வளவு நையாண்டியாகச் சிரித்திருப்பார்களா. காசு கொடுத்துப் பார்க்கும் ஜோசியக்காரனை, குறி சொல்லும் பூசாரியை, தேர்தலின் போது செய்வதாக வாக்களித்த அரசியல்வாதியை,

அதிகாரியை யாரையும் இவர்கள் ஒரு கணம் கூட இத்தனை கேவலமாய்ப் பார்த்துச் சிரித்ததில்லை. அப்படிச் சிரித்திருந்தால் அடுத்தகணம் அவர்கள் எல்லாம் அந்தந்தத் துறையை விட்டு விலகியிருப்பார்கள். ஆனால் இவர்கள் அவர்களைப் பார்த்துச் சிரிக்கப் போவதேயில்லை. காரணம் அச்சம். கேள்வி கேட்கவும் உரிமை பேசவும் அச்சம். இயலாமையை மென்று முழுங்கிக் கொண்டு கடந்து போகிறவர்கள் அதெப்படி ஒரு அமெச்சூர் வானிலை ஆய்வாளனை மட்டும் பார்த்து இப்படிக் கேலி பேசிச் சிரிக்கிறார்கள்.

எவ்வளவு ஆராய்ச்சி, எவ்வளவு மாடல்களைப் பார்த்துப் புரிந்துகொண்டு செயற்கைக்கோள் படத்தை உள்வாங்கி, வரலாற்று அடிப்படையில் இயற்கையின் நகர்தலைப் புரிந்துகொண்டு ஒரு கணிப்பைக் கொடுத்தால், அப்புறம்...என்று ஏளனமாகப் பேசுகிறவர்களை என்ன செய்ய. ஒரு முறைக்கு நூறுமுறை உறுதி செய்துகொண்டுதான் வெளியிடுகிறோம். படத்தைப் பார்த்து சென்னையில் ஆங்காங்கே மழை பெய்யும் என்கிறோம். எந்தெந்தப் பகுதிகள் என்று எங்கள் வரைபடத்தில் காட்டிய இடங்களில் மழை பெய்தும் இருக்கும். ஆனால் பெய்யாத பிற பகுதிக்காரர்களின் ஏளனம், அதிலிருந்து தப்ப முடீயாது...இது நாம வாங்கி வந்த வரம். அல்லது சாபம்.

இயற்கையை அவ்வளவுதான் உறுதி செய்யமுடியும். காற்றழுத்தத் தாழ்வு நிலை எந்த திசையில் நகரும் யாரால் கணிக்க முடியும். பிள்ளை பிறப்பதும் மழை வருவதும் நம்ம கைலயா இருக்கு என்று எளிதாகச் சொல்லிச் சென்றுவிட முடியும். ஆனால் அதைக் கொஞ்சம் துல்லியமாகக் கணிக்க முயல்வது ஒன்றும் வீண்வேலை இல்லையே.

எவ்வளவு மழை வரும்? எப்போது வரும்? எங்கு வரும்? அதை எப்படி சமாளிப்பது அல்லது பாதுகாப்பது இதெல்லாம் சொல்ல கணிக்கத்தான் வேண்டும். அரசு சார்ந்து இதைச் சொல்ல தனித்துறை காலம் காலமாக இருக்கிறது. அது தன்னால் ஆனவரை முயல்கிறது. அத்துறைக்குத் தரப்படும் முக்கியத்துவம் என்பது மழைநாட்களில்தான். இருக்கும் வசதிகளை வைத்துக்கொண்டு அவர்கள் ஓரளவு கணக்கிடுகிறார்கள். குறை சொல்வதற்கில்லை. ஆனால் இன்னும் அதிகமும் துல்லியமும் படுத்தபடாமல் ஒரு அசமந்தமான துறையாகத் தான் அது இன்னும் இருக்கிறது. எவ்வளவு அசமந்தமானாலும் அது அதிகார பூர்வம், எவ்வளவு துல்லியம் என்றாலும் அமெச்சூர். சரிதான்.

கடந்த ஆறு ஆண்டுகளில் வலைப்பூவில் தன் போலவே ஆர்வத்தோடு இயங்குகிற பலபேர் இணைந்திருக்கிறார்கள். எல்லோரும் இயற்கையைப் புரிந்துகொள்ளும் இந்த பூடகமான விளையாட்டை விளையாட ஆர்வமாகத்தான் இருக்கிறார்கள். அவர்களுள் சில பள்ளிக்கூடப் பையன்கள்கூட. சில ஆண்டுகளில் அந்தப் பையன்கள் ஒரு துல்லியமான ஆய்வாளனைப் போல நம்பிக்கையோடு கணிக்க ஆரம்பித்திருக்கிறார்கள். இதெல்லாம் ஒரு பக்கம் என்றால், ஒரு வெட்டிக் கூட்டமும் அங்கு கூடி விடுகிறது. 'பிரபா ஒயின்சாப் ஓனருங்களா' என்பது போலத் திரும்பத் திரும்ப 'எப்ப மழை வரும்' என்று மட்டும் கேட்டுக் கொண்டிருக்கும் சிலர். வரும் வராது வரும் வராது என்று உள்ளே வெளியே ஆடுவது போல சிலர். எதைச் சொன்னாலும் அதைக் கிண்டல் செய்யும் சிலர் என்று தொல்லையான ஒரு கூட்டமும் வந்து சேர்ந்துவிடுகிறது. நாங்களே இயற்கையின் இன்றைய மௌனத்தின் புதிரை விடுவிக்கத் திணறிக் கொண்டிருக்கும் வேளையில் வந்து கிண்டல் செய்பவர்களை என்ன செய்ய.

போனவாரம் எதிர்பார்த்த சின்ன மழைக்கே நகரம் லேசாகக் குலுங்கி அடங்கியது. நிச்சயம் வரும் மழை அதைவிடக் கடுமையான ஒன்றுதான். ஆனால் தொடங்கவில்லை. தொடங்குமா? இல்லை எல்லோரும் எள்ளி நகையாடுவதுபோல இந்தப் பருவமழைக் காலம் முடிந்துவிட்டதா? அப்படி இல்லை என்றால் எப்போது தொடங்கும்? இவைகளை எல்லாம் கணிக்கத் தடுமாறிக் கொண்டிருக்கும் கணங்களில் வந்து யாராவது அச்சிந்தனைகளில் கல்லெறிந்து விடுகிறார்கள் இன்றும் நாளையும் சேர்ந்து மிகப் பெரிய எண்ணிக்கையில் மழை பெய்யத் தொடங்கியிருக்க வேண்டும். சில வானிலையைக் கணிக்கும் உலகளாவிய நிறுவனங்கள் அதை மேலும் உறுதிப் படுத்துகின்றன. யூகே மெட் ஒரு படி மேலே போய் இந்தவாரத்தில் 50 செ.மீ பெய்யும் என்கிறது. ஓ, நினைக்கவே சிலிர்க்கிறது. ஒரு வாரத்தில் அவ்வளவு மழை அதிகமில்லை. சமாளிக்கலாம். ஆனால் அது ஒரு நாளில் இரு நாளில் பெய்து தொலைத்தால் என்ன ஆவது. அதற்கு அரசும் மக்களும் தயாரா

இதோ உறங்கும் இந்த நகரத்தையும் அதைச் சுற்றியும் உள்ள சின்னச் சின்ன ஊர்களில் வாழும் இந்த ஒன்றரைக் கோடி மக்கள் அப்படியான மழையில் எப்படி இயங்குவார்கள்.

போன மாதத்து மழையில் எல்லா ஏரிகளும் கொள்ளளவில் பெரும்பான்மையை எட்டியிருக்கிறது. மேலும் மழை பெய்ய என்ன ஆகும். வந்தபின் யோசிப்போம் என்கிற மீன்களாக நகரக் குளத்தில் வாழ்க்கையை நீந்திக் கழிக்கும் அப்பாவிகளான மக்களைக் கொஞ்சமாவது தயார்ப் படுத்தவேண்டாமா. அதற்காகத் தானே இவ்வளவு மெனக்கிடல்கள். அதைப் புரிந்து கொள்ளாமல். பேசாமல் இந்த ஆர்வத்துக்குத் தலைமுழுகி விடலாமா என்று கூடத் தோன்றுகிறது. ஆனால் தூர வானில் மின்னும் சிறு மின்னலில் வெளிச்சம் தெரிந்தால் கூட மனம் ஓடிப்போய் செயற்கைக்கோள் படத்தைத் தேடுகிறது.

"டிஜே, நீ தூங்கலியா?"

ஜென்ஸி உறக்கத்தில் இருந்து எழுந்துவந்து டிஜே வை பின்னால் இருந்து அணைத்துக்கொண்டாள்.

"சொன்னாக் கேளு, டிஜே. நீ ரொம்ப உன்னக் கஷ்டப் படுத்திக்கிற. ரிலாக்ஸ். ஏன் இவ்ளோ டல்லா இருக்க. என்ன இன்னும் மழை வரல. அதுதானே. எவனாவது பிளாக்ல வந்து உன்னைக் கிண்டல் பண்ணியிருப்பான். உடனே உனக்கு வெக்ஸ் ஆயிருக்கும் அதானே.

டிஜே நான் சொல்றதத் தப்பா நினைக்காதே. எவன் வேண்ணா என்ன வேண்ணா சொல்லிட்டுப் போகட்டும். பப்ளிக் லைப்ல இதெல்லாம் சகஜம். இதுக்கெல்லாம் நீ மிரளுற ஆளாயிருந்தா இனி பிளாக் பக்கமே போகாதே. ஆனா உன்னால அது முடியாது. அப்புறம்? கண்ட்ரோல் யுவர்செல்ப். எல்லாத்தையும் ஒரு லிமிட்ல வச்சுக்க. நீ சொல்லவேண்டியதைச் சொல்லிடு. உன் பிரெண்ட்ஸ் கூடப் பேசு. ஷேர் பண்ணிக்க. ஆனா, டோண்ட் டேக் எனிதிக் பர்சனலி இன்ட்டு யுவர் ஹார்ட். புரியுதா?"

டிஜே திரும்பி அவளைக் கட்டிக்கொண்டான். பெரும்பான்மையான நேரம் அந்தக் கம்ப்யூட்டரைக் கட்டிகொண்டு அழுவதற்கு பதிலாக மனைவியைக் கட்டிக்கொண்டிருக்கலாம். எல்லோரையும் போல வேலை, வீடு, மனைவி என்று சந்தோஷமான வாழ்க்கையாவது கிடைக்கும். ஆனால் அப்படி மாத்திரம் இருக்க முடிந்தால்தான் தேவலையே.

"சரி, ஜென்ஸி, நீ போ. நான் கொஞ்ச நேரத்துல வர்றேன்."

"டிஜே, நீ இப்பவே வா. நீ இப்படி நின்னா நான் தூங்க முடியுமா."

“சரிம்மா, ஒரு ஃபைவ் மினிட்ஸ்.”

“ஆமா, என்னதான் சொல்லுது உன் பிரெடிக்ஷன். நிஜமாவே சிவியர் ரெயின் இருக்கா.”

டிஜே சிரித்தான்.

“ஏன் சிரிக்கிற, என்னடா பொண்டாட்டியே நம்ப மாட்டேங்குறாளான்னா. நாளைக்கு ஆபீஸ்ல ஒரு முக்கியமான மீட்டிங் இருக்கு. நீ சொல்றமாதிரி மழைபேஞ்சா நான் கட் அடிக்க வசதியா இருக்கும். அப்படியே நீயும் லீவு போட்ரு. அவ்ளோ மழைபெஞ்சா கொஞ்ச நேரத்துல எப்படியும் நம்ம ஏரியால கரெண்ட் கட் ஆயிடும். யூபிஎஸ் எப்படியும் ஹாஃப் அன் ஹவர்ல போயிடும். உன் மொபைலும் சீக்கிரம் செத்துடும். அப்புறம் நீயும் நானும் ஜாலியா கட்டிப் புடிச்சுக்கிட்டு லா லல் லல் லான்னு மழைய என்ஜாய் பண்ணலாம். என்ன சொல்ற டிஜே...”

அன்பான வார்த்தைகள் மனத்தை எப்படி மீட்கிறது. டிஜேக்கு ஒரு பெரும் பாரம் விலகியதுபோல் இருந்தது.

“ஜென்ஸி, யூ ஆர் ஹாஃப் வே ரைட். நாளைக்கு நிச்சயம் அப்படி ஒரு மழை பெய்யத்தான் போகுது.”

“நீ மெட் ல யார்கிட்டையாவது டிஸ்கஸ் பண்ணினையா?”

“ம், பேசினேன். கர்ணன் சார் கிட்டயே பேசிட்டேன்”

“அவங்க ஃபாலோ பண்ற மாடல் படி அவ்ளோ டேஞ்சர் இல்லைங்கறாரு. தேவையில்லாம இதப் பேசுனா குழப்பம் வரும்னு சொல்றாரு.”

“நீ உன் ஃபைண்டிங்ஸைச் சொல்றதுதானே...”

“சொல்லிட்டேன். அதுக்கு அவர் சொன்னதுதான் தாங்க முடியலை...”

“என்ன சொன்னார்?”

“ரேடார்லையே ஒண்ணும் இல்ல. ஆனா நீ மழை வரும்னு சொல்ற. அதை எப்படி நான் அரசுக்குச் சொல்ல முடியும். என்ன புரூஃப்னு கேட்டா என்ன சொல்ல. உள்ளுணர்வுன்னா. நான் மெட்ரோலஜி டிப்பார்ட்மெண்டா இல்ல அஸ்ட்ராலஜி டிப்பார்ட்மெண்டா அப்படிங்கிறார்.”

டிஜே ஒரு கணம் மௌனமானான்.

“அதோட விட்டிருந்தாப் பரவாயில்ல. ஒரு கம்பியூட்டரும் நெட் கனெக்‌ஷன் வச்சிருக்கிற எல்லாரும் எக்ஸ்பர்ட் ஆகிட்டா அப்புறம், நாங்க என்னதான் செய்றது அப்படிங்கிறார்...” இதைச் சொல்லும்போது டிஜேவின் கண்களில் நீர் கசிந்தது. அதை ஜென்ஸி அறியாதவாறு துடைத்துக்கொண்டான்.

“அடப்பாவி மனுஷா, ராப்பகலா உக்காந்து மாடல்ஸ ரீட் பண்ண நீ படுற கஷ்டம் அவருக்கும் தானே தெரியும். இவ்ளோ ஈசியா மட்டம் தட்டிட்டாரே. லீவ் இட் டிஜே. லெட் தெம் கோ டு ஹெல். நீ உன் வேலையப் பாரு. இப்போ கொஞ்ச நேரம் தூங்கு. காலைல எழுந்துக்கோ. உனக்கு என்ன தோணுதோ அதை எழுது. நாளைக்கு என்ன நடக்கும்னு நினைக்கிறியோ அதையே உன் பிளாக்ல போடு...”

டிஜே அவளை மீண்டும் அணைத்துக் கொண்டான்.

“ஏற்கனவே போட்டேன். ‘இணைந்திருக்கும் இரு சுழற்சிகளும் காட்டப் போகின்றன தங்கள் பலத்தை’ அப்படீன்னு போட்டுட்டேன்.”

“ஓ கிரேட். அப்போ நிம்மதியா வந்து தூங்கு. காலைல எல்லாம் பாத்துக்கலாம். அப்போ ஆபீஸ் நான் போகவேண்டி யிருக்காதுல்ல, லேட்டா எழுந்திருக்கலாமா...”

டிஜே அவள் நெற்றியில் முத்தமிட்டு “நீயும் போகவேண்டாம், நானும் போறதா இல்லை” என்றான்.

***

12

விடுமுறை என்பது ஒன்றும் பெரிய ஆசுவாசமில்லை என லாவண்யாவிற்குத் தோன்றியது. விடுமுறை நாட்களில் மனமும் உடலும் ஓய்வுகொள்ளப் பெற்றவர்கள் பாக்கியவான்கள். எப்பொழுதும் நினைவில் எதையாவது பிராண்டிக் கொண்டு கிடப்பவர்களுக்கு ஏது ஓய்வு. வேலை செய்யும்போது மனம் கொஞ்சம் ஓய்வுகொண்டு உடல் முன்னிலைப் படும். மனம் விழித்துக் கொண்டிருக்கும் கணங்களில் நினைவுமழை பொழிந்து தள்ளும். நினைவுகளின் மூலைகளில் அடைந்து கிடக்கும் அத்தனையும் திரண்டு வெள்ளமாகிப் பாய்கிறது. நினைவு வெள்ளத்தின் கரையில் காலம் மறந்துபோகும். திரும்ப விரும்புகிற காலத்திற்குப் பயணப்பட்டு மனம் மீண்டும் மீண்டும் நனைந்து மகிழ்கிறது. திரும்ப விரும்பாத காலத்தின் சாலைகளில் செல்ல நேர்கிறபோது அது நகர்தலை நிறுத்திவிட்டு அந்தக் கணத்தில் மட்டும் நின்று துயருறுகிறது. இறந்தகாலத் துயரங்கள் எல்லாம் ஒரு முட்டுச் சந்தினைப் போல நகர்தலை நிறுத்திவிடுபவை. மகிழ்ச்சி காற்றைப் போல நிகழ்கால நதியில் பயணப்பட வைக்க துக்கமோ ஒரு தடையாக மாறி வழியை மறைக்கிறது. எப்பொழுதோ தடுக்கிய கல்லில் மோதிய வலி மீண்டு எழுகிறது. அப்பொழுதும் காயங்களைத் தடவி ஆறுதல் அடைந்துகொள்ள வேண்டி யிருக்கிறது. அதிலிருந்து மீண்டு வேலைக்குத் திரும்ப நீண்ட நேரம் எடுக்கிறது.

லாவண்யா, நிகழ்காலத்தில் நவீனைத் தவிர்க்க நினைத்து இறந்த காலத்தின் பிரமோத்திடம் சிக்கிக்கொண்டாள். பிரமோத்தின் நினைவுகளைப் போல அவள் வாழ்வை அலைக்கழிப்பது வேறு எதுவுமில்லை. பிரமோத் எப்பொழுதும் சுழன்றுகொண்டிருக்கும் ஒரு புயல். லாவண்யா ஓர் கலம். மீளமுடியாத அளவிற்கு அவள் அதில் சிக்கிக்கொண்டாள்.

இன்றும் என்றும் அவளால் வெளிவரமுடியுமா என்று தெரியவில்லை. உண்மையில் பிரமோத்தை புயல் அல்ல அவன்மீதான லாவண்யாவின் காதல்தான் புயல். அவளாக அவன்மேல் மையல்கொண்டு உருவாக்கிக் கொண்ட புயல். சின்னச் சின்ன மோதல்கள், சின்னச் சின்ன அன்புகள், சின்னச் சின்ன மரியாதைகள், சின்னச் சின்ன வாழ்த்துக்கள் எல்லாம் சேர்ந்து ஓர் காதலாக உருக் கொண்டது. அது தன்னுள் உருக் கொண்டதை அறிந்த அந்த நாளில் தான் அவள் பிரமோத்தோடு கடைசியாகப் பேசினாள். அந்த நாளில் அவன் பேசிக் கொண்டிருந்தபோது அவன் குரலைவிட மழையின் சத்தம் அதிகமாகக் கேட்டது. மீண்டும் அவன் தொடர்பு கிடைக்கவேயில்லை. மறுநாள் சென்னையை வெள்ளம் மூழ்கடித்த செய்தி நாளிதழ்களை நிறைந்த்திருந்தன.

தொலைக்காட்சிகள் எல்லாம் வெள்ளத்தைக் காட்டிக் கொண்டிருந்தன. ஏதோ ஓர் பெருவனத்தின் மத்தியில் ஓடும் காட்டாறு போல நதி ஓடிக் கொண்டிருந்தது. அதன் கரையில் நின்று செய்தியாளர்கள் பேசிக் கொண்டிருந்தார்கள். அது பெரு நகரத்தின் மையமான பகுதி என்பதற்கான அடையாளமாக நிற்கும் கட்டிடங்கள் பாதிக்குப் பாதி நீரில் மூழ்கிக்கிடந்தன. இன்னும் ஓரிரு தினங்களில் சென்னை இருந்த தடம் கூடக் கிடைக்காதோ என்பது போலத் தோன்றியது. ஆனால் எதிர்பார்த்ததை விட சென்னை மீண்டிருந்தது.

சென்னை மீண்டதில் என்ன மகிழ்ச்சியும் பெருமையும் இருக்கிறது, பிரமோத்திடமிருந்து எந்தத் தகவலும் இல்லை. தொலைத் தொடர்பு சரியாக மொத்தம் 10 நாட்கள் பிடித்தது. பிரமோத்தின் நண்பர்களில் பெரும்பாலானவர்கள் வெள்ளத்தைப் புகைப்படம் எடுத்து அதைப் பதிவிட்டுக் கொண்டிருந்தார்கள். அவர்கள் எல்லோருக்கும் லாவண்யா தனிச் செய்தி அனுப்பினாள். ஆனால் யாரிடமிருந்தும் எந்தப் பதிலும் இல்லை. மூன்று நான்கு நாட்களுக்குப் பிறகு பிரமோத் வேலைசெய்த நிறுவன வளாகம் குறித்த செய்தி நாளிதழ்களை நிரப்பியது. அந்த நிறுவனத்தின் தரைக்கும் கீழ்த் தளங்கள் மூன்றும் நீரில் மூழ்கிக் கிடப்பதாகவும் அதில் ஏராளமானவர்கள் இறந்ததாகவும் புலனாய்வுச் செய்தி வழங்கிக் கொண்டிருந்தன. அந்நிறுவனமும் செய்தியாளர்களை அதனுள் அனுமதிக்கவில்லை. செய்தி மக்களிடம் கிளம்பிய பீதியை மாற்ற காவல்துறை அந்த வளாகத்துக்குள் உள் நுழைவதாக

ஆகிவிட்டது. கொஞ்ச நேரத்தில் ‘எந்த அசம்பாவிதமும் நடைபெறவில்லை’ என்கிற அறிக்கை வெளியானது. ஒருசில நாட்களில் இயல்பும் மீண்டது. ஆனால் பிரமோத்...

பிரமோத் அந்த வெள்ளத்தில் மூழ்கி ஒருவேளை அவனுக்கு ஏதாவது...

அப்படி நினைக்கவே அவளுக்கு நடுக்கமாக இருந்தது. பாவி, காணாமல் போகும் ஒரு கணத்திற்கு முன்பாகவா காதலைச் சொல்வான். அவன் காதல் எவ்வளவு பெரிய காந்தம். வலிமையற்ற உலோகத் துண்டாக அவள் அவன் திசைநோக்கி இன்னமும் நகர்ந்தபடி இருக்கிறாள்.

பெருமழையின் நாட்களுக்குப் பின்னான ஒரு நாளில் அவள் சென்னை வந்தாள். என்ன என்னவோ காரணம் கண்டுபிடித்து வீட்டில் பொய் சொல்லிவிட்டு ஏதோ ஓர் நம்பிக்கையில் அவள் வந்து சேர்ந்தாள். அவளுக்குத் தெரிந்த ஒரு தோழியின் அறைக்குச் சென்று தயாராகிக்கொண்டு அவள் பிரமோத் வேலைசெய்த நிறுவன வளாகத்தினை அடைந்தாள். வழி எங்கும் பெரு வெள்ளம் ஓடிய தடத்தைத் தேடிக்கொண்டே வந்தாள். எங்கும் அதன் அடையாளம் கூட இல்லாத அளவுக்குத் தூர்த்துப் போயிருந்தது. மாறாக மனித வெள்ளம் வேகவேகமாக இங்கும் அங்கும் வாகனங்களில் பாய்ந்து கொண்டிருந்தது. எவ்வளவு வாகனங்கள். காரும் பைக்கும் ஆட்டோக்களுமாக சாலையை ஒரு அச்சத்தோடு கடந்து அச்சத்தோடே நடந்து அச்சத்தோடே சேரிடம் சேரவேண்டி யிருப்பதை அவள் அறிந்துகொண்டாள்.

பெரிய வளாகத்தை ஒட்டிய சிக்னல். வாகனங்கள் அங்கு குறைந்து இரண்டு நிமிடங்களேனும் நிற்கவேண்டி யிருந்தது. இரண்டு புறமும் இருந்து கார்களும் பைக்குகளிம் வளாகத்துக்குள் சீறிப் பாய்ந்து கொண்டிருந்தன. இந்த இடத்தில் அன்று ஒரு நதி ஓடிக் கொண்டிருப்பதை டி.வியில் அவள் பார்த்திருந்தாள். அந்த நதி எங்கு போனது. ஒரு நாளில் காட்சி தந்து தன்னை வெளிப்படுத்திக் கொண்டு அதன் பின் மறைந்துகொண்ட பிரமோத் போல அந்த நதியும் எங்கே மறைந்துபோனது. இந்தக் கதவு வழியாகத்தான் நீர் உள்ளே பாய்ந்து சென்றது. ஆனால் அதற்கு மாற்றாக மனிதர்களும் வாகனங்களும் வேகவேகமாக நகர்ந்து சென்று கொண்டிருக்கிறார்கள். எத்தனை பேர்தான் இங்கு வேலை செய்கிறார்கள். ஆயிரம்... இரண்டாயிரம்... சொல்ல முடியவில்லை. இவர்களுக்குள் பிரமோத்தை எங்கு கண்டுபிடிக்க.

வளாகத்துக்குள் நுழைய முயன்றவளை ஒரு செக்யூரிட்டி தடுத்து நிறுத்தினார். அவள் பிரமோத் என்பவனைச் சந்திக்க வேண்டும் என்று அவன் நிறுவனத்தின் பெயரினைச் சொன்னாள். அவன் அவளை நிறுத்தி வைத்துவிட்டு அந்த நிறுவனத்தை அழைத்தான். பின்பு திரும்பி வந்து பிரமோத் என்று யாரும் இல்லை என்று சொன்னான். லாவண்யாவிற்கு அதிர்ச்சியாய் இருந்தது. அவன் அந்த நிறுவனத்தில் தான் பணியாற்றுகிறான் என்பதை அவள் அறிவாள். உடனே அங்கு பணிபுரியும் அவள் தோழியின் பெயர் நினைவுக்கு வந்தது அவள் பெயரைச் சொன்னாள். செக்யூரிட்டி மீண்டும் போய் தொலைபேசியில் பேசினான். திரும்பி வந்து காத்திருப்பு அறையில் அமருமாறும் அந்தப் பெண் விரைவில் தொலைபேசியில் அழைப்பாள் என்றும் சொன்னான்.

லாவண்யா மறுபேச்சின்றி காத்திருப்பு அறைக்குள் அமர்ந்துகொண்டாள்.

இது என்ன பைத்தியக்காரத்தனம். இங்கு வந்து ஏன் அமர்ந்திருக்கிறோம். அப்படி என்ன காதல். உண்மையில் அப்படியான காதல் எனக்குள் இருக்கிறதா. அப்படியே ஆனாலும் ஒருமுறை கூட நேரில் சந்தித்திராத அவனையும் அவன் காதலையும் நம்பிக்கொண்டு வீட்டில் பொய் சொல்லிவிட்டுக் கிளம்பி வந்து இங்கு என்ன செய்யப் போகிறோம். சரி, பிரமோத்தை சந்தித்துவிட்டால் அடுத்து என்ன? திருமணமா, அவனைக் காதல் திருமணம் செய்து கொள்ளப் போகிறேனா. அந்த அளவிற்கு அவன் மேல் நம்பிக்கை பிறந்துவிட்டதா அல்லது அவனைப் பார்த்துவிட்டால் கைகுலுக்கிவிட்டு அவன் நலம் விசாரித்து பின் நிம்மதியாக ஊர்திரும்பி விடுவேனா.

இரண்டாவது தீர்வுதான் சரி. அவனைப் பார்த்துவிட்டால் போதும். காதல் திருமணம் எல்லாம் பின்னால் யோசித்துக் கொள்ள வேண்டியவை. முதலில் அவன் உயிரோடு இருப்பதைக் கண்டால் போதும். மற்றவைகளைப் பின்னால் தீர்மானித்துக் கொள்ளலாம். சென்னையின் இந்த வெள்ளத்தில் எத்தனையோ பேர் என்ன ஆனார்கள் என்றே தெரியவில்லை. அவை எல்லாம் எனக்கு ஒரு செய்தி. ஆனால் பிரமோத் தேவையில்லாமல் காதலைச் சொல்லித்தொலைத்து விட்டான். தன் மீதான காதலைச் சொன்ன ஒருவன் என்ன ஆனான் என்கிற அந்தப் பதைபதைப்பு தான் என்னைக் கொண்டு செலுத்துகிறது. பிரமோத்... சோதிக்காமல் சிரித்துக்கொண்டே சீக்கிரம் என் கண்முன்னே வந்துவிடுடா.

லாவண்யாவின் விழி ஓரத்தில் நீர்த் துளிகள் திரண்டது. அதை மறைக்க அவள் குனிந்துகொண்டாள். அழுதுவிடக் கூடாது என்று உறுதியோடு எதை எதையோ நினைவுக்குக் கொண்டு வந்து பார்த்தாள். சில நிமிடங்கள் அப்படியே இருந்தாள். அவளை யாரோ தொட்டார்கள். நிமிர்ந்தாள். அவள் தோழி. ஊரில் அவளோடு பள்ளி இறுதி ஆண்டுவரை படித்த தோழி. ஆனால் மாறியிருந்தாள். நீண்ட அவளின் கூந்தலை வெட்டிக்கொண்டு, கொஞ்சம் ஒப்பனையோடு இறுக்கமான உடையில் இருந்தாள். இவள் 'நாரோயில்' காரி என்பதை அவள் சொன்னால் தான் அறிந்துகொள்ள முடியும். அவளைக் கண்டதுமே லாவண்யாவிற்கு மகிழ்ச்சி கண்ணீராக வெளிவந்தது. காரணம் அவளுக்குப் பிரமோத்தைத் தெரியும்.

லாவண்யா எழுந்ததும் அவளைக் கட்டிக்கொண்டாள். லாவண்யாவிற்கு அந்த அணைப்பு தேவைப்பட்டது. வழக்கமான விசாரிப்புகளுக்குப் பின் அவள் லாவண்யாவின் வருகையைக் குறித்துக் கேட்டாள். பின்பு

"லாவண்யா, எனக்குத் தெரிஞ்ச வரைக்கும் சொல்றேன். பிரமோத் டிசம்பர் ஒண்ணாம் தேதி ஆபீஸ் வந்திருக்கான். அப்புறம் ஹெச் ஆரைப் பார்த்து ரெசிக்னேசன் லெட்டர் கொடுத்திருக்கான். அப்புறம் அன்னைக்கு ஈவனிங்கே கிளம்பி பிகார் போயிட்டான்னு கேள்விப்பட்டேன். நாங்க நாலைஞ்சு பேரு ஹெச் ஆர் கிட்டப் போய் கேட்டப்போ அவர் பிரமோத்தோட ரெசிக்னேஷன் லெட்டரைக் காட்டினார். அதுல பர்சனல் ரீசன்னு எழுதியிருக்கான். என்ன பர்சனல் ரீசனோ. அப்போ இருந்து அவன் போன் ஆன் ஆகவேயில்லை. எல்லோருக்கும் வேற வேற வேலை இருந்ததால அது மறந்துபோச்சு. நீ வந்ததும் தான் எனக்கு அவன் நியாபகமே வருது."

என்னது அவன் பிகார் போய்விட்டானா. ஏன்? காதலைச் சொன்ன அன்றே ஏன் கிளம்பிப் போனான். என்ன விளையாடுகிறானா. சரி அப்படியே ஆனாலும் நண்பர்களுக்குக் கூடவா சொல்ல மாட்டான். ஏன் சொல்லவில்லை. அவன் முகவரி என்ன? அவன் வேலை பார்த்ததற்கான பணம் எல்லாம் செட்டில் செய்துவிட்டார்களா? அதை ஒரே நாளில் செய்து முடித்துவிட்டார்களா. இவர்கள் யாரும் இதைப் பற்றி எல்லாம் ஏன் நிர்வாகத்திடம் கேட்கவில்லை. தேவையில்லை, நகரத்தில் யாருக்கும் யாரும் தேவையில்லை. அவரவர் வேலை நடந்தால் போதும் என்கிற ஆட்கள்.

லாவண்யா அந்தத் தோழியிடம் சில கேள்விகளைக் கேட்டாள். அதற்கு அவள்,

“இல்ல லாவண்யா, எனக்கு டீட்டெயில்ஸ் தெரியலை. நான் வேண்ணா ஹெச் ஆரக் கேட்டு சொல்றேன்”

“நான் வேண்ணா ஹெச் ஆரப் பாத்துக் கேக்கட்டுமா?”

அவளுக்கு பதில் சொல்லத் தோன்றாமல் இண்டெர்காமில் அழைத்தாள். என்ன பேசிக் கொண்டார்களோ போனை வைக்கும்போது அவள் முகம் இருண்டிருந்தது.

“லாவண்யா நீ கிளம்பு, ஈவினிங் மீட் பண்ணிப் பேசலாம்”

அத்தனை இறுக்கமான குரலில் சொன்னாள். ஏன் அப்படி, என்ன சொன்னர்கள் அவள் அலுவலகத்தில்.

“நீ உடனே கிளம்பு. எனக்கு ஒரு மீட்டிங் இருக்கு. நாம ஈவினிங் மீட் பண்ணுவோம்” என்று சொல்லிவிட்டு பதில் பேசாமல் நகர்ந்துபோனாள். லாவண்யாவிற்கு என்ன செய்வதென்றே தெரியவில்லை. அவள் போவதையே பார்த்துக் கொண்டிருந்தாள். மாலைவரை காத்திருக்க வேண்டும். அதுவரை என்ன செய்ய? எதிரில் இருக்கும் டீக் கடைக்குச் சென்றாள். அங்கு பெண்களும் ஆண்களும் குழுமியிருந்தார்கள். பெண்களை டீக் கடையில் பார்ப்பது அவளுக்குப் புதிதாக இருந்தது. ஒரு டீ சொல்லிவிட்டு ஓரமான நாற்காலியில் அமர்ந்துகொண்டாள். மிகவும் நிதானமாக அதைக் குடித்து முடித்தாள். டீ சுவையில்லை. ஆனாலும் ஒரு மணிநேரம் அமர்ந்திருந்து மீண்டும் ஒரு டீ குடித்தாள். சாலையையும் மனிதர்களையும் கடைக்கு வரும் ஆண்களையும் பெண்களையும் வேடிக்கை பார்ப்பது அவளுக்கு நேரத்தை ஓட்ட வசதியாக இருந்தது. பெண்கள் ஆண்களோடு பழகுவதைக் காண அவளுக்கு வியப்பாக இருந்தது. நன்கு வளர்ந்து நாகரிகமாய் உடையணிந்த பெண் தன்னோடு நிற்கும் ஆண்களை அடித்து அடித்துப் பேசிக்கொண்டிருந்தாள். ஒரு பெண், அவள் காதலன் போல அவனை உரசிக்கொண்டே நின்றாள். அவன் கரங்களில் பெரும்பாலும் அவள் சாய்ந்து கொண்டிருந்தாள். அவனுக்கும் அதுகுறித்து ஒரு புன்சிரிப்பான பெருமிதம்.

பிரமோத் கூட இந்த டீக்கடைக்கு வந்து டீ அருந்தியிருப்பான் இல்லையா. அவன் கூட வேறு பெண்கள் வந்திருப்பார்களா. பிரமோத்பெண்களிடம் எப்படிப்பேசுவான். தொட்டுப்பேசுவானா இல்லை ஒரு கனவான் போல நடந்துகொள்வானா. இந்தப் பையன்களில் யாருக்காவது பிரமோத்தைத் தெரிந்திருக்குமா.

சும்மா கேட்டுப் பார்க்கலாமா. தெரிந்திருந்தால் சரி இல்லை என்றால் பைத்தியம் என்றல்லவா நினைத்துக் கொள்வார்கள். சரி, ஆனது ஆச்சு, மாலை வரை காத்திருக்கலாம். அவள் என்ன தான் சொல்கிறாள் என்று பார்ப்போம்.

மாலை வரை வேறு போக்கிடம் ஏது. அங்கேயே நடந்தாள். திரும்பவும் வந்து இன்னுமொரு டீ குடித்தாள். அந்த டீக்கடை ஆள் ஒரு மாதிரியாகப் பார்த்தான். அடுத்த டீ சொன்னால் நிச்சயம், யார் நீ, என்று கேட்டுவிடுவான் போல இருந்தது. பேசாமல் கொஞ்சம் தூரம் போய், பேருந்து நிறுத்தத்தில் அமர்ந்துகொண்டாள். நிறைய ஷேர் ஆட்டோக்கள். அவளைக் கடந்து போனது. எல்லோரும் இவள் ஏறிக்கொள்வாளா என்பதுபோல ஒரு பார்வை பார்த்தார்கள். நிற்கும் எல்லா ஆட்டோக்களில் இருந்தும் ஆண்களும் பெண்களும் இறங்கினார்கள். இறங்கியவர்களை ஈடுசெய்யும் அளவிற்கு ஏறுபவர்களும் இருந்தார்கள். ஆண்களும் பெண்களும் தொடை உரச அமர்ந்திருந்தார்கள். அதில் அவர்களுக்குள் எந்த அசௌகரியமும் இல்லை என்பது அவர்கள் முகத்தில் தெரிந்தது. பெண் ஒருத்தி ஹெட்போன் வயரைத் தன் பற்களால் கடித்துத் தின்ன முயன்று கொண்டிருந்தாள். யாரும் பார்க்காத சமயத்தில் அதை மென்று விழுங்கி விடுவளோ என்னவோ.

நேரம், ஷேர் ஆட்டோக்களைப்போல நீண்டதாயும் பரபரப்பாயும் ஓடிக் கொண்டிருந்தது. அடுத்த டீ குடிக்க அவள் தயங்கினாள். வயிறு தொந்தரவு செய்துவிடுமோ என பயம் வந்தது. நீண்ட நேரமாகக் கழிப்பறை செல்லவில்லை என்பது வேறு சங்கடமாக இருந்தது. இன்னும் ஒரு மணி நேரம். அவளிடம் பேசிவிட்டால் போய்விடலாம். எதாவது ஹோட்டல்களில் போய் கழிப்பறையைப் பயன்படுத்திவிட்டு எதாவது உண்டு முடித்து அறைக்குத் திரும்பலாம்.

நேரம் ஓடிக் கொண்டிருந்தது. அலுவலக நேரம் முடிந்து விட்டிருக்கும் என்ற நம்பிக்கையில் அவள் அந்தத் தோழிக்கு போன் செய்தாள். ஆனால் அவள் எடுக்கவில்லை. மீண்டும் போன் செய்தாள். மீண்டும் மீண்டும் மீண்டும். கடைசியாக அவள் எடுத்தபோது இரவு ஏழுமணி ஆகியிருந்தது.

“சொல்லு லாவண்யா”

“இல்ல உன் டியூட்டி முடிஞ்சதா”

“இல்லை லாவண்யா, நைட் பத்தாகும்”

“என்னது நைட் பத்தா...?”

“ஆமாம்”

“நீ ஈவினிங் மீட் பண்ணலாம்னு சொன்னியே.”

“சொன்னேன், ஆனா வேலை வந்திருச்சு. முடிஞ்சா நாளைக்கு மீட் பண்ணலாம். எதாவது பேசணுமா இவளே?”

“என்ன இப்படிக் கேட்ட, நீதான் பிரமோத் பத்தி உன் ஹெச் ஆர் கிட்ட பேச...”

“லாவண்யா அதான் அப்பவே சொல்லிட்டேனே, அவன் ரிசைன் பண்ணிட்டுப் போயிட்டானாம். இதப்பத்திக் கேட்டா ஹெச் ஆர் எரிஞ்சு விழறார். இதுக்கு மேல நான் அவர டிஸ்டர்ப் பண்ண முடியாது. ஆமா, அப்படி என்ன உனக்கு பிரமோத் மேல அவ்ளோ லவ். பேசாம ஊர் போய்ச் சேரு. உன்னோட நல்லதுக்குதான் சொல்றேன். பிரமோத் பிரமோத்னு நீ என்னை நச்சரிக்காம இருக்கிறதா இருந்தா நாளைக்கு ஈவினிங் கூட மீட் பண்ணலாம். என்ன சொல்ற, லாவண்யா... லாவண்யா... ஸ்டுப்பிட் . கட் பண்ணிட்டா. சரியான நாட்டுப்புறம்...”

லாவண்யாவிற்கு என்ன செய்வதென்று புரியவில்லை. இனி யார் நம்பிக்கை. இந்தப் பாதுகாப்பு வளையத்தை மீறி உள்நுழைய முடியாது. அவளுக்குள் கோபம் பெருத்தது. தன் தலையை உதறிக்கொண்டாள். ஆனால் என்ன அவள் கோபம் கண்டு இந்த செக்யூரிட்டி மிரளப் போவதுமில்லை. உள்ளே ஓடி அங்கிருப்பவர்களிடம் வம்பப் பெருந்தெய்வம் வந்தது, என்று சொல்லப் போவதுமில்லை. பிரமோத்துக்கு என்ன ஆனது என்று தெரிந்தாலாவது தன் சாபத்தைத் திரட்டி எறியலாம். ஆனால் அதுவே தெரியவில்லையே. பிரமோத் என்னதான் ஆனது உனக்கு? இனி நான் செய்ய ஏதுமில்லை. பேசாமல் ஊர் திரும்புவதுதான் புத்திசாலித்தனம். முட்டாள் பிரமோத், உன்னை மனதார நேசித்ததற்கு ஒரு பைத்தியக்காரியைப் போல தெரியாத ஊரில் இப்படி நிற்கவைத்து விட்டாய் அடா.

அவளுக்குள் இருந்த கோபம் இப்பொழுது அழுகையாக வெடித்தது.

வேலை முடிந்து ஒவ்வொரு இரண்டு நிமிடத்துக்கும் வாகனங்கள் உள்ளும் வெளியுமாகப் பாய்ந்துகொண்டிருந்தது. ஆண்களும் பெண்களும் நடந்தும் அவளைக் கடந்தார்கள். எல்லோரும் செல்போனிலோ ஒருவருக்கொருவரோ பேசிக்கொண்டே நடந்தார்கள். அவர்களுக்கு அங்குலத்

தொலைவில் ஒருத்தி அழுதபடி நிற்பதை உணராதவர்கள் போலக் கடந்தார்கள். லாவண்யா எல்லோரும் பார்க்கிறார்கள் என்கிற பிரக்ஞை இருந்தும் அழுகையைக் கட்டுப்படுத்த முடியாமல் நின்றாள். ஒருவன் நடையைத் தயக்கி அவளைக் கவனித்தான். பெண்களோடு வளர்ந்தவனாக இருக்கவேண்டும். ஒரு பெண் அழுவதைப் பொறுக்காமல் நிற்கிறான் போல. லாவண்யாவை நோக்கி அவன் நகர ஆரம்பித்தான். அதற்குள் ஒரு பெண் வந்து, "டேய் வா, இந்த ஷேர் ஆட்டோலையே போய்டலாம்" என்று அவன் கையைப் பிடித்து இழுத்துப் போனாள்.

பகலின் வெயிலுக்கு சூடேறியிருந்த வானம் தற்போது மேகங்களால் சூழப்பட்டுக் குளிர்ந்திருந்தது. சில துளி மழையும் பெய்தது. அதற்கே எல்லோரும் சிதறி ஓடினார்கள். லாவண்யா திரும்பி மெல்ல நடந்தாள். காம்பௌண்ட் சுவர் மீறி எட்டிப் பார்த்தாள்.

தொலைவில் ஒரு பாக்குமரம் இருந்தது. அந்த மரத்தின் மேல் மட்டும் நிறைய மழை பெய்வதுபோல் இருந்தது. அந்த மரத்தின் கீழே பார்த்தாள். பார்வையை வேறுபக்கம் ஓட்டியவள் உடனே ஏதோ தோன்ற அந்த மரத்தின் கீழே பார்த்தாள். பிரமோத்... பிரமோத். ஓ... சத்தமாகப் பிரமோத் பிரமோத் என்று கூச்சலிட்டாள். பிரமோத்தைத் தவிர எல்லோரும் அவளைப் பார்த்தார்கள். அவள் வேகவேகமாகத் திரும்ப கேட் அருகே ஓடினாள். அவள் ஓடிவருவதைப் பார்த்த செக்யூரிட்டி அவளைப் பிடித்து நிறுத்தினான்.

அவன் அவன் பிடியில் சிக்காது திமிறினாள். அவனோ இறுக்கிப் பிடித்தான்.

"என்னா மேடம், என்ன ஆச்சு, யார் வேணும்?"

அவள் கைகளை பாக்குமரம் நோக்கிக் காட்டிப் "பிரமோத் பிரமோத்" என்றாள்.

செக்யூரிட்டிகள் திரும்பி அவள் காட்டிய திசையை நோக்கினார்கள். மரம் மழையில் நனைந்தபடி இருந்தது.

"யாரு மேடம் பிரமோத், எங்க இருக்கிறாங்க?"

லாவண்யா அவர்கள் கேள்வியில் அதிர்ச்சியாகி ஒரு கணம் நின்று பாக்குமரத்தைப் பார்த்தாள்.

மரம் தனியாக நனைந்துகொண்டிருந்தது.

***

13

இந்த நகரம் அழுகிறவர்களை ஏன் என்று கேட்கத் தயங்குகிறது. சுகவீனம் அடைந்தவர்களையும் தாக்கப் படுகிறவர்களையும் கூட அது தாங்கிக் கொள்கிறது. ஆனால் அழுகிறவர்களை மட்டும் கண்டு விலகி நடந்து கடந்து போகிறது. எல்லாவற்றையும் நிற்காமல் பார்த்துக் கொண்டே செல் என்னும் பாலபாடம் இங்கு குடியேறிய எல்லோருக்கும் பழக்கம். அதற்காக அவர்கள் மொத்தமும் மனிதத்தனமை யற்றவர்கள் என்று சொல்லிவிட இயலாது. பொதுவெளியில் ஆற்றாது அழுகிறார்கள் என்றால் காரணம் என்னவாக இருக்கும்? வாழ்வின் எல்லா நம்பிக்கையையும் தொலைந்திருக்கும். காசு பணம் தொலைத்தவர்களை இங்கு அடிக்கடி எல்லோரும் சந்திக்கிறார்கள். அறியாத மொழியில் தெரியாத ஊர்ப் பெயரைச் சொல்லிப் பணம் கேட்கிறார்கள். பர்ஸ் களவாடப் பட்டதாகச் சொல்லிக் கேட்பவர்கள் தினப்படி பேருந்து நிலையங்களில் வலம் வருகிறார்கள். அவர்களை யெல்லாம் இந்த மா நகரம் அப்படியே கைவிட்டு விடுவதில்லை. சிலர் சொல்வது பொய் என்று தெரிந்தும் உதவுபவர்களும் இருக்கிறார்கள். ஊர் வரைக்கும் டிக்கெட் எடுத்து வழிச்செலவுக்கு உணவும் நீரும் வாங்கித் தந்து அனுப்புகிறவர்களும் உண்டு. ஆனால் எல்லோரும் பார்க்கத் தரையில் விழுந்து புரண்டு குரல் உயர்த்தி அழுபவர்களை மட்டும் ஏனோ நெருங்க அஞ்சி விலகியே கடக்கிறார்கள். வாழ்க்கையையும் வாழ்க்கை சார்ந்த நம்பிக்கையையும் தொலைத்தவர்களுக்கு என்ன தந்து விலக முடியும் என்கிற மனிதர்களின் தயக்கம் அவர்களை நெருங்காமல் விலகி நடக்க வைக்கிறது போலும்.

லாவண்யா அப்படித்தான் இந்த நகரத்தின் தெருவில் வீழ்ந்து அழுதாள். அவளை அந்த செக்யூரிட்டி தரதர வென

இழுத்துக்கொண்டு வந்து வளாகத்துக்கு வெளியே ஒரு கழிவை வீசுகிறவனைப் போல வீசினான். அவன் வீசியதில் அவள் சாலையின் ஓரத்தில் கூட்டப் பட்டிருந்த மண் திரளில் வீழ்ந்தாள். லாவண்யாவிற்கு வலியைவிட துக்கம் மேலெழுந்து பொங்கியது. விழுந்த இடத்தில் அப்படியே கிடந்தாள். உடையெங்கும் புழுதி ஒட்டிக்கொண்டது. அதை அவள் லட்சியம் செய்யவில்லை. கைகளை பூமியில் அடித்துத் தன் பெருங்குரல் கொடுத்து அழுதாள். அவள் வாயிலிருந்து எச்சில் மண்ணில் வீழ்ந்து அந்த ஈரத்தில் முகமெங்கும் புழுதி ஒட்டிக்கொண்டது. அவள் மேல் பெரும் அவமானம் அமர்ந்துகொண்டு அவளை எழுந்திருக்க விடாமல் செய்வதாக அவள் உணர்ந்தாள். இனி இந்த உலகில் யார் முகத்திலும் விழிக்க விரும்பவில்லை என்பதுபோல தலைகவிழ்ந்தபடியே கிடந்தாள். அவள் முதுகும் இடுப்பும் மட்டும் அவளின் அழுகைக்கு ஏற்ப லேசாக ஏறியிறங்கியபடி இருந்தது.

வளாகத்தில் இருந்து வெளியே வந்த ஆண்களும் பெண்களும் ஒரு கணம் அப்படியே நின்றுவிட்டார்கள். கொஞ்சம் மிரண்டுபோன ஒருபெண் அவள் அருகில் இருந்தவனின் கைகளை இறுகப் பற்றிக்கொண்டு ‘வாட் ஹப்பண்ட்’ என்றாள். அவனுக்கும் ஒன்று தெரியாது என்பதாக உதடைப் பிதுக்கினான். சிலர் செக்யூரிட்டியைத் திட்டினார்கள். ஆனாலும் யாரும் அவளை நெருங்கி ஆறுதல் படுத்த வரவில்லை.

வாகனங்கள் எல்லாம் மெதுவாக அவளைக் கண்டபடி கடந்தது. மெதுவாக நகரும் போக்குவரத்தைக் கண்டு யாரேனும் ஒரு காவலர் அங்கு சீக்கிரம் வரலாம். சிக்னல் விழுந்து வாகனங்கள் நின்றது. நின்றுகொண்டிருந்த கூட்டம் சாலையைக் கடக்கத் தொடங்கிவிட்டது. புதிதாக சிக்னலில் நிற்பவர்களுக்கு என்ன ஏதென்று புரியவில்லை. அதற்குள் லாவண்யா மெல்ல சுதாரித்து எழுந்தாள். அவள் எழுந்து கொண்டதில் சிலருக்கு ஆசுவாசம். ஓரிருவர், “மேடம், நீங்க ஒகேயா” என்று கேட்டார்கள். அதற்குள் சிக்னல் விழுந்தது. கேட்டவர்கள் நகர்ந்தாக வேண்டும் என்று பின்னால் இருந்து ஒலி எழுப்பியவர்கள் கட்டளை இட்டார்கள். லாவண்யா அவர்களைப் புரிந்துகொண்டேன் என்பதுபோல கண்களை ஒரு முறை மூடி லேசாகத் தலையசைத்து வழியனுப்புவது போலச் செய்தாள். வண்டிகள் வேகவேகமாகக் கடக்க ஆரம்பித்தது. அப்பொழுது அங்கு மோட்டார் சைக்கிள் ஒன்று அவள் அருகே

வந்து நின்றது. அதிலிருந்து இறங்கிய ஒருவன் பரபரப்பாய் அவளை நெருங்கி, “சிஸ்டர், உங்களுக்கு அடி ஒண்ணும் படலையே” என்றான்.

ஆறடிக்குச் சற்று குறைவான உயரம். உறுதியான தேகம் என்பது அவன் கைகளின் முறுக்கில் தெரியும். கருப்பு என்று சொல்வதற்கில்லை. ஒழுங்காக டிரிம் செய்யப்பட்ட தாடி. மிகவும் நாகரிகமாக இன் செய்யப்பட்ட அலுவலக உடை. லாவண்யா அவனை ஒருமுறை பார்த்தாள். அவள் அழுகை ஓய்ந்த பாடில்லை என்ற போதும் அது கட்டுப்பாட்டுக்குள் வந்திருந்தது. லாவண்யா கைகளில் ஒட்டியிருந்த அழுக்கைத் தட்டிவிட்டுத் தன் சல்வாரின் துப்பட்டாவால் முகத்தைத் துடைத்துக்கொண்டாள். விழுந்தபோது சற்று தள்ளிப்போய் விழுந்திருந்த தனது கைப்பையினை எடுக்கக் கையை நீட்டினாள். விரல்கள் நீளும் தொலைவிற்கு சில அங்குலங்கள் தள்ளி அது கிடந்தது. அவன் புரிந்துகொண்டு அதை எடுத்துத் தந்தான். அவள் நன்றி சொல்ல நினைத்தாள். ஆனால் வரவில்லை. மூக்கினை உறிஞ்சிக்கொண்டு எழப்போனாள். அவசரமாக எழும் அவளது முயற்சியில் கொஞ்சம் தடுமாறினாள். அவன் அவள் கைகளைப் பற்றி அவளை தாங்கி நிறுத்தினான். தொட நேர்ந்ததற்காக ஒரு முறை ‘சாரி’ சொன்னான். அவள் எழுந்துகொண்டதும் தன் உடலில் ஒட்டியிருக்கும் மண் மற்றும் புழுதியைத் தட்டிவிட்டுக் கொண்டாள். தலையில் கொஞ்சம் இருப்பதை அவன் சைகை செய்தான். அதையும் சரி செய்துகொண்டள். இப்பொழுது அவனைப் பார்த்து நன்றி என்றாள்.

“சிஸ்டர், நான் உங்களுக்கு ஏதாவது உதவி செய்ய முடியுமென்றால் செய்கிறேன். சொல்லுங்கள்”

இறுக்கமான உடலிலிருந்து கிளம்பிய அவனின் குரல் மிகவும் மிருதுவானதாக இருந்தது. அவள் வேண்டாம் என்பது போலப் புன்னகைக்க முயன்றாள்.

“குறைந்தபட்சம் எங்காவது விடவேண்டும் என்று சொன்னால்...” என்றான். அவனின் விசாரிப்புகளில் லாவண்யாவிற்குள் சிறுதுளி ஆறுதல் உருவானது. பிரச்சனை என்றால் யாரும் யாருக்கும் எதுவும் செய்துவிட வேண்டாம். ஒரு சிறு விசாரிப்பு, ஒரு சிறு சொல், ஒரு சிறு நம்பிக்கை... இதைச் செய்தால் போதும் அதைக்கூடத் தரத் தயங்குகிறவர்களுக்கு மத்தியில் யார் இவன்.

ஏற்கனவே கடந்துவந்த சாலைதான். ஆனால் இப்பொழுது அது மிகவும் பரபரப்பாகவும் இருள் கவிழ்ந்துவிட்டதால் வாகனங்களின் ஒளியில் கண்கூசச் செய்வதாகவும் இருந்தது. லாவண்யாவால் தனியாக அந்தச் சாலையைக் கடக்கமுடியும் என்று தோன்றவில்லை. யாராவது கூட இருந்தால் தேவலாம் என்று நினைத்தாள். அடுத்த கணம், 'சே ஆறுநூறு கிலோ மீட்டர் கடந்துவந்தவள், இந்த நூறுமீட்டர்களைக் கடக்க துணை தேடுவதா. அதையும் யார் என்று தெரியாத ஒரு அந்நியனிடம். அப்புறம் என்ன தைரியத்தில் கிளம்பிவந்தாய்' என்று அவள் மனம் கேட்டது.

சாலையின் ஓரத்திற்கு வந்து சிக்னல் விழ காத்திருந்தாள். வண்டிகள் எல்லாம் அவள் மேல் உரச வருவதுபோல வருவதாகத் தோன்றியது. கால்களை ஊன்றி நின்றுகொண்டாள். சிக்னல் விழுந்தது. அதன் பின்னும் சில வண்டிகள் கடந்தது. லாவண்யா நின்று ஒருமுறை உறுதிப்படுத்திக் கொண்டு மெதுவாகக் கடந்தாள். பாதி சாலையைக் கடக்கும் போதே மறு சிக்னல் விழுந்துவிடுமோ என்ற பயம் வந்தது. நடையில் வேகம் தர பயமாக இருந்தது. கீழே விழுந்ததில் கால் வலியெடுத்து வேகமாக நகர மறுத்தது. சக்தியைத் திரட்டி சில அடிகள் நடந்தாள். பயந்ததுபோலவே சிக்னல் விழுந்துவிட்டது. மறுபுறம் இருந்து வாகனங்கள் சீறத் தயார் ஆனது. அவள் பாதி சாலையில் மிரண்டு நின்றாள். தொடர்வதா திரும்புவதா என்று தடுமாறியபோது அவள் முன்பாக வந்து நின்றான் அவன். வாகனங்களை நிற்கச் சொல்லி சைகை செய்து அவள் கரங்களைப் பற்றி சாலையைக் கடக்கச் செய்தான். இருவரும் சாலையின் மறுபுறம் செல்லும் வரைக்கும் வண்டிகள் வெறும் உருமலோடு நின்று பின் பாய்ந்தது. லாவண்யா இப்பொழுது அவனை முழுமையாய்ப் பார்த்தாள்.

"சிஸ்டர், நீங்க ரொம்ப டென்ஷனா இருக்கீங்க. கூல் டவுன். ஒண்ணும் பிரச்சனை இல்லை. இருந்தாலும் சரி பண்ணிக்கலாம். முதல்ல கீழ விழுந்ததுல அடி எதாவது பட்டிருக்கா சொல்லுங்க, பக்கத்துல ஹாஸ்பிட்டல் இருக்கு. போய் சரிபண்ணிக்கலாம். அப்புறம் நீங்க எங்க போணுமோ அங்க போங்க. யாருக்காவது போன் பண்ணனும்னாலும் சொல்லுங்க. பண்ணலாம். முதல்ல எதாவது சாப்டுறீங்க. டீ... காப்பி."

லாவண்யாவிற்கு அவனின் உபசாரங்கள் கூச்சமாக இருந்தது. நெளிந்தபடி அவன் கேட்டவைகளை மறுத்தாள். அவன்

கொஞ்சம் விலகிக்கொண்டான். அவன் அப்படி விலகி நின்றதைக் கண்டதும் லாவண்யாவிற்கு என்னவோ போல ஆனது. இத்தனை நேரம் உண்மையான விசாரிப்புகளோடும் கவனத்தோடும் அன்போடும் பின்தொடர்ந்த ஒருவனை நம் உடல் மொழியால் அவமானப் படுத்திவிட்டோமோ என்று தோன்றியது. இந்த நகரில் சகோதரி என்று அழைத்து அவளைப் பாதுகாக்க நினைக்கும் ஒரு நல்ல உள்ளத்தைப் புண்படுத்திவிட்டால் அவன் அடுத்தமுறை வேறு யாருக்கு உதவுவான். லாவண்யா புன்னகையால் அவனுக்கு நன்றி சொன்னாள். தானே வீடு போய்ச் சேர்ந்துவிடுவதாகச் சொன்னாள். அவன் 'ஜாக்கிரதை' என்று சொல்லிக் கிளம்பப் போனான். லாவண்யா அவனை அழைத்து 'உங்க பேர் என்னன்னு சொல்லவேயில்லையே' என்றாள். அவனுக்கு அது மிகவும் மகிழ்வைத் தந்திருக்க வேண்டும். நல்ல உள்ளங்கள் மரியாதை செய்யப்படும் போது உருவாகும் திருப்தி கலந்த மகிழ்ச்சி அவன் முகத்தில் தெரிந்தது. புன்னகை தவழ 'யூனஸ்' என்றான்.

*

ஊர் திரும்புகிற எண்ணத்தை லாவண்யா கைவிட்டு விட்டாள். பிரமோத் என்ன ஆனான் என்பது தெரியாமல் அவளால் இந்த உலகின் எந்த மூலையிலும் நிம்மதியாக வாழமுடியாது என்பதை அறிந்துகொண்டாள். நேற்று மாலை அந்தப் பாக்குமரத்தடியில் கண்டது நிச்சயம் பிரமோத் தான். அது பிரமோத் என்றால் ஏன் ஒரு மின்னலைப் போலத் தோன்றி மறைந்துவிட்டான். கம்பெனிக்காரர்கள் சொல்வதுபோல அவன் ஊரைவிட்டுப் போய்விட்டான் என்றால் எங்குபோனான் என்று சொல்லலாம் தானே. தன்னிடம் வேலைபார்த்த ஒரு ஊழியன் பற்றிய தகவல்களைத் தருவது அந்நிறுவனத்தின் கடமை அல்லவா. அதை ஏன் தவிர்க்கிறார்கள். அப்படியானால் அவனுக்கு என்ன ஆனது. ஒருவேளை பிரமோத்...? அப்படி நினைக்கத் துயரமாக இருந்தாலும் அதுதான் உண்மை என்றால் ஏற்றுக்கொள்ளத்தானே வேண்டும். உறவுகளைத் தொலையக் கொடுத்தவர்கள் எல்லாம் அவர்களுக்கு என்ன ஆனது என்கிற தவிப்பில் எப்படி வாடுவார்கள். குழந்தைகளை, கன்னிப்பெண்களை, வளர்ந்த ஆண்பிள்ளைகளைத் தொலையக் கொடுத்தவர்கள் பிரிந்து வாழ்கிற ஒவ்வொரு நிமிடமும் துயர நதியில்தான் நீந்திக் கொண்டிருக்கிறார்கள். ஆரம்ப நாட்களில் பெரிதாய்த் தெரியாத வளர்ந்த ஆண்பிள்ளைகளின் தொலைவு

வயது ஆக ஆக விஸ்வரூபம் எடுக்கிறது. எப்படியும் திரும்ப வந்துவிடுவார்கள் என்று கடைசிக் கேவல்வரை காத்திருக்கிறார்கள். ஆனால் மற்றவர்கள் அப்படியில்லை. குழந்தையைத் தொலையக் கொடுத்தவர்கள் எல்லாம் தெருக்களில் போகும்போதும் வரும்போதும் கையேந்துகிற பிள்ளைகளைக் காண்கிற போதெல்லாம் உயிர் துறக்கிறார்கள். உறுப்புகள் முடமாகியோ முடமாக்கப் பட்டோ பிச்சை எடுக்கும் பிள்ளைகளைக் காண்கிற நேரத்தில் உயிரின் ஆதிநரம்பைப் பற்றி இழுக்கிற வலி அவர்களுக்குள் எழுந்து நாட்கணக்கில் அடங்காது அதிர்கிறது. பெண்பிள்ளைகளைத் தொலைத்தவர்கள் நிலை மிகவும் பரிதாபம். இதுவரை கேட்ட கதைகளில் வருவன எல்லாம் கண்முன் வர தங்களின் இயலாமையை நொந்து நொந்து சுயம் இழக்கிறார்கள். பல நேரங்களில் என்ன ஆனார்கள் என்ற தவிப்பை விட செத்த செய்தி கூட துக்கம் கலந்த ஓர் நிம்மதியைத் தந்துவிடுகிறது. இது சொல்லக் கொஞ்சம் குரூரமாய் இருந்தாலும் சாவு என்பது சித்ரவதையை விட சுலபமானது. அப்படியான ஒரு நிம்மதியைத் தேடித்தான், நானும் அலைகிறேன். பிரமோத் இருக்கிறானா, செத்தானா? செத்துவிட்டான் என்றால் அங்கு தோன்றியது? இறந்தவன் ஏன் நம் முன் தோன்றவேண்டும். இல்லை அது அவன் நினைவாகவே இருந்ததால் நம் நரம்புகள் தோற்றுவித்த மாயபிம்பம். எப்படி இருந்தாலும் இன்னும் ஒருமுறை அவனைக் கண்டுவிட்டால் பின்பு நிம்மதியாக ஊர்திரும்பி விடலாம். அதற்கு என்ன செய்வது?

அன்றே வீட்டிற்கு போன் செய்து இங்கு நல்ல நிறுவனத்தில் வேலை கிடைக்க இருப்பதாகச் சொன்னாள். அதன்படியே லாவண்யா அந்த வளாகத்தில் இருந்த நிறுவனங்களில் ஒன்றிற்கு விண்ணப்பித்தாள். ஒரே வாரத்தில் நடந்த நேர்முகத் தேர்வில் மிக எளிதாகத் தேர்ச்சியுற்று வேலையைப் பெற்றுக்கொண்டாள். தோழியுடன் அறையைப் பகிர்ந்து கொள்வதாகச் சொல்லிவிட்டாள். அவளுக்கும் மகிழ்ச்சிதான். முதல் நாள் வேலைக்குக் கிளம்பும்போதே தெருமுனைப் பிள்ளையாரிடம் வேண்டிக்கொண்டாள், ‘சீக்கிரம் பிரமோத்தை என் கண்ணில் காட்டு’ என்று.

*

வேலையில் சேர்ந்த முதல் மாதம் அவள் அப்படி ஒரு பேரை வாங்கினாள். வேலைகூட எவ்வளவு போதை என்பதை அவள் அப்போதுதான் தெரிந்து கொண்டாள்.

வேலைபார்த்துப் பழகிவிட்டால் அதை அவ்வளவு எளிதாகத் துறந்துவிட முடியாது. அப்படித்தான் அவள் எல்லாம் மறந்து வேலைபார்க்க ஆரம்பித்தாள். விடிந்ததும் அலுவலகம் கிளம்பத் தயாராவதும் இருண்டதும் மீண்டுவந்து உறங்கி காலை அலுவலகம் போவதற்காக மட்டுமே எழுவதுமாக ஆனது அவள் வாழ்க்கை. மாதம் முடிந்து அவள் கணக்கில் சம்பளம் இடப்பட்ட நாளில் அவளுக்குள் அத்தனை ஆனந்தமாக இருந்தது. பணம் வந்துசேர்ந்த குறுஞ்செய்தியை மீண்டும் மீண்டும் பார்த்து ஆனந்தமடைந்தாள். அந்த நாளில் கொஞ்சம் சீக்கிரம் கிளம்பி தோழியோடு கடைத்தெருவுக்குச் சென்று சில பொருள்களை வாங்கிக்கொண்டு நல்ல உணவகத்தில் உண்டு வீடு திரும்பினாள். அலைச்சலும் வேலையும் தரும் வழக்கமான உறக்கத்தைப் போல இரண்டு மடங்கு உறக்கம் அவளைத் தழுவிக்கொண்டது.

பணத்தை ஏடிஎம்ல் இருந்து எடுத்து அதை அழகாக மேசையில் அடுக்கி வைத்து அதையே பார்த்துக் கொண்டிருக்கிறாள். அதை மீண்டும் கலைத்து வேறு ஒரு வடிவத்தில் அடுக்கி அழகு பார்த்தாள். அப்பொழுது அவளை யாரோ தொடுவதுபோல இருந்தது. திரும்பிப்பார்த்தால், பிரமோத்... 'என்ன லாவண்யா, என்னை மறந்துட்ட பார்த்தியா' என்றான்.

அலறியடித்துக் கொண்டு எழுந்தாள் லாவண்யா. அறையில் மின்சாரம் போய் விட்டிருந்தது. நன்கு வியர்த்து அவள் உடல் எங்கும் வியர்வை நிறைந்திருந்தது. சுற்றிமுற்றிப் பார்த்தாள். பிரமோத் இல்லை. கூட யாருமே இல்லை.

சே, கனவு. என்ன கனவு இது. ஏன் அவன் என்னை தேவையில்லாமல் வந்து எழுப்புகிறான். அவனைச் சொல்லிக் குற்றமில்லை. நான் என்ன செய்து கொண்டிருக்கிறேன்? வேலை பார்ப்பதற்கா சென்னை வந்தது. எப்படி நான் பிரமோத்தை இந்த மாதம் முழுவதும் நினைக்காமல் போனேன். ஏன் யாரிடமும் எதுவும் விசாரிக்கவில்லை. எப்படி மனம் மாறிவிட்டது? உண்மையில் பிரமோத் மேல் நமக்கு அக்கறையும் அன்பும் இருந்தது என்பதெல்லாம் சும்மா பெயரளவில்தான் போல.

பிரமோத் என்னை மன்னித்துவிடு. இந்த நகர வாழ்க்கையில் கவலைப் படுவதற்கும் அதில் தோய்ந்திருப்பதற்கும் நேரமில்லாமல் இருக்கிறது. நானும் அதில் அகப்பட்டுக் கொண்டேன். நாளை முதல் எனக்கு உன்னைக் கண்டடைவதுதான் வேலை. இது சத்தியம்.

லாவண்யா அதன் பின் உறங்கவில்லை. பிரமோதோடு இன்பாக்ஸில் பேசிய பழைய சாட்களை எடுத்து வாசிக்கத் தொடங்கினாள். பிரமோத் மீண்டும் அவள் தேடலாக மாறிக் கொண்டிருந்தான்.

*

காலையில் இருந்து இது எத்தனையாவது தடவையாக அவள் திட்டு வாங்குகிறாள் என்று தெரியவில்லை. பின்னே? செய்யும் வேலைகள் எல்லாம் தவறாகத்தான் முடிகிறது. வேண்டுமென்றே செய்பவர்களைப் போல கொடுத்த வேலைக்கு மாறாகச் செய்தாள். ஆரம்பத்தில் லாவண்யாவா இப்படி என்று ஆச்சரியப்பட்டுக் கொண்டே மென்மையாகக் கடிந்துகொண்டவர்கள், எத்தனை நாட்களுக்கு அப்படியே இருக்க முடியும். ஒட்டு மொத்த அலுவலகமும் திட்டித் தீர்க்கும் அளவுக்கு அவள் வேலைசெய்வது அத்தனை உபத்திரவமாக மாறியிருந்தது. அலுவலகத்தில் போனமாதம் வேகமாகப் படிக்கட்டுகளில் ஏறிக்கொண்டிருந்தவள் இந்தமாதம் சருக்கலில் வேகமாகக் கீழிறங்கிக் கொண்டிருக்கிறாள். அவள் வேலைகளில் தரும் தொல்லைகள் பொறுத்துக் கொள்ள முடியாத அளவிற்குப் போய்விட்டது.

லாவண்யா வேண்டுமென்றே இப்படி எல்லாம் செய்யவில்லை. அவள் தன்னையும் அறியாமல் தான் செய்கிறாள். அவள் கவனம் பிரமோத் பற்றி விசாரிப்பதிலும் பிரமோத்தைத் தேடுவதிலும் கூடியிருந்தது. ஆனால் அதில் ஒரு அங்குலம் கூட அவளால் முன்னேற்றம் காண முடியவில்லை. யாரும் அவன் குறித்த தகவல்களை அறிந்திருக்கவில்லை. அந்த நாட்களில் என்ன நிகழ்ந்தது என்று சொல்ல யாரும் தயாராய் இல்லை. பிரமோத் போல யாராவது தெரிகிறார்களா என்று போகிறவர்களையும் வருகிறவர்களையும் உற்றுப் பார்த்துக் கொண்டிருந்தாள். உணவு இடைவேளையிலும் பிற நேரங்களில் அந்தப் பாக்குமரத்தின் அடியில் போய் நின்றுகொண்டாள். பிரமோத் நின்ற இடம். அவள் மனம் பிரமோத், நீ எங்கு இருக்கிறாய் என்று கெஞ்சிக் கொண்டிருக்கும். இதே மனநிலையோடு வேலைக்குத் திரும்பினால், செய்வதெல்லாம் தலைகீழ்.

ஒருநாள் தலைமை அலுவலகத்துக்கு அனுப்பவேண்டிய மெயில் ஒன்றை வேறு ஒருவருக்கு அனுப்பப்போக பிரச்சனை பெரிதானது. அத்தனை பேர் முன்னிலையிலும் அவளைக்

கடுமையாகத் திட்டித் தீர்த்தார் மேலாளர். எல்லோரும் ஒரு ஈனப் பிறவியைப் பார்ப்பதுபோல அவளைப் பார்த்தார்கள். போன மாதத்தில் அலுவலர்களிடம் தங்களுக்கான நற்பெயரைக் குறைத்துவிட்ட பொறாமையில் பெண்கள் கூட அவளை நெருங்காது. நகர்ந்தார்கள். நவீன் மட்டும் கொஞ்சம் ஆறுதலாக ஓரிரு வார்த்தைகளைச் சொல்லி நகர்ந்தான். அதுவும் அத்தனை பிடிமானமானவை அல்ல.

இனி என்னால் இங்கு பணியாற்ற முடியாது. நான் மெல்ல மெல்லப் பைத்தியமாகிக் கொண்டிருக்கிறேன். என்னை என்னால் கட்டுப்படுத்திக் கொள்ளவே முடியவில்லை. இப்பொழுது இருக்கும் மனநிலைக்கு இங்கிருக்கும் அனைத்தையும் போட்டுடைத்து கொளுத்திவிட வேண்டும் போல் தோன்றுகிறது. அந்த எண்ணத்தை மிகச் சிரமப்பட்டுக் கட்டுபடுத்திக் கொண்டிருக்கிறேன். இனியும் என்னால் இதைத் தொடர முடியாது. இன்றே ஊருக்குத் திரும்பிவிட வேண்டும். வீட்டில் கேட்டால் வேலை பிடிக்கவில்லை என்று சொன்னால் ஒன்றும் சொல்லப் போவதில்லை. ஏற்கனவே அம்மா வந்துவிடச் சொல்லித்தான் சொல்லிக் கொண்டிருக்கிறாள். நம் ஒருவரால் எதற்கு இத்தனை பெருக்குத் தொந்தரவு.

அப்படியானால் பிரமோத்? பிரமோத். நாசமாய்ப் போகட்டும். என்னை இப்படிப் பைத்தியமாக அலையவிட்ட அவன் எங்கிருந்தாலும் நன்றாக இருக்கமாட்டான். ஏன் செத்திருந்தால் கூட என் பாவம் அவனைச் சும்மா விடாது. பெண் என்றால் பேயும் இறங்கும் என்று சொல்வார்கள். அந்த பிரமோத் செத்துப் பேயாய் இருந்தால் கூட இந்நேரம் இறங்கி வந்திருப்பான். அப்படி வரவில்லை என்றால் என்ன பொருள். போகட்டும். எப்படியும் போகட்டும். நான் ஊருக்குப் போகிறேன்.

லாவண்யா தனது ராஜினாமா கடிதத்தை கணினியில் டைப் செய்தாள். அனுப்புவதற்குப் போகும் போது அவளுக்குள் அழுகை வெடித்துப் பெருகியது. இரண்டு மாதம் வாழ்க்கையில் எவ்வளவு பெரிய காலம். ஒரு மாதத்தில் புதிய வேலையில் சாதித்துப் பேர் வாங்கி அடுத்த மாதமே அதில் தோற்று அவமானப்பட்டு வேலை போய். எல்லாம் அனுபவித்தாயிற்று. இதுதான் இந்த உலகின் இயற்கை என்றால் நாசமாய்ப் போகட்டும் இந்த உலகம்.

லாவண்யா அப்படியே மேசையில் குனிந்து கைகளால் முகத்தை மூடிக்கொண்டு அழுதாள். நிற்காத ஓர் ஆறுபோல

அழுகை பிறந்துகொண்டே ஊறிப் பெருகிக்கொண்டே இருந்தது. அதை அடக்கமுடியாமல் திணறிய கணத்தில் அவள் தலையை யாரோ வருடினார்கள். அத்தனை அன்போடும் வெதுவெதுப்போடும் வருடும் அந்தக் கைகள் யாருக்கானவை என்று அவள் நிமிர்ந்து பார்த்தாள். அது பிரமோத். தனது வழக்கமான சிரிப்பு மாறாமல் பிரமோத் நின்றிருந்தான். லாவண்யா ஒருமுறை தன்னைக் கிள்ளிப் பார்த்துக்கொண்டாள்.

‘நீ சாதிக்க வந்திருக்கிறாய். சோர்ந்து போக இல்லை லாவண்யா’ என்றான். லாவண்யாவிற்குள் அப்படி ஒரு இன்பம் பெருகியது.

***

14

சடசடக்கும் மழையின் சத்தம் கேட்டு திலீப் முழித்துக் கொண்டபோது மணி காலை ஐந்தாகி யிருந்தது.

அட மூன்று மணிநேரம் உறங்கி யிருக்கிறோம். தெரியவே யில்லை. ஏதோ இப்பொழுதுதான் படுத்தாற் போல இருந்தது. பக்கத்தில் ஜென்ஸி அயர்ந்து உறங்கிக் கொண்டிருந்தாள். அவன் விழித்திருந்தால் அவளுக்கு அத்தனை எளிதில் உறக்கம் வருவதேயில்லை. கணினியில் அமர்ந்து அவன் எதையாவது ஆராய்ச்சி செய்துகொண்டிருந்தால் அவள் உறக்கம் வராமல் கட்டிலில் புரண்டுகொண்டே யிருப்பாள். திலீப் ஒரு கட்டத்தில் அதை அறிந்துகொண்டு கணினியை அப்படியே அணைத்துவிட்டு போய் அவள் அருகில் படுத்துக்கொள்வான். அதிசயம் போல் அவள் அடுத்த சில நிமிடங்களில் உறங்கிப் போவாள். திலீப் பின்பு எழுந்துவந்து வேலைகளைத் தொடர்வான். நேற்று இரவுகூட அப்படித் திண்டாடிக் கொண்டிருந்தாள். திலீப் வந்து படுத்துக் கொண்ட பின்புதான் அவளுக்குத் தூக்கம் வந்தது. ‘இந்த மனுஷன் நைட் ஷிப்ட்டுன்னு போய்ட்டார்னா, எளவு தூக்கமே வராது’ என்று அம்மா பால்யத்தில் புலம்புவதைக் கேட்டதுண்டு. கணவன் ஒரு பாதுகாப்பு என்கிற சிந்தனை இந்தியப் பெண்களுக்கு இயல்பாகவே இருக்கும் போல. அட அம்மாதான் படிக்காதவள், அப்படி என்றால் இதோ மாஸ்டர் ஆஃப் கம்பியூட்டர் ஸயன்ஸ் படித்த அவள்மருமகளும் அப்படித்தான் இருக்கிறாள் என்று நினைத்துக் கொண்டதும் சிறு பெருமிதமும் சிரிப்பும் வந்தது. குனிந்து அவள் நெற்றியில் முத்தமிட்டான்.

ஜன்னல் வழியே எட்டிப்பார்த்தான். வடகிழக்குப் பருவமழையின் சிறப்பே அதிகாலையில் வாசல் நனைத்துப்

போவதுதான். அப்படியான ஒரு தூறல், கொஞ்சம் வலுத்துத் தூறுகிறது போலும். நின்று நிதானமாகத் தூறிக் கொண்டிருந்தது. காற்றில் ஈரப்பதம் கூடியிருந்தது. கழிவறை போய்விட்டு வந்து கணினியில் அமர்ந்தான். இணையம் இணைப்புக்கு வர கொஞ்சம் நேரமெடுத்தது. பின்பு சரியானது. வலைப்பூவுக்குப் போகுமுன்பாக ரேடார் பக்கங்களைப் பார்த்தான். திகைத்துப் போனான்.

ரேடாரில் சென்னைக்குக் கிழக்கே அத்தனை மேகக் கூட்டங்கள். நேற்று இரவுவரை ஒன்றையும் காணோம். இன்று காலை அதிதியாக, எதிர்பாரா விருந்தாளி என வந்து நிற்கின்றன. இன்னும் வரைபடங்களைத் துழாவினான். மேகங்கள் திருவிழாவுக்கு வந்து ஊருக்குள் நுழையக் காத்திருக்கும் வாகனங்கள் போல கடலுக்கு மேலே வரிசை கட்டி கவிந்து குவிந்து கொண்டிருந்தன. திலீப்பால் தன் கண்களையே நம்ப முடியவில்லை. ஆனால் இதுதான் அவன் கணித்தது. சென்னையின் மழைக் காலங்கள் முடிந்துவிட்டது என்று பலரும் சொன்னபோது, இல்லை இல்லை இன்னும் இருக்கிறது அதுவும் மிகப் பெரிய மழையின் நாட்கள் மீதம் இருப்பதாக கடந்த ஒருவாரமாக அவன் சொல்லிக் கொண்டிருந்ததும் இதைத் தானே.

தென் சென்னையில் மழை நன்கு பிடித்துக்கொண்டு பெய்வது ரேடாரில் தெரிந்தது. திலீப் வலைப்பூவுக்குள் நுழைந்தான். எதிர்பார்த்ததை விட அதிகமானவர்கள் இருந்தார்கள். சிலர் இரவெல்லாம் கண்விழித்துக் காத்திருந் திருக்கிறார்கள். பள்ளிகளுக்குச் செல்லும் சில சின்னப் பையன்கள் முதல் வயதானவர்கள் வரை. அட, அவர்கள் எல்லாம் எவ்வளவு விசுவாசமாக மழையை எதிர்பார்த்து அமர்ந்திருந் திருக்கிறார்கள். நாம் தான் கொஞ்சம் அவிசுவாசப் பட்டுவிட்டோம். அதுவும் அவிசுவாசம் அல்ல, தன் ஆய்வின் மேல் தனக்கே ஏற்பட்ட சலிப்பு. உறுதியாய் நம்பிய ஆய்வை நோக்கி 'ஏலி, ஏலி லாமா சபத் தானி' என்று அங்கலாய்த்த கணம். அவ்வளவுதான். இதோ மூன்று மணி நேரத்தில் அவன் விசுவாசம் உயிர்த்தெழுந்து நிற்கிறது.

ராம் தாம்பரம்: தாம்பரத்தில் மழை வெளுத்து வாங்குகிறது

அச்சு சைதாப்பேட்டை: நல்ல மழை. கடந்த ஒரு மணிநேரத்தில் 10 எம்.எம் பெய்திருக்கும்

ஹரீஷ் பாலவாக்கம்: கேளம்பாக்கம், ஈ.சி.ஆர். ஓ.எம். ஆர் எல்லாம் நல்ல மழை

சாய் சேப்பாக்கம்: அட போங்கப்பா மழையும் இல்ல, ஒண்ணும் இல்ல.

அமீன் ஜார்ஜ் டவுண்: பெரிய தீவிரமான மேகக் கூட்டம் ஒன்று சென்னைக்குள் நுழைகிறது. ஏறக்குறைய ஒட்டுமொத்த சென்னையும் மழை பெய்யும். எப்படியும் இன்றைக்கு விடுமுறை நிச்சயம்.

ஹா ஹா ஹா இந்தப் பையன்கள் விடுமுறையில் குறியாக இருக்கிறார்கள். திலீப் சில வானிலை மாடல்களை ஆய்வு செய்யத் தொடங்கினான். எல்லா மாடல்களும் நேற்றுவரைக்கும் சொல்லிக் கொண்டிருந்தவைகளை எல்லாம் மாற்றிக்கொண்டு சென்னைக்கு கடும் மழை என்று சொல்ல ஆரம்பித்து விட்டார்கள். திலீப் காற்றின் திசை மற்றும் வேறு சில விசயங்களை கவனித்துக் கொண்டே வலைத்தளத்திலும் பார்வையை வைத்துக் கொண்டான். எல்லா ஆராய்ச்சியும் கடைசியில் கனமழை என்றே சொன்னது.

தொடர்ந்து சென்னையின் தென் பகுதிகளில் மழை வெளுத்து வாங்க ஆரம்பித்தது. சென்னையைத் தாண்டிச் செல்லும் மேகக் கூட்டங்கள் சில நிமிடங்களில் ஆட்டத்தின் பாதியில் எழுந்துசெல்ல மனம் இல்லாத சூதாடியைப் போல மீண்டும் சென்னை நகருக்குள்ளாகவே திருப்பிவந்து கையிருப்பைக் காலி செய்தன. திலீப்புக்கு அதன் நடவடிக்கை விசித்திரமாக இருந்தது. பட்டியில் அடைக்கப்பட்ட ஆடுகள் கிடைக்குள்ளாகச் சுற்றிச் சுற்றி வருவதைப் போல மேகங்கள் வேறு வழியின்றி சென்னை நகரைச் சுற்றிச் சுற்றிப் பெய்ய ஆரம்பித்தன. இது போதாதென்று அமீன் சொன்ன அந்த மேகக் கூட்டம் வேறு உள்நுழைந்து விட்டது. அமீன் பள்ளி மாணவன் தான். ஆனால் அவனைப் போல ரேடாரை வாசிக்கிற ஆட்கள் மெட் இல் கூட இருக்கிறார்களா என்று தெரியவில்லை. மனசுக்குள்ளாக அவனுக்கு ஒரு சபாஷ் போட்டான்.

மணி ஆறை நெருங்கி யிருந்தது. தாம்பரத்தில் இருக்கும் அவன் நண்பனுக்கு போன் செய்ய நினைத்தான். எழுந்திருந்திருப்பானா. நிச்சயமாக. என்னைவிட மழைப் பைத்தியம் அவன். உறங்கினானா என்றே தெரியாது. அழைத்தான். முதல் ஒலிப்பிலேயே எடுத்தான்.

“குட் மார்னிங் டிஜே அண்ட் கன்கிராட்ஸ். நீ சொன்னது நடக்குது போல.”

“யா. தேங்க்ஸ். நீ கூட சரியாத்தான் சொல்லியிருந்த. பார் மழை பொளக்குது. ஆமா தாம்பரத்துல எப்படி இருக்கு நிலவரம். ஒருத்தர் ப்ளாக்ல 10 செ.மீ பெஞ்சிருக்கும்னு சொல்றாரே. கொஞ்சம் ஓவராச் சொல்றாரோ?”

“ம், தெரியல டிஜே. நான் இன்னும் ரெயின் கேஜ் பாக்கப் போகலை. ஆனா இங்க விட பக்கத்துல முடிச்சூர், ஊரப்பாக்கம், செம்பரம்பாக்கம் எல்லாம் சரியான மழைன்னு நினைக்கிறேன். 10 இல்லைன்னாலும் நிச்சயம் ஏழு எட்டுக்குக் குறைவிருக்காது.”

“ஓ, கிரேட். சரி எதுவா இருந்தாலும் என் லைன்ல வா. இல்லை மெசஞ்சர்ல கூப்பிடு. ஐ திங்க் இது நமக்கு சிவப் பகல்னு நினைக்கிறேன். என்ஞாய் தெ ரெயின்.”

“சிவப் பகலா? சிவ ராத்திரி மாதிரியா? ஹஹ்ஹஹ்ஹா... ஒகே. தேங்க்ஸ் டிஜே. பை.”

ஜென்ஸி எழுந்து கொண்டிருந்தாள். கணினியில் அமர்ந்திருக்கும் டிஜே யைப் பார்த்ததும் ’அட போங்கையா’ என்பதுபோல ஓர் பாவனை செய்தாள். அரைத் தூக்கத்தில் எழுந்து நடந்துவரும் அவளைப் பார்த்து டிஜே சிரித்தான். அவள் பதிலுக்குச் சிரிக்காமல் ஜன்னல் திரையை விலக்கி வெளியே எட்டிப் பார்த்தாள். மழை நின்றிருந்தது. சற்று முன் பெய்ததற்கான அடையாளமாக மரங்களில் நீர் இருந்து சொட்டிக் கொண்டிருந்தது.

“ஓ, சார் இதனாலதான் ஹேப்பியா. என்ன காலைல பெய்யற மான்சூனல் ரெயின் அவ்ளோ தானே. இன்னும் கொஞ்ச நேரத்துல சூரியன் வந்திரும். இல்லையா. அப்புறம் கிளம்பி அவங்க அவங்க வேலைக்கு ஓடணும். அதுதானே, நான் மாட்டேன். என்னால இன்னைக்கு வேலைக்குப் போக முடியாது. ராத்திரி யெல்லாம் தூக்கமேயில்லை. நீ என்னடான்னா இந்த பி.சியக் கட்டிக்கிட்டு அழுகிற.. நான் யாரைக் கட்டிக்கிறது. உன்னால என் தூக்கமும் கெட்டது.”

பொய்யாய்ச் சீண்டும் ஜென்ஸியை அவன் சிரித்துக் கொண்டே பார்த்தான். அவளைப் பார்க்கவே அவனுக்கு ரேடாரில் சற்றுமுன்பார்த்த மேகக் கூட்டம் போல முகம்

சிவக்க இருந்தாள். இவள் கூட ஓர் மேகம்தான். காதல் மேகம்.

“என்ன சிரிப்பு. நிஜமாத்தான் சொல்றேன். நான் வேலைக்கும் போகமாட்டேன். நீ வேணும்னா எனக்கும் சேர்த்து சமைச்சு வச்சிட்டுப் போ” என்றாள்.

எழுந்து அவள் அருகே போனான். கைகளை மாலைகளாக்கி அவள் தோளில் போட்டான். அவன் ‘ஒண்ணும் தேவையில்லை’ என்பதுபோல முகத்தைத் திருப்பிக் கொண்டாள். அவன் வலுவில் அவள் முகத்தைத் திருப்பி அவள் கன்னத்தில் முத்தமிட்டான். ஒரு குளிர் காற்றுக்கு பொத்துக் கொள்ளும் கார் மேகம். அப்படியே அவள் டிஜேவைத் தழுவிக்கொண்டாள்.

“இன்னைக்கு ஃபுல் டே நமக்கு இதுதான் வேலை, நீயும் வேலைக்குப் போகல, நானும் போகமாட்டென்.”

“சும்மா சொல்லாத, இன்னைக்கு ஆபீஸ்ல முக்கியமான மீட்டிங் இருக்கு.”

“மீட்டிங்காவது ஒண்ணாவது, முதல்ல உன் ஆபீஸ்க்கு எப்படிப் போவ?”

“ஏன் அப்படிச் சொல்ற? மழைகூட இல்லையே.”

“சென்னைங்கிறது என்ன ஒரு சின்ன ஊர்னு நினைச்சியா. உன் தெருவுல மழை இல்லைன்னா ஊரெல்லாம் மழை இல்லாம இருக்க, இங்க வா, வந்து பாரு” என்று சொல்லி கணினி அருகே அழைத்துப் போனான். அவளுக்கு ரேடாரையும் சில வரைபடங்களையும் காட்டினான்.

“அப்போ சென்னை ஃபுல்லா மழை பெய்யுதா, இங்கதான் இல்லையா”

“ஆமாம், குறிப்பா தென் சென்னை, ஈசியார், ஓஎம்ஆர் எல்லம் செம மழை. இன்னைக்குப் பூராவும் மழை பெய்யும். சோ நீ ஆபீஸ்க்கு போனா நீந்தித்தான் வரணும் ஆமா உனக்கு நீச்சல் தெரியும்ல?”

அவள் குழப்பமாக, “டேய் அனலிஸ்ட், சொதப்பிடாதே உன் ரிசர்ச்?”

“சே, இல்லவே இல்ல டியர். இன்னைக்கு இருக்கு கச்சேரி. என்னை நம்பலைன்னாலும் பரவாயில்ல ரேடாரை நம்பும்மா.”

அவள் சேரில் அமர்ந்து ரேடார் இமேஜைப் பெரிது செய்து பார்த்தாள்.

“டே, இப்போ கர்ணனுக்கு போன் போடு என்ன சொல்றாருன்னு கேளு.”

“அது வேஸ்ட் ஜென்ஸி. அவர் ஒரு பிரத்தியட்சப் பிரமாணி. ரேடார்ல தெரிஞ்சதும் மழை வருதுன்னு முடிவு கட்டியிருப்பார். இந்நேரம் மழை, கனமழை, மிக கனமழை அதுக்கும் மேல அதிகனமழைனு பேட்டி கொடுக்க ஆரம்பிச்சாலும் ஆரம்பிச்சிருப்பார்.”

“சரி தானே டிஜே. அவருக்கு ஒரு பொறுப்பு இருக்கில்ல.”

“அப்போ எங்களுக்கு இல்லையா. எங்களுக்கும் இருக்கு, என்ன அதை அதிகார பூர்வமா வெளிப்படுத்த முடியலை. அவ்ளோதான்”

“ஒகே கூல் கூல் டிஜே. சோ, அப்போ நான் போய் ஒரு குட்டித் தூக்கம் போடலாமா?”

“போடுடி குட்டி, அதுக்கு முன்னாடி ஒரு டீ”

“போடா, டீ போட்டா தூக்கம் கலைஞ்சிடும்” என்று சொல்லி நகர்ந்தாள். டிஜே சிரித்துக்கொண்டே கணினியில் மூழ்கினான்.

வலைத்தளத்தில் விவரங்கள் சூடுபிடிக்கத் தொடங்கின. ஒரு ஆள் இப்படியே போனால் தாம்பரத்துக்கு போட் சர்வீஸ் தேவைப்படும் என்று போட்டிருந்தான்.

இங்கு இன்னும் தூறிக் கொண்டுதான் இருக்கிறது. வானம் கொஞ்சம் வெளிச்சமாகவும் தெரிகிறது. ஆனால் தென் சென்னையில் அப்படி இருக்க வாய்ப்பில்லை. அவர்கள் தங்கள் வாழ்நாளில் பார்த்திராத ஒரு மழையைப் பார்த்துக் கொண்டிருக்கிறார்கள். காலை ஆறுமணி என்பது அவர்களுக்கு கடிகாரத்தைப் பார்த்தால் தான் தெரியும். அந்த அளவிற்கு இருள் இருக்கும்.

முடிச்சூரில் இருந்து ஒரு ஆள், நிலைமை மிகவும் மோசமாக இருக்கிறது. சாலைகளில் வெள்ளம் ஓடுகிறது. சில வீடுகளுக்குள்ளும் தண்ணீர் புகுந்துவிட்டது. இந்நிலை தொடர்ந்தால் இங்கிருந்து வெளியேற வேண்டியிருக்கும், என பதிவிட்டார். (எப்போது இவர்களுக்கு மின்சாரம் துண்டிக்கப் படுமோ?)

அட, அதற்குள்ளாகவா, அந்த அளவிற்கா அங்கு மழை பெய்துவிட்டது. ஒரு வேளை...

தனது மொபலை எடுத்து அதில் 'ஆதிகேசவன் செம்டேம்' என்று இருந்த எண்ணை அழைத்தான்.

அவனும் முதல் ஒலிப்பிலேயே எடுத்தான்.

"ஆதி சார், குட்மார்னிங். அங்க நல்ல மழையா...?"

"நல்ல மழையாவா... பொளக்குது சார். எனக்குத் தெரிஞ்சு 10 செ.மீ. பெஞ்சிருக்கும்."

"ஓ, அவ்ளோ மழையா, அப்போ ஏரில எவ்ளோ தண்ணி தொறந்திருக்காங்கன்னு தெரியுமா"

"கூடுதலால்லாம் இல்ல சார். ஏன் கேக்குறீங்க?"

"இல்ல முடிச்சூர் எல்லாம் தண்ணி புகுந்திருச்சுன்னாங்க அதான்"

"அதுவா சார், ஆதனூர் குளம் நிரம்பியிருக்கும். அந்தப் பக்கமும் நல்ல மழை."

"ஓகே. ஓகே. ரொம்ப சந்தோஷம் ஆதி."

"என்ன சார் சந்தோஷம், எனக்கு பக்குன்னு இருக்கு சார்."

"ஏன் ஆதி."

"சார், காலைல ஆறு மணிக்கெல்லாம் ஏரி முழுசா ரொம்பிடுச்சு சார். இன்னும் 950 கன அடிதான் திறந்து விடறாங்க. வெடிகுண்டு மேல நிக்கிறாமாதிரி இருக்கு சார். ஏரிக்கு எதாவது ஆச்சுன்னா... ஒண்ணும் சொல்றதுகில்ல சார்..."

டிஜே போனை வைத்தபோது மனசு கனத்திருந்தது. நிரம்பித் ததும்பும் ஏரி அவன் கண்முன் ஆடியது. ஓ, அது ஏரியா என்ன.. சின்னக் கடல். போனவாரம் மழையில் நிரம்பியிருந்த ஏரியை நண்பர்களோடு போய்ப் பார்த்துவந்தான். அவன் நின்ற இடத்திலிருந்து இடது பக்கம் இருக்கும் மதகுகள் மட்டுமே கரையாகத் தெரிந்தது. மற்ற இரண்டு பக்கக் கரைகளை அவன் காணவேயில்லை. கண்ணுக்கெட்டிய தூரம் வரைக்கும் நீர். மேற்கில் மேகம் வேறு கூடியிருந்தது. உடன் வந்த பார்த்தா,'ஏரியில் புக்கு முகந்து கொணர்ந்தேரி, ஊழிமுதல்வன் உருவம்போல் மெய்கருத்து' என்று பாடினான். அவனின் துல்லிய நேர சாதுர்யம் வியப்பை ஏற்படுத்தியது. சுமார் பத்தாயிரம்ம் கன அடி திறந்திருப்பதாகச் சொன்னார்கள்.

அதற்கு முந்தைய இரண்டு நாட்களும் பதினெட்டாயிரம் கன அடி திறந்ததாகக் குறிப்பிடப் பட்டிருந்தது. தேக்கத்தின் 24 அடியில் 22 அடி நீர் நின்றது. அணையின் பாதுகாப்பு கருதித் திறந்து விட்டிருக்கிறார்கள். 22 அடிக்கே திறந்தால் இப்பொழுது நிரம்பி விட்டதாகச் சொல்கிறானே. அப்படியானால் ஏன் இன்னும் கூடுதலாகத் திறக்கவில்லை. மழை நின்றுவிடும் என்று நம்பிக் கொண்டிருக்கிறார்களா? அப்படி என்றால் அவர்கள் இந்த நகரத்தை ஒரு சுடுகாடாக மாற்றும் எல்லா முன்னேற்பாடுகளையும் செய்து கொண்டிருக்கிறார்கள் என்றல்லவா பொருள். ஏறக்குறைய ஒன்றரைக் கோடி மக்கள் வாழும் நகரம். ஏரி உடையுமென்றால் அவர்களின் நிலை?

நினைத்துப் பார்க்கவே உள்ளூர ஓர் நடுக்கம் ஏற்பட்டது. ஜன்னல் வழியாக வரும் குளிர் காற்றினால் உடலும் நடுங்கத் தொடங்கியது. கால்களைக் கட்டிக்கொண்டு அப்படியே சேரில் அமர்ந்தான். ஜென்ஸீ கையில் சூடான டீயோடு வந்து நின்றாள். அதை அப்படியே வாங்கி உறிஞ்சினான்.

"மழையும் லீவும் பெண்களுக்கில்லை டிஜே" என்று சொல்லி அவன் கன்னத்தில் ஒரு முத்தமிட்டாள். ஆனால் டிஜே அதை அனுபவிக்கும் மனநிலையில் இல்லை. மனக் கண்ணில் மதகுகளைத் தாண்டித் ததும்பும் புதுவெள்ளம் பாய்ந்துகொண்டிருந்தது. எச்சரிக்கை எச்சரிக்கை என்று மனம் கூவியது. யாரிடம் சொல்வது? எப்படிச் சொல்வது? மானம் ரோசம் பார்க்காமல் மீண்டும் கர்ணன் சாருக்கு போன் செய்து நிலவரத்தை அறியலாமா. என்ன அதிகமாகப் போனால் 'ஆயிரம் சொன்னாலும் நீ ஒரு அமெச்சூர் டிஜே.' என்று நக்கலடிப்பார் அவ்வளவு தானே. மயிரா போச்சு.

டிஜே போனில் கர்ணன் சார் நம்பரை டயல் செய்தான். துரதிர்ஷ்டவசமாக அது தொடர்பு எல்லைக்கு அப்பால் இருந்தது.

***

15

பிரமோத் அந்த நாளின் காலையிலேயே எழுந்து கொண்டான். வழக்கத்தைவிட அவன் மனம் கொண்டாட்டமாக இருந்தது. இன்று நிறையத் திட்டங்கள் இருக்கிறது. காலை பக்கத்தில் இருக்கும் ஒரு கோவிலுக்குச் செல்லவேண்டும். அதன் பின் அலுவலகம். ஏறக்குறைய அங்கு ஏதாவது சர்ப்ரைஸ் இருக்கலாம். நேற்றே அலுவலக மெசெஞ்சர் மேகசினில் இன்றைய தினத்தின் விசேடங்கள் குறித்து செய்தி வெளியிட்டிருந்தார்கள். அதனால் வழக்கம்போன பேக்கிரியில் தருவிக்கப்பட்ட கேக் ஒன்றின் மேல் மெழுகுவர்த்திகள் எரிய வரவேற்கலாம் அல்லது வேலைக்கு இடையில் அது நிகழலாம். கொஞ்சநேரம் கூத்தும் கும்மாளமுமாக இருக்கும். அதன் பின் அவரவர் வேலைக்குத் திரும்பியாக வேண்டும். மதியம் நெருங்கிய சில நண்பர்களுக்கு மதிய உணவை வெளியே ஏற்பாடு செய்வதாக உத்தேசம். ஆனால் இவை எல்லாம் அவனுள் பொங்கும் பெருமகிழ்ச்சிக்கான காரணங்கள் இல்லை.

அதன் காரணம் லாவண்யா.

ஒரு பெண்ணை நேரில் காணாமலேயே அவள்மேல் இவ்வளவு பைத்தியம் ஆகமுடியும் என்றால் அவள் எப்படிப் பட்டவளாக இருப்பாள். குறைவாய்ப் பேசுகிறாள். பேசுவதை உறுதியாகப் பேசுகிறாள். அவளோடு பேசும்போது மட்டும் மனம் ஏன் அப்படிக் கூத்தாடுகிறது, காற்றலைத்த மரம் போல. எத்தனை பெண்கள் சுற்றி இருக்கிறார்கள், அழகாய் நிறமாய் கவர்ச்சியாய் அறிவாய்... ஆனால் அவர்கள் எல்லாரையும் விட காணாத அந்தப் பெண் ஏன் அவ்வளவு தூரம் அவனை ஈர்க்கிறாள். பிரமோத் அவளுக்கு ஒரு உருவம் கொடுத்திருக்கிறான். அவள்

அதிக உயரமில்லை. கொஞ்சம் கருப்பு. பருமன் இல்லாத ஆனால் பூசிய உடல். கன்னங்களில் மட்டும் அப்படி ஒரு பூரிப்பு. துள்ளும் மீனின் கண்கள். அவள் கோபமான வார்த்தைகளைச் சொல்லும் போது அது கொஞ்சம் விரியும். அப்பொழுது அவைகளைக் காண கோபமான சாமியின் கண்கள் போல இருக்கும். ஆனால் அடுத்தகணம் அவள் அக் கோபம் தணிந்து அன்பாலான ஒரு சொல்லைச் சொல்லும்போது அது குவியும் சிறு மலர் போலக் குளிர்ந்திருக்கும். நிச்சயம் அவள் உதடுகள் மிக அழகானவைதான். அந்த அழகான வாசல்களின் வழி வெளிவருவதால்தான் அவள் சொற்கள் அவ்வளவு அழகாக ஒலிக்கின்றன.

இன்னும் அவள் எப்படியெல்லாம் இருப்பாள் என்று அவன் நினைக்கும் போது அவனுக்குள் வெட்கம் படர்ந்து தனக்குள்ளாக ஒரு ரகசியப் புன்னகை ஒன்றை உதிர்த்துக் கொள்வான். ஒருவேளை அவள் அவன் கற்பனைகளில் உள்ளது போல் இல்லாமல் இருந்தால் என்று நினைப்பதும் உண்டு. அப்பொழுதெல்லாம் அவன் அவனுக்கே சொல்லிக்கொள்ள ஒரு பதில் வைத்திருந்தான்.

“அவள் எப்படி இருக்கிறாளோ அதுதான் அழகின் இலக்கணம்!”

காதல் கொள்வதற்கு வேண்டுமானால் காலம் ஆகலாம். ஆனால் அதைச் சொல்லாமல் கடத்துவது மட்டும் ஆகவே கூடாது. சுமையைச் சுமந்துகொண்டு மலைஏறுவதை விடக் கடினமானது காதலோடு நாட்களை ஓட்டுவது. ஒவ்வொரு நாளும், சீக்கிரம் சொல்லிவிடு சொல்லிவிடு, என்று அறிவு தொல்லைசெய்து கொண்டேயிருக்கும். அதற்கென்ன, சொல்லிவிட்டால் ஒரு வேலை முடிந்தது என்று திட்டமிடுகிறது. ஆனால் மனம், அப்படியெல்லாம் எடுத்தோம் கவிழ்த்தோம் என்று நடந்துகொள்ள முடியுமா என்ன?

காதலைச் சொல்லி அதில் வென்றால் அறிவும் மனமும் மகிழும். இல்லை என்றால் அறிவுக்கு என்ன, அது அப்படியே கிடக்கும். ஆனால் மனம் அல்லவா எடை கொண்ட பொருளைப் போல தேங்கி நிற்கும் நினைவுக் குளத்தில் மூழ்கிப் போகும். அதைத் தவிர்க்கவே, கொஞ்சம் பொறு, சமயம் பார்த்துச் சொல்லலாம், என்று அடிக்கடி ஒத்துப்போடும்.

பிரமோத் அதிகம் ஒத்திப்போட விரும்பவில்லை. லாவண்யா எப்படி இருந்தாலும் சரி, எப்படிப் பட்டவளாக இருந்தாலும் சரி, அவளைக் காதலிப்பது, அந்தக் காதலை அவளிடம் காலத்தில் சொல்லிவிடுவது. அதை அவள் ஏற்றால் இந்த உலகத்தில் நிச்சயமாகி யிருக்கும் அவனின் சொர்க்கத்தை சுதந்தரித்துக் கொள்வது அல்லது அவளுக்கு வாழ்த்துக்கள் சொல்லி விலகுவது. பொய்யாய் எத்தனை நாட்கள் பேசிக்கொண்டே யிருப்பது. பிரமோத் அவளிடம் காதலைச் சொல்ல இந்த நாளைத் தேர்வு செய்தான். நேற்றிலிருந்து மனதிற்குள்ளாக அதற்கான ஒரு தயாரிப்பில் இருக்கிறான்.

சீக்கிரமே எழுந்துகொண்டு என்ன பயன். வெளியே மழை பிடித்துக் கொண்டது. அவன் இருந்த சந்துக்குள் தண்ணிர் கொஞ்சமாக ஓடிக் கொண்டிருந்தது. சைதாப்பேட்டையின் பஜார் சாலையின் இருந்த ஒரு வீட்டின் மாடியில் அவன் குடியிருந்தான். மழை பிடித்துக்கொண்ட கொஞ்ச நேரத்திலேயே கரெண்ட் போய்விட்டது. செல்போன் முழு சார்ஜில் இருந்தது. நல்ல வேளை. இந்த நாளைக் கழிக்க இது போதும். நண்பர்களின் வாழ்த்துச் செய்திகள் குவிந்தவண்ணம் இருந்தன. அவர்களுக்கெல்லாம் அவன் நன்றி சொல்லியப்பின் குளித்துக் கிளம்பிய போதும் வானம் வெறிக்கவேயில்லை.

சென்னைக்கு இந்த மழை புதிது. காலையில் பிடித்துக்கொள்ளும் மழை பள்ளிகளுக்கு விடுமுறை விட்டதும் நின்றுவிடும். அலுவலகம் போகிறவர்களுக்கு வழி விடுவதுபோல வானம் வெறித்துக் கிடக்கும். சில நாட்கள் மழை அத்தோடு சரி. பிள்ளைகள் எல்லாம் விளையாடித் தீர்க்கும். மறுநாள் காலை மீண்டும் அதேபோலத் தொடங்கி கொஞ்ச நேரம் விளையாடும். மீண்டும் பள்ளி விடுமுறை. மீண்டும் வானம் வெறிக்கும். இந்த விளையாட்டை வானமா அரசு நிர்வாகமா யார் முதலில் நிறுத்துவது என்கிற பெரும் பிரச்சனை உருவாகும். ஆனால் இந்த ஆண்டு இரண்டு மூன்று மழை நன்கு வெளுத்துவாங்கிவிட்டது. பிரமோத் அந்த மழையிலும் எப்படியாவது அலுவலகம் போய்விடுவான். அவன் வீட்டிலிருந்து வெளியேறி அண்ணா சாலை வந்து பெரிய பாலத்தைக் கடக்க வேண்டும்.

இந்த ஊருக்கு வந்த புதிதில் சென்னையின் பாலங்களை எல்லாம் பார்க்க அவனுக்குச் சிரிப்பாக வரும். எதற்கு இத்தனை உயரப் பாலங்கள் இந்தப் பள்ளங்களுக்கு என்று.

பாலத்துக்குக் கீழே எங்கோ மூலையில் சிறு குட்டை நீர் தேங்கிக் கிடக்கும். சலவைத் தொழிலாளிகள் துவைத்துக் கொண்டிருப்பார்கள். கரைகளில் நிறையக் குடிசைவீடுகள். ஆனால் போனவாரம் பெய்த மழையில் அதன் அவசியத்தை அவன் உணர்ந்துகொண்டான். எல்லாப் பாலங்களுக்குக் கீழேயும் அதன் விளிம்புகளை உரசிக்கொண்டு வெள்ளம் ஓடியது. பக்கத்தில் இருக்கும் ஏரி ஒன்றைத் திறந்து விட்டிருப்பதாகச் சொன்னார்கள்.

பிரமோத் பாலத்துக்குக் கீழ் ஓடிய நதியை ஆசையோடு காண்பான். அவனுக்கு அவன் ஊரின் மழைக் காலங்கள் நினைவுக்கு வரும். ஆண்டில் இருமுறையாவது இப்படிக் கரைபுரளும் வெள்ளம் ஏற்படாமல் இருக்காது. அதனால் வெள்ளம் எல்லாம் அவனுக்கு பயமே இல்லை. இந்த ஊரின் சனங்கள் ஓடும் வெள்ளத்தை அப்படி ஒரு மிரட்சியோடு பார்ப்பதைப் பார்த்திருக்கிறான். அவனுக்குப் பாலத்தின் கீழ்ப் பகுதிக்குச் சென்று நதியைத் தொட்டு வணங்கவேண்டும் என்று தோன்றும். ஆனால் போலீஸ்காரர்கள் நின்று யாரையும் அந்தப் பக்கம் போகவிடாமல் தடுத்துக் கொண்டிருப்பார்கள். அத்தனை அழுக்கும் கசடுமான முதல் தண்ணீர். பழுப்பு நீர். போன மழையில் வழக்கத்தை விட வெள்ளம் அதிகமாய் ஓடியது. அகன்று விரிந்து களவாடப்பட்ட தன் கரைகளைத் தானே மீட்டெடுத்துக் கொண்டு பெரும் பிரவாகமாய் இரு கரைகளையும் தொட்டுக்கொண்டு ஓடும் காட்சியைக் கண்டபோது அவனுக்கு மெய் சிலிர்த்தது. கைகளை உயர்த்தி 'மா கங்கா' என்று சொல்லிக் கும்பிட்டான். அவன் அப்படிச் செய்வதைப் பார்த்து பக்கத்தில் இருப்பவர்கள் சிரித்தார்கள். அதெல்லாம் அவனுக்கு லட்சியம் இல்லை. விட்டால் அவன் ஆரத்தி ஏற்றிக் காட்டி வழிபடக் கூடத் தயார்.

'ஆபோகிஷ்டா மயோ புவகா' என்று துதித்தான். இந்த உலகின் ஆதாரம் இல்லையா இந்த நீர். அதைத் தொழுதுகொள்ள வேண்டாமா. செல்வம் எப்படி தெய்வமாக வழிபடப் பட இன்னும் இன்னும் சேரும் என்று நம்புகிறார்களோ அதேபோல தண்ணீரையும் வழிபட வேண்டாமா. இந்த நகரின் மக்கள் எல்லாவற்றுக்கும் தரும் முக்கியத்துவத்தில் ஒரு பங்கினை இந்த நதிக்கும் தரத்தான் வேண்டும். எல்லாம் முறையாகச் செய்து காலம் முழுவதும் இதில் நீர் ஓடுமானால் இந்த ஊர் எப்படிப்பட்ட செல்வச் செழிப்புள்ள ஒரு ஊராக இருக்கும்.

சைதையின் கரைகளில் மக்கள் கூடி ஆரத்தி எடுப்பதைப் போன்ற ஒரு காட்சியைக் கற்பனை செய்தான். ஆனால் அதெல்லாம் இனி ஒரு போதும் நிகழப் போவதில்லை. இடம்... இடம்... இடம்... இந்த நகருக்கு இன்னும் இடம் தேவைப்படுகிறது. கிடைக்கிற எல்லா அங்குலத்திலும் அது பணம் பார்க்கிறது. பணம் மட்டுமே வாழ்க்கை என்கிற தீவிர முன்முடிவில் இருக்கிறது. அதை இனி மாற்றவே முடியாது.

பிரமோத்தின் உற்சாகத்துக்கு மழை ஒரு சிறு தடங்கலாக வந்து நின்றபோதும் அவன் அதை சபிக்கவே யில்லை. இன்று பாலத்தைக் கடக்கும் போது மீண்டும் மா கங்காவின் தரிசனம் கிடைக்கும்! அண்ணா சாலையில் திரும்பி பனகல் மாளிகையைக் கடக்கும் வரைக்கும் சிக்கல் எதுவும் இருக்கவில்லை. அந்தப் பாலத்தை நெருங்கியதும் வாகனங்கள் அங்குலம் அங்குலமாக ஊர்ந்தார்ப் போல நகரத் தொடங்கின. நீர் பெருக்கெடுத்து ஓடும் சத்தம் கேட்டது. சலசலப்பு அல்ல உருமல். நகருக்குத் தொடர்பற்ற ஒலி. அது காதில் விழுந்ததும் பிரமோத் உற்சாகமானான். நகரும் வாகனங்களோடு இடதுபுறம் வந்து அப்படியே நகர்ந்து கொண்டிருந்தான். பாலத்தைத் தொடுவதற்கு முன்பாகவே அவனுக்கு இடது புறத்தில் விரியும் நதியின் தரிசனம் கிடைத்தது.

அடர் பழுப்பு நிறக்கலவையான நதி. அத்தனை வேகத்தோடு ஓடிக் கொண்டிருந்தது. இது இந்த ஆண்டில் இரண்டாவது முறை. இந்த மாதத்தின் மத்தியில் இதே போல ஒருமுறை பாலத்தைத் தொட்டுக்கொண்டு நதி ஓடியது. இப்பொழுது அவ்வளவு இல்லை. ஆனாலும் ஓடும் நீரில் ஒரு சாரைப் பாம்பின் வேகம் இருந்தது. பிரமோத் ஆசை தீர கண்விரித்து அதைப் பார்த்தான். வண்டி பாலத்துக்குள் வந்துவிட்டது. மக்கள் பலரும் தங்கள் வாகனங்களை நிறுத்திவிட்டு நதியை வேடிக்கை பார்த்தனர். பிரமோத்துக்கும் ஆசையாகத் தான் இருந்தது. ஆனால் அங்கிருந்த காவலர் ஒருவர் போக்குவரத்தை சீர் செய்யும் பொருட்டு நிற்பவர்களையும், நிற்க முனைபவர்களையும் கிளம்பச் சொல்லி விரட்டிக் கொண்டிருந்தான். மழை சீரான ஒரு தூறலாகப் பெய்துகொண்டே யிருந்தது. பிரமோத் அப்படியே வாகனத்தை அணைத்துவிடாமல் அப்படியே நிறுத்தி கொஞ்சம் எழுந்த மாதிரி நின்று கைகளை உயர்த்தி ஓடும் நதியை வணங்கினான். ஓரிரண்டு சிறுவர்கள் அவன் செய்கையைப் பார்த்துச் சிரித்தார்கள். அவன் நிறுத்தி விடுவானோ என்கிற

பதட்டத்தில் அவசரமாய் அவனை விரட்ட வந்த போலீஸ்காரர் அவன் செய்கை கண்டு ஒரு கணம் நிதானித்துக் கொண்டார். இவை எதையையும் கவனியாது பிரமோத் நதியைக் கண்டுகொண்டு அப்படியே மெல்ல வண்டியை நகர்த்தினான்.

ராஜ் பவன் வளைவில் திரும்பும் வரைக்கும் வாகனங்கள் ஊர்ந்தன, என்பது தவிர்த்த வேறு சிக்கல் இல்லை. ஆனால் திரும்பிச் சில அடிகள் போனதும் தண்ணீர் தேங்கியிருப்பதைக் காணமுடிந்தது. ராஜ்பவனின் மற்றுமொரு வாசல் போல இருந்த அந்தக் கோவில் பக்கம் இருந்த வழியில் இருந்து நீர் ஓடிவந்து கொண்டிருந்தது. மழை நீரோடு உள்ளிருந்து ஓடிவரும் நீரும் சேர்ந்து அந்தச் சாலையில் நீர் மட்டம் அதிகரித்துக் கொண்டே இருந்தது. ஒருசில வண்டிகள் நின்றுவிட்டன. ஏற்கனவே நின்ற வண்டிகள் சிலவற்றை ஒருசிலர் தள்ளிக்கொண்டு போனார்கள். பேருந்துகளின் படிக்கட்டு வரைக்கும், அது தாண்டியும் அலையடித்தது. பிரமோத் வண்டியின் புகைபோக்கி கொஞ்சம் மேல் நோக்கி யிருக்கும், மீன் வாய் போல. அதனால் இன்னும் அது மூழ்கவில்லை. அப்படியே மூழ்குவதுபோல் தோன்றினாலும் அப்படியே இடைவெளி யில்லாமல் வேகத்தை ஒரு நொடிகூடக் குறைக்காமல் வாகனத்தை ஒரே சீரில் இயக்கி நீர் தேங்கிய பகுதிகளைக் கடந்தான். ஆனால் இந்தத் தந்திரம் எல்லாம் ஹால்டா சிக்னலில் தோற்றுவிட்டது. வேளச்சேரியில் இருந்து ஒரு புது நதி புறப்பட்டு சைதாப்பேட்டையை நோக்கி ஓடிவந்து கொண்டிருந்தது. அது வரும் வழியைப் பார்த்தான். பரந்து விரிந்த சாலை ஒன்று அங்கு இருக்கிறதென யாராவது சொன்னால்தான் உண்டு. இரண்டு புறமும் உள்ள கட்டிடங்களைத் தொட்டுக் கொண்டு வெள்ளம் திபுதிபுவென்று ஓடிவருகிறது. ஆனமட்டும் வேகம் குறைக்காமல் வண்டியை ஓட்ட முயற்சி செய்தான். ஆனால் முன்னால் போய்க் கொண்டிருந்த கார் ஒன்று திடீரென்று அப்படியே நின்றுவிட பிரமோத் பிரேக் அடிப்பதாகி விட்டது. கண நேரம்தான் அதற்குள் புகைபோக்கிக்குள் நீர் புகுந்துவிட்டது.

பிரமோத் ஹிந்தியில் ஒரு கெட்ட வார்த்தையை உதிர்த்தபடி வண்டியிலிருந்து இறங்கினான். கொஞ்சம் முன்னால் அவன் கடந்துவந்த ஒரு வண்டிக்காரர் இப்பொழுது வண்டியைத் தள்ளிக்கொண்டே அவன் அருகில் வந்துவிட்டார். சிநேக பாவத்தோடு புன்னகைத்தார்.

“வேளச்சேரி ஏரி உடைஞ்சிருச்சாம் சார்.”

அதற்குள் அவர் அருகே வண்டியைத் தள்ளிக்கொண்டிருந்தவர், "வேளச்சேரியே ஏரிதான் சார். அது உடைஞ்சு முப்பது வருஷமாச்சு" என்றார். பிரமோத்துக்கு அவர்கள் சொல்வது புரியவில்லை. ஆனாலும் பதிலுக்குச் சிரித்துவைத்தான். டயர்கள் மூழ்கும் அளவிற்கு நீர். போதாததற்கு வலுத்துவிட்ட மழை. ஊசிகளை அவிழ்த்து விட்டதுபோல மழைத்துளிகள் படபடவென முகத்தில் அடித்தன. சுள் என்று இருந்தது. கையால் முகத்தை ஒருமுறை துடைத்துவிட்டுக் கொண்டான். ஜெர்கின் மட்டுமே அணிந்திருந்ததால் அவன் பேண்ட் எல்லாம் நனைந்துவிட்டது. சும்மாவே வாகனத்தைத் தள்ளுவது சிரமம் என்றால் தண்ணீரில் அதைவிட சிரமம்.

இரண்டு கார்கள் ஆங்காங்கே நின்றுவிட்டது. பின்னால் வருபவர்கள் நின்றுபோன கார்காரர்களைத் திட்டிக் கொண்டே கடந்தார்கள். நடந்து வந்த ஒருசிலர் கார்க்காரர்களுக்கு உதவ வண்டியை ஒரு ஓரமாகத் தள்ளி நிறுத்தினார்கள். ஹேண்ட் பிரேக் போட்டு நிறுத்தினால் கூட எவ்வளவு நேரம் அசையாமல் நிற்கும் என்று தெரியவில்லை. பிரமோத் எல்லாவற்றையும் வேடிக்கை பார்த்தபடி வண்டியைத் தள்ளிக்கொண்டு வந்து கொஞ்சம் மேடாக இருந்த அண்ணா சாலை திருப்பத்தில் நிறுத்தி உதைக்க ஆரம்பித்தான். ஒரு பத்து நிமிடப் போராட்டத்தில் வண்டி ஸ்டார்ட் ஆகிவிட்டது. பிரமோத்துக்கு என்ன செய்வதென்று புரியவில்லை. இங்கேயே இவ்வளவு போராட்டமென்றால் அலுவலகம் போகும் வழி இதைவிட இன்னும் மோசமாக அல்லவா இருக்கும். குறிப்பாக அந்த நந்தம்பாக்கம் சந்திப்பு. போன மழையில் அங்கு இடுப்பளவிற்கு ஓடியது நீர். இப்பொழுது எப்படியோ. போசாமல் வலது புறம் திரும்பி வீட்டிற்கே போய்விடலாமா?

சே, மழைக்கு பயந்து திரும்புவானேன். அது அதன் கடமையைச் செய்கிறது. நாம் நம் கடமையைச் செய்வோம். இன்றைக்கு நிறையத் திட்டங்கள் இருக்கிறது. அதில் எது நிறைவேறுகிறதோ இல்லையோ ஒன்றை நிறைவேற்றியே ஆகவேண்டும். அதுதான் லாவண்யாவிடம் தன் காதலைச் சொல்லும் திட்டம். இந்நேரம் லாவண்யா என்ன செய்து கொண்டிருப்பாள். என் பிறந்த நாள் இன்று, என்று அவள் கவனித்திருப்பாளா. அவள் எப்படியோ இன்று நான் என் காதலைச் சொல்லத்தான் போகிறேன்.

என்ன மழை பெய்தாலும் அலுவலகத்தில் மின்சாரமும் போகாது, இணையமும் துண்டிக்காது. வீட்டில் மின்சாரம் திரும்பியிருக்க வாய்ப்பில்லை. மழை வெறித்தால் ஒழிய அவர்கள் மின்சாரம் தர மாட்டார்கள்.

வலதுபுறம் திரும்பிக் கூடடையும் திட்டத்தை விட்டு இடதுபுறமே வண்டியைச் செலுத்தினான். ஆச்சர்யமாக கிண்டி சாலையில் போக்குவரத்தே இல்லை. வேகமாக கத்திப்பாரா பாலத்தில் ஏறி போரூர் வழி இறங்கியபோது தான் தெரிந்தது, அந்தப் பகுதி முழுவதும் குளமாகியிருந்தது. கடவுளின் பேரைச் சொல்லிக்கொண்டு வண்டியை வேகமாக தண்ணீருக்குள் இறக்கினான்.

***

16

அந்த நாள் இப்படி விடியும் என்று யூனஸ் நினைத்திருக்கவேயில்லை. ஏன் யூனஸ் ஒட்டுமொத்த நகரமும் கூட நினைத்திருக்கவில்லை.

எப்பொழுதும் பரபரப்புற்று இயங்கும் மகா இயந்திரம் சிறு கோளாறால் இயக்கம் மறந்து நிற்பது போல நிற்கிறது. அறிமுகம் இல்லாத ஊரில் தொலைந்துபோன குழந்தையின் மிரட்சி அதன் கண்களில் தெரிகிறது. வானம் கறுத்த இரவில் விளக்குகளும் அணைக்கப்படும் போது கவிழும் இருள் இந்த நகரத்தின் மேல் சட்டென்று கவிந்துவிட்டது. தொழில்நுட்பம், மின்சாரம், இயந்திரங்களின் இயக்கம் எல்லாம் ஒரே நேரத்தில் இப்படிக் கழுத்தை அறுக்கும் என்று கனவிலும் நினைக்கவில்லை. மழை பெய்யத் தொடங்கிய சில மணிநேரங்களில் மின்சாரம் போனது. போனமழையில் கோளாறான மின்கலங்களை மாற்றாத செல்போன் டவர்கள் சிலமணி நேரங்களில் செத்துப்போக அலைபேசி மௌனமானது. நம்மைச் சுற்றி என்ன நடக்கிறது என்பது யாருக்கும் தெரியவில்லை. எல்லோரும் ஒவ்வொன்று சொன்னார்கள். அவர்கள் சொல்வதில் அவர்களுக்கே உறுதி இல்லாத நிலை. யாரும் யாரையும் நம்பத் தயாராய் இல்லை, என்றபோதும் செய்திகளின் வீர்யம் அவர்களுக்குள் ஒரு பயத்தைக் கரைத்துக் கொண்டிருந்தது. காற்றின் போக்கில் அவ்வப்போது தொலைதூரத்தில் இருந்து மிதந்துவரும் அலைவரிசை எப்பொழுதாவது சிக்னல் காட்டும். அதை நம்பி யாருக்காவது போன் செய்து விசாரிக்கலாம் என்றால் அவர்கள் எடுக்கும் வரைக்கும்கூட அலைவரிசை நிற்காது மறைந்துவிடும். அலைபேசி மீண்டும் மௌனமாகி விடும்.

அதிகாலை வரைகூட நிலைமை கைமீறிவிட்ட உணர்வு எழவே இல்லை. எப்படியும் சில நிமிடங்களில் நின்றுவிடும்

என்று எதிர்பார்த்த மழை நிற்காது உறக்கம் வராமல் உற்சாகமாய் நள்ளிரவில் விளையாடும் பிள்ளைகள் தரும் அவஸ்தையைத் தந்தது. வாசல்வரை வந்து வந்து பார்த்துப்போன மக்கள் வியப்பும் சஞ்சலமும் கொண்டு நின்றார்கள். வீட்டு வாசலில் மழை நீர் ஓடத் தொடங்கி மூன்றுமணி நேரம் ஆகிவிட்டது. இப்பொழுது உள்ளே வர அனுமதி கேட்டு வாசலிலேயே நிற்கும் ஓர் நண்பனைப் போல படிக்கட்டுகளில் அலையடித்துக் கொண்டிருந்தது. பொறுத்துப் பொறுத்துப் பார்த்துவிட்டு வீட்டின் ஆண்கள் இறங்கி நீர் போகாமல் தேங்கிநிற்க வைக்கும் குப்பைகளை எடுத்துவிட்டு கால்வாய்களுக்குள் நீர் பாய வழி செய்தார்கள். அவ்வளவு நேரமும் மிதமாய்த் தூறிக் கொண்டிருந்த மழை இப்பொழுது வலுத்துப் பெய்கிறது. கால்வாய்க்கு நீர் பாயும் ஓட்டைகளில் இருந்த பாலிதீன் கவர்களை துணிகளை அப்பொழுது தான் எடுத்து தூரமாய் எறிந்து விட்டிருந்தார்கள். ஆனால் வலுத்த மழையில் பெருகிய நீர் எங்கிருந்தோ குப்பைகளை மீண்டும் கொண்டுவந்து அந்த ஓட்டையில் நிரப்பியது. அதுவரை சுழன்று சுழன்று வளையங்களை ஏற்படுத்தியபடி ஓடிய நீர் மீண்டும் தேங்கி நீர்மட்டம் உயர ஆரம்பித்தது. சலிக்காது பெய்யும் மழையோடு போட்டிபோடும் மனதோடு மழையில் நின்ற ஆண்களும் மீண்டும் குப்பைகளை அகற்றி விடுகிறார்கள். மீண்டும் தண்ணீர் சுழித்துக் கொண்டு ஓடுகிறது. அதன் அருகிலேயே நிற்கவேண்டி யிருந்தது. துவாரத்துக்கு சற்று முன்பாகவே நீரில் அடித்துக்கொண்டு வரும் குப்பைகளைப் பிடித்துப் பிடித்துத் தூர எறிந்தனர். யார் வீட்டின் வாசலில் கிடந்த ஒன்றிரண்டு செருப்புகளையும் துணிகளையும் நீர் அவர்கள் அறியாமல் களவாடிக்கொள்ள மிதந்துவந்தன. அதையும் பிடித்துத் தூக்கி எறியவேண்டி வந்தது.

இந்த விளையாட்டை நீண்ட நேரத்துக்கு விளையாட முடியாமல் போனது. மழை கொட்டித் தீர்க்கத் தொடங்கியது. அது அடங்கும் சாயலே தெரியவில்லை. வரும் நீரின் அளவு கணிக்க முடியாததாக இருந்தது. சாலையில் நிற்பது ஒரு ஓடும் ஆற்றில் நிற்பது போலத் தோன்றியது. பெரும்பாலும் அந்தத் தெருவின் எல்லா ஆண்களும் ஒரு சில பெண்களும் தெருவில்தான் நின்றார்கள். நிற்கிறவர்களின் முட்டி வரைக்கும் தண்ணீர் ஓடிக் கொண்டிருந்தது. ஏற்கனவே நனைந்து போயிருந்தவர்கள் குளிர் விட்டுப் போய் நின்றிருக்க அப்பொழுது தான் வெளியே வந்தவர்கள் எல்லாம் நீரின் குளுமை பட்டு அவர்களின் உடல்

சிலிர்த்தது. மழையும் பனிக்கட்டியில் இருந்து வழியும் நீர் அளவிற்குக் குளுமையாய் இருந்தது. அவர்கள் எல்லோரும் தங்கள் வீட்டின் அருகே அருகே வாழ்பவர்களைப் பார்த்துப் புன்னகைத்து நீண்ட நாட்கள் ஆகிறது. இன்று அவர்களை வானம் தெருவுக்கு இழுத்து வந்து அறிமுகம் செய்துவைப்பது போல இருந்தது.

"இப்பத்தான் சார், டி.வி.ல சொன்னான். செம்பரம்பாக்கத்திலிருந்து 7000 கன அடி தொறந்து விட்டிருக்காங்களாம். அதான் தண்ணி இப்படி ஊத்துது. இப்படியே போனா மதியத்துக்குள்ள தண்ணி வீட்டுக்குள்ள வந்துரும் சார். என்ன பண்றதுன்னு தான் தெரியலை."

"சார், உங்க வீட்டுல கரெண்ட் இருக்கா?"

"அட இல்ல சார், இன்வர்ட்டர். அதுவும் இப்போ புட்டுகிச்சு."

"ம்."

"முந்தா நாள்தான் வீட்ட சுத்தம் பண்ணினேன். வீட்டுல அவங்க எல்லாம் அவங்க அம்மா வீட்டுக்குப் போயிருந்தாங்க. சரி, எல்லாம் சரி ஆயிடுச்சுன்னு நேத்துதான் கூட்டிக்கினு வந்தேன். இப்போ மறுபடி மழை. திரும்ப மறுபடியும் யார் வீட்டு வாசல்லயாவது போய் நிக்கணும்னு பாத்தா வெறுப்பா இருக்கு சார். காசப் போட்டு வீட்ட வாங்கிட்டு அடிக்கடி இப்படி அடுத்தவங்க வீட்டுல போய்த் தங்கினா நல்லாவா இருக்கு. என்னதான் மாமனார் வீடாயிருந்தாலும் எல்லாம் அளவோட இருந்தாத் தான சார்."

அவர் யாரிடம் தன் கதையைச் சொல்லிக் கொண்டிருக்கிறார் என்று அருகருகே நின்ற நாலைந்து பக்கத்து வீட்டுக்காரர்களுக்குத் தெரியாவிட்டாலும் எல்லோரும் சரிதான் என்பதுபோலத் தலையாட்டி வைத்தார்கள்.

ஓட்டமும் நடையுமாக வந்த ஒரு இளைஞன் "ஆதனூர் ஏரி உடைஞ்சிக்கிச்சாம். வெள்ளம் இன்னும் கொஞ்ச நேரத்துல இங்க வந்திரும்னு பேசிக்கிறாங்க. அப்படி வந்தா நிச்சயம் பத்தடி அளவுக்குத் தண்ணி வந்திரும். போலீஸ்க்காரங்க ஜாக்கிரதையா இருக்கச் சொல்லி சொல்லிக்கிட்டே வர்றாங்க" என்று சொன்னபடி ஓடினான்.

பத்தடி என்றால் நிச்சயம் தரைத் தளம் மூழ்கும். எல்லோரும் அவரவர்கள் வீடுகளுள் ஓடினார்கள். அவசர

அவசரமாக எவற்றை பத்திரப் படுத்துவது என்று தெரியாமல் பதறினார்கள். பிள்ளைகள் வேறு கேள்வி மேல் கேள்வி கேட்டு பெற்றவர்களை வெறுப்பேற்றின. அவர்கள் எல்லோர் மேலும் இருந்த கோபத்தைப் பிள்ளைகள் மேல் காட்டினர். குழந்தைகள் அழுகை பொங்க வாசலுக்கு வந்து நின்றுகொண்டன.

அதற்குள் மீண்டும் நாலைந்து பேர் கூடிப் பேசிக்கொண்டார்கள். மழையின் இரைச்சலுக்கு ஈடு கொடுக்கும்படிக்கு பேசுபவர்கள் கத்திக் கத்திப் பேச வேண்டி யிருந்தது.

“சார், யாராவது எதையாவது சொன்னா நம்புறதா, ஆதனூர் ஏரியெல்லாம் உடையலை சார். ஆனா ரொம்பிடுச்சி. அதனால் உபரி நீரை வெளியேத்துறாங்க. அப்படியே அது உடைஞ்சாலும் அது இங்க எல்லாம் அவ்வளவு வராது. ரொம்பவும் பயப்பட வேண்டாம். செம்பரம்பாக்கத்துல போன வாரம் 18000 கன அடி தொறந்தாங்க. அதனால தண்ணி ஜாஸ்தியா வந்திச்சி. இப்போ அதுல பாதிக்கும் குறைவாத்தான தொறக்குறாங்க. அதனால பயம் இல்லை.”

அவர் சொல்வது கேட்க நன்றாக இருந்தாலும் அதை எப்படி நம்புவது. நிலைமை இன்னும் மோசமானால் சிறுபிள்ளைகளை வைத்துக்கொண்டு இங்கிருந்து வெளியேறுவது அவ்வளவு சுலபமில்லை. சிலர் அப்பொழுதே வீட்டைப் பூட்டிவிட்டு முக்கியமானவைகளைப் பைகளில் எடுத்துக்கொண்டு நடக்க ஆரம்பித்து விட்டார்கள். அவர்களை வேண்டாம் என்று தடுக்க எந்தக் காரணமும் இருக்கவில்லை. ஒரு தெருவைக் கடக்கும் போதே மாற்றங்கள் தெளிவாகத் தெரிய ஆரம்பித்தது. அத்தனை வேறுபாடு இல்லாத ஒரே மட்டமான சாலையில் நடக்க ஆரம்பித்தபோது ஓடிக்கொண்டிருந்த நீரின் அளவு தற்போது கூடியிருப்பதை உணரமுடிந்தது. இதே நிலை நீடித்தால் நிச்சயம் மீண்டும் படகு சேவை தேவைப்படும். போன வாரம் அப்படித்தான் நிறைய மக்களைக் காப்பாற்றி வெளியேற்றினார்கள். படகுகள் வரும்வரை பெரும்பாலானவர்கள் காத்திருக்க விரும்பவில்லை. நடப்பது நடக்கட்டும் என்று காலமெல்லாம் உழைத்துச் சேர்த்தப் பொருட்களைப் பற்றிய கவலைகளை விட்டுவிட்டு வீட்டைப் பூட்டிக்கொண்டு கிளம்பினார்கள். அவர்களில் பெரும்பாலானவர்களுக்கு அவர்கள் வீட்டில் எதுவும் முழுச் சொந்தமில்லை. எல்லாம் கடன் அட்டைகளிலும் வங்கிக் கணக்குகளிலும் இன்னும் வசூல் செய்து கொண்டிருப்பவை.

ஆனால் அதை எல்லாம் நினைக்க அவர்களுக்கு நேரமில்லை. தரித்திரனுக்கு எதுவும் வரமில்லை, எல்லாமும் தரித்திரமும். மழைகூட. மழை புண்ணியம், நன்மை, வரம் என்பதெல்லாம் இப்பொழுது சுத்த பேத்தல் என்று தோன்றுகிறது. அவர்களின் தரித்திரம் ஊருக்கு வெளியேதான் வீடு வாங்க முடிந்தது. அந்த தரித்திரம்தான் கூடவே வந்து கூடாரம் போடுகிறது. இப்பொழுது மழையாய்ப் பெய்து அவர்களிடம் உள்ள கொஞ்ச நஞ்சத்தையும் அது பிடுங்கிக் கொள்கிறது.

தொலைவில் அவுட்டர் ரிங் ரோட் தெரிந்தது. பாலத்தின் மேல் மழை மிகத் தீவிரமாக இறங்கிக் கொண்டிருந்தது. இன்னும் சில நிமிடங்களில் அதை அடைந்துவிடலாம். ஆனால் அங்கிருந்து வெளியேற வாகனங்கள் கிடைக்கவேண்டும். கிடைக்கும் என்ற நம்பிக்கையில்தான் அவர்கள் அந்தப் புறநகரில் இருந்து வெளியேறிக் கொண்டிருந்தார்கள். எதிர்பார்த்தது போலவே அங்கு சில வண்டிகள் நின்றன. ஒரு லாரி, ஒரு பேருந்து, ஒரு டிராக்டர் ஆகியன நின்றன. கையில் ஒலிப்பெருக்கியை வைத்திருந்த காவலர் வரிசையாக வரும் மக்களைப் பார்த்து ஒரு கணம் சோர்ந்து போனார். இத்தனை பேருக்கு இவ்வளவு வண்டி எப்படிப் போதும். இவர்கள் எல்லோரும் முகாமுக்கு வருவார்களா இல்லை வேறு எங்காவது புறப்பட்டு விடுவார்களா. தெரியவில்லை.

அவுட்டர் ரிங் ரோடின் இருபக்கச் சாலைகளுக்கும் நடுவிலும் நீர் ஓடிக் கொண்டிருந்தது. அதுவே பார்க்க ஒரு ஆறுபோல இருந்தது. சாலையில் மேம்பாலங்களில் சிக்கல் இல்லை. ஆனால் அது இறங்கி தரைவழியில் செல்லும் போது அங்கு தண்ணீர் தேங்கியிருந்தது. பெரிய பெரிய லாரிகள் கூட மெதுவாகச் செல்லவேண்டியிருந்தது. அவற்றின் டயர்கள் பாதிக்குமேல் மூழ்கின. அந்தப் பகுதியைக் கடப்பதே மக்களுக்குப் பெரிய சிக்கலாக இருக்கும், என்று தோன்றியது.

டிராக்டரின் பின்பகுதியில் நின்றிருந்த யூனஸ், வரும் மக்களைக் கை கொடுத்து டிராக்டருக்குள் ஏற உதவி செய்தான். குழந்தைகளைத் தூக்கி மேலெடுத்துக் கொண்டான். பெண்கள் ஏற கதவை ஒரு படிக்கட்டு போல் பிடித்து அவர்களே ஏறிக்கொள்ள ஏதுவாகப் பிடித்துக் கொண்டான். சில நிமிடங்களில் வண்டி நிரம்பிவிட்டது. வண்டியைக் கிளம்பிப் போகச் சொன்னான். வண்டி கிளம்பினதும் அடுத்த வண்டியில் மக்களை ஏற்ற உதவ ஆரம்பித்தான்.

அப்பொழுது வந்த அவர்கள் ஜமாத்தின் வண்டியில் உணவுப் பொட்டலங்கள் இருந்தன. அதை எடுத்து எல்லோருக்கும் விநியோகித்தார்கள். எல்லோருக்கும் தண்ணீரில் கால்களை அலைந்து அலைந்து வந்தது கால்களில் வலியையும் மிகவும் பசியையும் ஏற்படுத்தியிருந்தது. எல்லோரும் கைகளை நீட்டி உணவுப் பொட்டலங்களை வாங்கிக் கொண்டார்கள். யூனஸ் அந்தக் கூட்டத்தில் இருந்து விலகி லாரியில் ஏறி நின்று பார்த்தான். அவன் பார்க்கும் இடமெல்லாம் தண்ணீர்க்காடாக இருந்தது. தொலைவில் வடக்கில் இருந்து வெள்ளம் இன்னும் வேகமாக ஓடிவருவதைப் போல இருந்தது.

போலீஸ்காரரின் வயர்லெஸ் அலறிக்கொண்டேயிருந்தது.

"முடிச்சூர் ரிங் ரோட் பீட்ல நிக்கிறவங்க லைன்ல வாங்க ஓவர்..." கரகரப்பும் பீப் ஒலியும் தொடர்ந்தது. கையில் ஒலிபெருக்கியை வைத்துக்கொண்டு நின்றவர் அதைக் கீழே வைத்துவிட்டு வயர்லெஸ் மைக் எடுத்துப் பேசினார்.

"வணக்கம்யா, செல்வம் ரிங் ரோட் பீட் ஐயா, ஓவர்."

"மொத்தம் எத்தனை பேர் இருக்கீங்க?" கரகரப்பு

"ஐயா மொத்தம் ஆறுபேர்..."

"சரி, முடிஞ்ச வரைக்கும் ஊருக்குள்ள போய் எல்லோரையும் அலர்ட் பண்ணுங்க. செம்பரம் பாக்கத்துல இருந்து 10000 கன அடி திறந்திருக்காங்க. எனி டைம் அங்க வெள்ளம் வரலாம்..."

"ஐயா இங்க ஏற்கனவே வெள்ளக் காடாத்தான் இருக்கு. ரோடெல்லாம் இரண்டடிக்குத் தண்ணி நிக்குது. எனக்குத் தெரிஞ்சு ஜீப் போனா நின்னிரும்."

"அதெல்லாம் சரி, ஊருக்குள்ள நிலைமை இன்னும் மோசமா இருக்கு, முடிஞ்ச வரைக்கும் அலர்ட் பண்ணுங்க. சீக்கிரம் அங்க படகு எடுத்துட்டு வர ஏற்பாடு பண்ணியிருக்கு. வாலண்டியர்ஸ் யாராவது இருக்காங்களா?"

"இருக்காங்கையா, ஒரு சின்ன டீம், இருபது பேர் இருப்பாங்க. சாப்பாடு எல்லாம் குடுத்துகிட்டு இருக்காங்க."

"சரி, மேனேஜ் பண்ணுங்க. எதாவது எமெர்ஜென்ஸின்னா உடனே லைன்ல வாங்க."

"சரிங்கையா, வணக்கங்க ஐயா"

வயர்லெஸ் மைக்கை வெறுப்பில் தூக்கிப் போட்டார். யூனஸ் எல்லாவற்றையும் கேட்டுக்கொண்டு தான் இருந்தான். லாரியில் இருந்து குதித்தான். அந்தக் காவலர்கள் அருகே போனான்.

அந்த போலீஸ்காரருக்கு அந்த மழையில் முகம் வெளிறியிருந்தது. வன்முறை, கலவரம் இவற்றைக் கையாள்வதில் கூட உருவாகாத பதட்டம் அவருக்குள் இப்போது உருவாகியிருந்தது.

“சார், வடக்குப் பக்கம் இருந்துதான் வெள்ளம் வரணும். செம்பரம்பாக்கத்தில மொத்தம் அஞ்சு கேட் சார். அதுல மொதல்ல தெக்க பாத்து இருக்கிறதத் தொறந்திருந்தா மொதல்ல இந்தப் பக்கம் தான் தண்ணி ஜாஸ்தியா வரும். நானும் ரெண்டுமூணு பேரும் முதல்ல அந்தப் பக்கம் போய் மக்களை அலர்ட் பண்றோம். ஃபோர்ஸ் வந்தா அங்க அனுப்புங்க.”

யூனஸ் சொல்லிவிட்டு அவர்கள் வந்த வேனில் இருந்து ஒரு வளையம் போலச் சுற்றப்பட்டிருந்த நன்கு திரண்ட கயிற்றினை எடுத்துத் தோளில் போட்டுக் கொண்டான். உடன் இருந்த நண்பர்கள் சிலரை அழைத்துக்கொண்டு ஊருக்குள் புகுந்தான். அவன் புகும் நேரம் தண்ணீர் இடுப்புக்கு வந்திருந்தது. மக்கள் தாங்களாகவே ஆபத்தை அறிந்துகொண்டு வெளியே வர ஆரம்பித்திருந்தனர். அவர்கள் கைகளில் சில பைகளைத் தவிர எதுவுமில்லை. அவற்றில் என்ன இருக்கும்? கொஞ்சம் பணம், நகைகள், பத்திரங்கள் அல்லது வேறு ஏதாவது? இவ்வளவுதான் காப்பாற்ற முடியும். கூடவே அவர்கள் உயிர். எங்கு போகிறார்கள் என்பதும் தெரியாது, எப்போது திரும்புவார்கள் என்பதும் தெரியாதுஞ் அறிவிக்கப் படாத ஓர் யுத்தம் அவர்கள் மேல் தொடுக்கப் பட்டிருக்கிறது. அதை இயற்கை செய்கிறபோது எதிர்த்துப் போரிட மனிதர்களால் முடிவதே யில்லை.

யூனஸ் வேகமாக ஓடும் நீருக்கு எதிராக நடக்கத் திண்டாடினான். வர வர இழுப்பு வேகம் கூடிக்கொண்டே யிருந்தது. தரைத் தளத்தில் இருந்தவர்கள் காலிசெய்து கிளம்பி விட்டார்கள். வாழ்வின் ஒரே ஆதாரமான வீட்டையும் பொருட்களையும் விட்டுவிட்டுப் போக மனமில்லாதவர்கள் எல்லாம் மேலே போய் மொட்டை மாடியிலும் முதல், இரண்டாம் தள வீடுகளிலும் தஞ்சம் அடைந்தார்கள். யூனஸும் அவன் நண்பர்களும் சென்று நிலவரத்தை ஒவ்வொரு அப்பார்மெண்ட் மற்றும் வீடுகளுக்குத் தகவலாகச் சொல்லி

பத்திரமாக இருக்கச் சொன்னார்கள். முதல் தெருவைத் தாண்டியதும் வெள்ளத்தின் அளவும் வேகமும் மேலும் அதிகரித்திருந்தது. அதற்குள் செம்பரம் பாக்கத்தில் இருந்து நீர் வந்துசேர்ந்து விட்டதா? யூனஸ் ஒரு கணம் நின்று நீர் ஓடி வருகிறதைப் பார்த்தான். நீர் தென் மேற்கில் இருந்து பாய்ந்து வந்துகொண்டிருக்கிறது. வரதராஜபுரத்தின் தென்பகுதி எல்லாம் வெள்ளம் ஏறியிருக்கிறது. அப்படி என்றால் இது செம்பரம் பாக்கத்தில் இருந்து வெளியேறிய நீர் இல்லை. ஏறக்குறைய ஆதனூர் ஏரி நீராக இருக்க வேண்டும். அடையாறு அங்குதான் தொடங்குகிறது. அதன் வழிகளில் உள்ள குளங்கள் நிறைந்தோ அல்லது உடைந்தோ இருக்கவேண்டும். அட அல்லஹ், செம்பரம்பாக்கம் நீர் வந்து சேராமலே இந்த நிலை என்றால் அது வந்து சேர்ந்தால்?

யூனஸுக்கு அந்த நாள் மட்டுமல்ல இனிவரும் நாட்கள் மிக நீண்டதாக இருக்கப் போவதாகப் பட்டது.

"தோஸ்த், தைரியமா இருங்க. இனி நமக்கு அந்த ஆண்டவந்தான் துணை. அல்லா ஹமாரே சாத்ரனா." நண்பர்கள் மெல்லிய குரலில் 'அல்லாஹு அக்பர்' என்று சொல்லி அதை ஆமோதித்தனர்.

***

17

முக்கியச் செய்திகள் வெள்ளம் போலத் திரண்டு வந்துகொண்டே யிருந்தன. செய்தியாளர்கள் நகரெங்கும் ஓடி ஓடி தங்களையும் கேமராக்களையும் பாதுகாத்துக் கொண்டு மழையில் தத்தளிப்பவர்களைப் பதிவுசெய்து கொண்டிருந்தார்கள். சைதாப்பேட்டையில் ஒரு பெண் கையில் சில கந்தல் துணிகளோடு பாலத்தின் பக்கவாட்டிலிருந்து வெளியே வந்தாள். அவள் அந்தப் பகுதியில் வசிக்கும் பெண். அவள் வீட்டை மோசமான ஓர் உள்ளூர் அரசியல்வாதியைப் போல ஆற்று வெள்ளம் அவள் புலம்பலைக் கேட்காமல் 'யாரக் கேட்டு வீட்டக் கட்டுன?' என்று மிரட்டித் துறத்துவதுபோல, அடித்துத் துடைத்துவிட்டது. அவள் கண்ணீரோடு வந்தாள். போன மாதமும் அவளுக்கு இதே தான் நடந்தது. ஆனால் வீடு மட்டுமாவது மிஞ்சியிருந்தது. இந்தமுறை அதுவும் இல்லை. செய்தியாளன் ஒருவன் ஓட்டி அவளிடம் மைக்கை நீட்டினான். அவள் மழைக்குப் போட்டியாகப் பெருங்குரல் எடுத்து அழுதாள்.

"எல்லாம் பூடுச்சி சார், எதுவும் இல்ல. துணிமணி பண்டபாத்திரம், புள்ளைங்களோட ஸ்கூலு புக்குங்க. எல்லாம் பூட்சு சார்."

"அதிகாரிங்க யாராவது வந்து பாத்தாங்களா?"

"இல்லைங்க சார். யாருமே வரலை சார். நாங்க தவியாத் தவிச்சுகினு கிறோம். யாரும் வரலை சார். ஊர் ஜனம் தான் சார் வந்து எதுனா குடுக்குறாங்கோ. சாப்பாடு, கட்டிக்கிடத் துணிமணின்னு நல்லவங்க யாருனா வந்து கொடுத்துக்கினுதான் கிறாங்கோ."

"தண்ணி தொறந்துவிடப் போறாங்கன்னு சொன்னாங்களா?"

“சொன்னாங்கன்னு சொல்றாங்க சார், ஆனா மெயின் ரோடுலையே சொல்லிட்டுப் போய்க்கிறாங்க. உள்ள எங்களுக்கு சேதியே தெரியல. போனவாரம் முழுசும் கார்ப்பரேசன் ஸ்கூலதான் வச்சிருந்தாங்க. சரி எல்லாம் சரி ஆயிருச்சு இனி போய் தங்கிகங்கன்னு அனுப்பிச்சாங்க சார், மறுபடி இப்படி ஆயிடுச்சு. இந்த தபா வீடே போய்டுச்சு. நாங்க என்ன தான் சார் செய்வோம். மழை எங்களை இங்கோர்ந்து தொரத்துது கவர்மெண்ட் எங்கள ஸ்கூல்ல இருந்து தொரத்துது, நாங்க வேற எங்கதான் சார் போறது?”

போதுமான அளவிற்கு அவளிடம் கேட்டுவிட்டதாக அந்தச் செய்தியாளருக்குக் காலர் மைக்கில் சொல்லப்பட அவர் மைக்கைத் தன்வசம் எடுத்துக்கொண்டு பேச ஆரம்பித்தார். மக்கள் பாலத்தின் இரண்டு பக்கமும் நின்று ஓடும் மழை வெள்ளத்தைப் பார்த்தபடி இருந்தனர். அவர்களில் சிலர் டி.வி. கேமராவுக்குக் கைகாட்டினர்.

நீங்க இணைப்பிலையே இருங்க, என்று சொல்லிவிட்டு அந்தச் செய்திச் சேனல் மற்றொரு செய்தியாளரைப் பிடித்தது. அவர் இதே நதியின் மற்றொரு பாலத்துக்கு அருகில் நின்றார். பாலத்தின் கீழ் நதி பெருக்கெடுத்து ஓடிக் கொண்டிருக்கிறது. நடந்து கடக்க ஏதுவாக ஏற்கனவே இருந்த தரைப்பாலம் முழுவதும் மூழ்கிவிட்டது. பாலத்தின் கீழ் எப்போதும் படுத்துக் கிடக்கும் அந்தப் பைத்தியம் பாலத்தின் மேல் வந்து நின்று வேடிக்கை பார்த்துக் கொண்டிருந்தான். அவன் கண்களில் அவன் இருப்பிடம் பறிபோய் விட்ட கலக்கம் சிறிதும் இல்லாமல் இருந்தது. இந்தப் பெருநகரத்தில் நிம்மதியாக வாழ இப்படிப் பட்ட சலனமற்ற மனம் எல்லோருக்கும் தேவைபோல் இருக்கிறது. இங்கு எப்போது என்ன நடக்கும் என்றுதான் யாருக்கும் தெரிவதில்லையே.

செய்தியாளர் ஒரு கட்டிடத்தின் மேல் நின்று பாலத்தின் மொத்த பரிமாணமும் தெரியும்படி ஏற்பாடு செய்துகொண்டிருந்தார்.

“வணக்கம் ரவி, சொல்லுங்க, இப்போ அங்க காசி தியேட்டர் அருகில இருக்கிற பாலத்துக் கிட்ட நிலைமை எப்படி இருக்கு.”

அவர் சொல்ல ஆரம்பித்தார். கேமரா ஒருமுறை சுழன்றது நதியின் இரு கரைகளையும் நிறைத்து ஆறு பாய்ந்து கொண்டிருந்தது. பாலத்தின் மேல் வாகனங்கள் வழக்கம் போல் போய்க் கொண்டிருந்தன. காவலர்கள் இரண்டு மூன்று பேர்

நின்று பாலத்தில் வேடிக்கை பார்க்க நிறுத்துபவர்களைத் துரத்திக் கொண்டிருந்தார்கள். மீண்டும் கேமரா செய்தியாளரிடமே வந்தது.

“செம்பரம் பாக்கத்துல இருந்து தற்போது 20000 கன அடி தண்ணி திறந்திருக்கிறதா தகவல் வந்திருக்கிறது.”

“ரவி, இடையூறுக்கு மன்னிக்கணும். செம்பரம் பாக்கத்துல 20000 கன அடி திறந்ததுனால தான் இவ்ளோ வெள்ளப்பெருக்கு ஏற்பட்டிருக்கா?”

“இல்ல ரம்யா, செம்பரம் பாக்கத்தில் சற்றுமுன் தான் 20000 கன அடி தண்ணீர் திறந்துவிடப் பட்டுள்ளது. அதுவரை வெறும் பத்தாயிரம் கன அடிதான் திறந்து விட்டிருந்தாங்க. இப்போ நாங்க அதிகாரிகளோடு பேசியபோது செம்பரம் பாக்கத்துல திறந்துவிட்ட நீர் இங்க வந்து சேர இன்னும் அரைமணி நேரம் ஆகும்னு சொன்னாங்க.”

கேட்டுக் கொண்டிருந்த பெண் தன்னை மறந்து ‘அடக் கடவுளே’ என்றாள். அடுத்த கணம் சுதாரித்துக் கொண்டு ‘ரவி, இதுகுறித்து அங்க இருக்கிற தாழ்வான பகுதி மக்களுக்கு தகவல் சொல்லிட்டாங்களா, முன்னெச்சரிக்கை நடவடிக்கைகள் நடைபெறுகிறதா?’

“நிச்சயமாக ரம்யா, இங்க அதிகாரிகள் வந்து மக்களை அப்புறப்படுத்தி பாதுகாப்பான இடங்களுக்குப் போகச் சொல்லிகிட்டுதான் இருக்காங்க. ஏற்கனவே கரையோர மக்களை மெட்ரோ ரயில் நிலையத்துல தங்கவைக்க ஏற்பாடுகள் செய்திருக்காங்க. பக்கத்தில் இருக்கிற சில வீடுகளுக்கும் தகவல் சொல்லப் பட்டிருக்கு. ஆனா முழுதும் இதுகுறித்து யாருக்கும் தகவல் பரிமாற்றம் இல்லை. காரணம் செல்போன் சேவை முடங்கி யிருக்கிறது. மக்கள் அன்றாடம் போய்வருவது போலத்தான் இன்னும் போய்வந்து கொண்டிருக்கிறார்கள்.”

கேமரா பாலத்தைக் காட்டியது. கார்களும் வண்டிகளும் வேக வேகமாகப் பாலத்தைக் கடந்த வண்ணம் இருந்தன. அதைப் பார்த்துக் கொண்டிருந்த செய்தி வாசிப்பாளருக்குள் அத்தனை கலக்கம் இருந்தது. தங்களை நோக்கி ஓர் பேரிடர் பாய்ந்து வந்துகொண்டிருப்பது அறியாமல் இப்படி சகஜமாகப் போய்க் கொண்டிருக்கிறார்களே என்றிருந்தது.

இதெல்லாம் என்ன? இதெற்கெல்லாம் யார் பொறுப்பு?

நகரெங்கும் மின்சாரம் துண்டிக்கப்பட்டு ஏழுமணி நேரமாகிறது. செல்போன் சேவையும் பெரும்பாலும் அற்றுப்போய் விட்டது. தொலைக்காட்சிகளில் சொல்லப்படும் இந்த எச்சரிக்கைகளும் தகவல்களும் யாருக்காக? சென்னைக்கு வெளியே இருக்கும் மக்கள் பார்க்கவா? இதோ இந்த நகர மக்கள் எல்லோரையும் சூழ இருக்கும் ஆபத்து பற்றித்தான் கூறிக் கொண்டிருக்கிறோம். ஆனால் அவை அவர்கள் காதுகளில் கேட்கவேயில்லை.

அவர்கள் வழக்கம் போல தங்கள் வேலைகளில் மும்மரமாக இருக்கிறார்கள். நகரம் ஓர் பாதுகாப்பான வசிப்பிடம் என்ற எண்ணம் இவர்களுக்குள் பலமாக இருக்கிறது. ஊரைச் சுற்றி என்ன நடந்தாலும் நகரத்திற்குள் ஒன்றும் நடக்காது என்பது இவர்களின் திடமான நம்பிக்கை. ஆனால் அதை எல்லாம் உடைத்தெறியத்தான் இதோ இந்த மழையும் வெள்ளமும் புறப்பட்டிருக்கிறது. இன்னும் சில நேரத்தில் இந்தப் பாலத்தின் மேற்புறம் கூட வெள்ளம் ஓடலாம். இரு கரைகளுக்குமான இணைப்பு துண்டிக்கப் படலாம். பக்கவாட்டில் கிடைக்கும் இடங்களுக்குள் நீர் பாயலாம்.

என்ன என்ன நடக்குமோ. செய்தியாளர் என்ன என்னவோ சொல்லிக் கொண்டிருந்தார், ஆனால் வாசிப்பாளர் காட்டப்பட்ட காட்சிகளிலேயே மூழ்கியிருந்தார். செய்தியாளர் முடித்துக் கொண்டுவிட்ட பின்பும் அவரிடமிருந்து தகவல் இல்லை. காலர் மைக்கில் அவள் உசார் படுத்தப் பட்டாள்.

“தகவலுக்கு நன்றி ரவி. பத்திரமா இருங்க. மீண்டும் இணைப்பில வர்றோம்” என்று சொல்லி அடுத்த செய்திக்குத் தாவினாள்.

அடுத்த செய்தியாளர் ஒருவர் படகு ஒன்றில் தயாராய் இருந்தார். அவரைப் பார்த்ததும் அவளுக்குச் சிரிப்பு வந்தது. ஏதோ சுற்றுலாத் தளத்தில் படகுச் சவாரிக்கு அமர்ந்திருப்பவனைப் போல சொகுசாய் அமர்ந்திருந்தான்.

“சொல்லுங்க தமிழ், தாம்பரம் முடிச்சூர் பகுதிகள்ல நிலவரம் என்ன? நீங்க ஒரு படகுல ஏறி அமர்ந்திருக்கீங்க. படகுல போற அளவுக்கு அங்க நிலைமை மோசமா இருக்கா?”

“ஆமாம் ரம்யா, இங்க நாலு அடிக்கும் மேல தண்ணீர் ஓடிக்கிட்டிருக்கு, நேரம் ஆக ஆக கூடுதலாகத் தண்ணீர் வந்தபடிதான் இருக்கு. அதனால் நடந்துபோறதும் நடந்துபோய் மக்களை மீட்கிறதும் சரியா வராது. எனவே தான் பல போட்கள்

இங்க கொண்டு வந்திருக்காங்க. ஊருக்குள்ள போய் கொஞ்சம் கொஞ்சமா மக்களைக் காப்பாத்திக் கிட்டு வர்றாங்க. இன்னும் காப்பாற்றப்பட வேண்டிய மக்கள் அநேகம் பேர் இருக்காங்க."

போட் கொஞ்சம் நகர்ந்து ஊருக்குள் போனது. கேமராக்காரர் செய்தியாளரிடமிருந்து அக்கம்பக்கத்திற்குத் திருப்பினார். வீடுகளுக்குள் எல்லாம் தண்ணீர் புகுந்திருந்தது. சுற்றுச் சுவர்களில் ஒரு சிறு பகுதி மட்டுமே தெரிந்தது. இன்னும் வெள்ளம் கூடினால் அதுவும் சிறிது நேரத்தில் மறைந்து விடலாம். சில வீடுகளின் மாடிகளில் மக்கள் நின்று கையசைத்தனர். ஊருக்குள் போகப் போக தண்ணீரின் அளவு கூடிக்கொண்டே யிருந்தது. நீரின் மட்டம் சில வீடுகளின் முதல்மாடியை எட்டிப் பிடிக்க முயன்று கொண்டிருந்தது.

"ரம்யா அங்க பாருங்க. ஒரு பெரிய வீடு அதோட முதல் மாடியைத் தொடுவதுபோல நீர் ஓடிக்கிட்டிருக்கு. அங்க இருக்கிறவங்கள மீட்க சில இளைஞர்கள் போராடிக்கிட்டு இருக்காங்க. நாம அவங்களைப் போய்க் கேட்போம். வணக்கம், நீங்க யார், எவ்ளோ நேரமா இங்க களத்துல உதவி செய்றீங்க. இங்க வீட்டுல எவ்ளோ பேர் மாட்டிக்கிட்டு இருக்காங்க. சொல்லுங்க."

கேள்வி கேட்டவனை அந்த இளைஞன் முறைத்தான். அவன் தான் இருந்த போட்டில் இருந்து மற்றொரு இளைஞனை அந்த வீட்டுக்குள் அனுப்பும் முயற்சியில் இருந்தான். ஏறியவன் தன் கைகளை பால்கனிச் சுவற்றில் வைத்து ஊன்றி தன் பலத்தில் எழுந்து பால்கனியில் இருந்த கான்கிரிட் தூணைப் பிடித்துக் கொண்டான். கேமரா அவனை நோக்கித் திரும்பி யிருந்தது. அவன் தூணைப் பிடித்துக் கொண்டு எழுந்து நிற்க முயன்றான். ஈரத்தில் கால்கள் வழுக்கின. அவன் வழுக்கி விழுந்தால் நீரில் விழவேண்டும். ஓடிக் கொண்டிருக்கும் இந்த வெள்ளத்தில் விழுந்தால் நீந்திக் கரை சேர்வதொன்றும் அத்தனை எளிதல்ல. வெள்ளம் இன்னும் ஒரு அடி ஏறியிருந்தது. இப்படியே போனால் இந்த வீடு மூழ்க இன்னும் நாலுமணி நேரம் போதுமானது. அதற்குள் முடிந்தவரை எல்லோரையும் காப்பாற்றி விட வேண்டும் என்று அங்கு பல்வேறு அமைப்பினரும், சாதி மதம் ஏழை பணக்காரன் என்கிற எந்த பேதமும் இன்றி மக்களை மீட்க முயன்று கொண்டிருந்தனர். காலத்தின் தீவிரம் அவர்களை ஒன்றிணைத்திருந்தது.

அந்த இளைஞன் தூணைப் பிடித்து மேலேறி பால்கனிக்குள் போனான். உள்ளே இரண்டு பெண்களும் ஒரு ஆணும் ஒரு சிறு பிள்ளையும் இருந்தார்கள். எல்லோரையும் அழைத்துக் கொண்டு மீண்டும் பால்கனி வந்தான். கையில் இருந்த கயிற்றைத் தூணில் கட்டினான். அதன் மறுமுனையைப் படகுக்கு வீசினான். படகில் இருந்தவர்களுள் ஒருவன் படகில் இருந்து இறங்கி நீந்தியபடி அந்தக் கயிற்றைப் படகின் முனையில் கட்டினான். பின் படகை வீட்டின் அருகில் ஓட்டிவந்தான். அந்தக் கயிற்றைப் பிடித்துக் கொண்டு பால்கனியின் தடுப்புச் சுவரில் நடக்குமாறு சொன்னான். அவர்கள் மிகவும் பயந்தார்கள். வேறு வழியில்லை, சீக்கிரம், என்றான். உடனே ஒரு பெண் கயிறைப் பிடித்துக்கொண்டு இறங்கத் தயாரானாள். உண்மையில் இப்பொழுது பால்கனிக்கும் படகுக்கும் பெரிய இடைவெளி இல்லை. அதிகபட்சம் இரண்டு மூன்று அடிகள். குதித்தால் சமாளித்து விடலாம். ஆனால் அசைந்து கொண்டிருக்கும் படகில் குதிப்பது சரியான யோசனை இல்லை. அந்தப் பெண் மிகவும் துணிவோடு அந்தக் கயிறைப் பற்றிக்கொண்டு மெல்ல இறங்கினாள். அவள் கைகள் கயிற்றில் உராய்ந்து எரிச்சல் கொடுத்தது. அதன் பிசுறுகள் அவளின் மென்மையான கைகளில் குத்தின. ஆனாலும் அவள் பொறுத்துக்கொண்டு இறங்கினாள். அவளை பத்திரமாகப் பிடித்து இரண்டு இளைஞர்கள் படகில் அமரவைத்தனர்.

தொடர்ந்து மற்றொரு பெண்ணும் அந்த ஆணும் இறங்கினர். இப்பொழுது அந்தக் குழந்தை இறங்க வேண்டும். அவள் பயந்து அழுதாள். கயிற்றைப் பிடித்துக் கொள்ளக் கூட அவள் அஞ்சினாள். அந்த இளைஞன் அவளைத் தன் முதுகில் தூக்கிக் கொண்டான். படகில் இருந்தவர்களுக்குக் கைகாட்டினான். அவர்கள் ஒரு துண்டு ஒன்றைத் தூக்கிப் போட்டார்கள். அதைப் பிடித்து குழந்தையையும் அவனையும் இணைத்துக் கட்டிக்கொண்டான். குழந்தை அவன் கழுத்தை இறுக்கமாகக் கட்டிக் கொண்டது. இறுக்கத்தில் அவனுக்கு லேசாக மூச்சு முட்டியது. அவன் வாய்திறந்து மூச்சுவிட்டான்.

"பேபி கொஞ்சம் அங்கிள் கழுத்தை லேசா விடுங்க." குழந்தை கொஞ்சம் பிடியைத் தளர்த்தியது. பயம் கவ்வினால் மீண்டும் இறுக்கிக்கொள்ளும் என்பதை அவன் அறிவான்.

"சரி, பேபி, நாம இப்போ இறங்கலாமா..." மீண்டும் கழுத்தை இறுக்கியது குழந்தை. அவன் குழந்தையின் கைகளைப்

பற்றிக்கொண்டு சுற்றி விளையாடுவது போலச் சுற்றினான்.

"பேபி என்ன படிக்கிறீங்க."

பதில் இல்லை. "எந்த ஸ்கூல்? உங்களுக்கு விஜய் பிடிக்குமா, அஜித் பிடிக்குமா."

"இன்னும் ஒரு வாரத்துக்கு உங்களுக்கு ஸ்கூல் லீவு தெரியுமா?" எதை எதையோ பேசிக்கொண்டு இறங்கினான். பிள்ளை அவன் பேச்சில் பாதி கவனத்தையும் தண்ணீர் மேல் மீதி கவனத்தையும் வைத்தபடி வாய்மூடி மௌனமாக இருந்தது. கவனத்தில் அவன் கழுத்தை இறுக்கிக்கொள்வதை மறந்துவிட்டிருந்தான். ஒரே நிமிடத்தில் அவன் குழந்தையோடு படகில் இறங்கினான். படகினை அவுட்டர் ரிங் ரோடு நோக்கித் திருப்புமாறு சொன்னான். படகு திரும்பியது. அப்படகின் பின்னாலேயே அந்தச் செய்தியாளரின் படகு தொடர்ந்தது. செய்தியாளர் தன் மைக்கை அந்த இளைஞனை நோக்கி நீட்டினான்.

"சார், சொல்லுங்க, இதுவரைக்கும் எத்தனை பேரைக் காப்பாத்தியிருக்கீங்க, இவங்க இங்க இருக்கிற தகவல் உங்களுக்கு எப்படிக் கிடைச்சது, அதப்பத்திச் சொல்லுங்க"

மீட்புக்குழுவின் படகு வேகமாகச் சென்றது. அவர்கள் நேரத்தை வீணடிக்க மனமில்லாதவர்களாக எவ்வளவு சீக்கிரம் கரை சேர்க்கிறோமோ, அவ்வளவுக்கு இன்னும் நிறையப் பேரைக் காப்பாற்றலாம், என்று எண்ணத்தில் வேகமாகப் போய்க் கொண்டிருந்தார்கள். செய்தியாளரின் கேள்விகள் அந்நேரத்தில் அவர்களுக்கு ஏற்புடையதாக இல்லை. ஆனாலும் ஒரு மரியாதையின் நிமித்தம் ஒரு கணம் சுணங்கி

"கொஞ்சம் பேர மீட்டிருக்கோம். இன்னும் நிறையப் பேரை மீட்க வேண்டியிருக்கு. அதனால தவறா நினைக்காதீங்க. நாம அப்புறம் பேசலாம்" என்று சொல்லி நகர்ந்தார்கள்.

"ரொம்ப நன்றி, தம்பி உங்க பேரு மட்டுமாவது சொல்லிட்டுப் போங்க."

"யூனஸ்."

"ரம்யா, இப்போ நீங்களே பாத்திருப்பீங்க, நேரடியா ஒரு குடும்பம் மீட்கப் பட்டதை. பார்க்கவே எவ்வளவு பரபரப்பாவும் பதட்டமாவும் இருந்ததுன்னு. இப்படி தன்னார்வத் தொண்டு

நிறுவனங்களைச் சேர்ந்த பலரும் இங்க மீட்புப் பணில இருக்காங்க. அரசு சார்ந்த அதிகாரிகள் யாரையும் இங்க காணோம். மக்கள் எல்லோரும் அவங்களுக்கு அவங்களே உதவுவதா இருக்கு. நிலைமை இன்னும் மோசமடையும் போல இருக்கு."

"நன்றி தமிழ், நீங்க பாதுகாப்பா இருங்க. இன்னும் கொஞ்ச நேரத்துல நாங்க இணைப்புல வர்றோம்."

இணைப்பு துண்டிக்கப்பட்டதும் செய்தியாளர் மைக்கைப் படகில் வைத்துவிட்டு கைகளைத் தேய்த்துக் கொண்டார். அவன் கைகள் ஈரத்தில் விரைத்துப் போய் இருந்தது. சூடாக ஒரு தேநீர் கிடைத்தால் நன்றாக இருக்கும் போல இருந்தது. தேநீருக்கு சாலைக்குச் செல்லவேண்டும். சாலையில் நிற்கும் அவர்கள் வேனில் டீ இருக்கிறது. சாலைக்குச் செல்ல பத்து நிமிடங்களுக்கு மேல் ஆகலாம். ஒருவேளை மீண்டும் இணைப்பில் அழைத்தால் சிக்கல். படகு ஓட்டுபவரிடம் 'சிகரெட் இருக்கா' என்றான்.

அதற்கு அவன் பையிலிருந்து ஒரு பீடியை நீட்டினான். வேறு வழியின்றி அதை வாங்கிப் பற்றவைத்து ஒரு இழுப்பு இழுத்தான். கொஞ்சமும் வெப்பம் அவன் நினைவிலும் உடலிலும் கூடவேயில்லை.

***

18

தேங்கியிருந்த தண்ணீர், இப்போது பாதம் மட்டும் நனையும் அளவிற்கு மட்டுமே தெருவில் ஓடிக் கொண்டிருந்தது. எல்லோரும் அவரவர் வீடுகளுக்குள் புகுந்து சுத்தம் செய்யும் வேலையில் ஈடுபட ஆரம்பித்தார்கள்.

“விளக்கேத்தி வச்சிகினு வேலை செய்ங்கப்பா, இல்ல பூச்சி புட்ட இருந்தாலும் தெரியாது,” என்று பெரியவர் குரல் கொடுத்துவிட்டு அப்படியே நடந்துபோய் பெருமாள் கோவில் வாசலில் உட்கார்ந்தார். வானத்தை நிமிர்ந்து பார்த்தார். மழை வெறித்தாற் போல் தான் இருந்தது. ஆனாலும் வெளிச்சம் இல்லை. வானவெளி வெளிச்சம் தெரிவதுதான் மழை குறைவதன் அறிகுறி. அது இன்னும் தென்படவில்லை. இன்னும் மழை இருக்கலாம். ஆனாலும் இந்தக் காலத்து மழை கூட மனிதர்களைப் போல புரிந்துகொள்ள முடியாத புதிர் போலத்தான் பெய்கிறது.

வருடத்துக்கு நான்கு காலங்கள் என்பதெல்லாம் மாறிப்போய் விட்டது. குழம்பிக் கிடக்கிறது எல்லாம். இந்த நகரில் பெரும்பாலும் வெயில் காலம்தான். பனியும் மழையும் காற்றும் ஏதோ விருந்துக்கு வந்துபோகிற தூரத்து சொந்தம் போல ஆகிவிட்டன. இருப்பதை வைத்துச் சமாளிப்போம் என்று சம்சாரி எடுத்துவைக்கும் உலைக்குப் பங்குக்கேட்டு திடீர் என்று வந்து நிற்கும் விருந்தாளிகள். மழையையும் பனியையும் காற்றையும் சாமானியன் இந்த நகரத்தில் அனுபவிப்பதே இல்லை. அப்படியான காலங்கள் அவனைத் திகைக்க வைக்கின்றன.

அவன் உழைக்கும் உழைப்புக்கு அவனுக்கு எல்லா நாட்களும் வியர்க்கிறது. இங்கு குடியிருக்கும் பலருக்கும் என்ன பெரிய

வேலை. ஒன்று கொளுத்து வேலை அல்லது செக்யூரிட்டி வேலை. சுற்றி இருக்கும் தொழிற்சாலைகளில் மெக்கானிக்குகள், சிலர் அலுவலகங்களில் எடுபிடிகள். இவர்கள் எல்லாம் எங்கிருந்து காலத்தை அனுபவிக்க. உழைக்கவும் உழைத்துக் களைக்கவும் அன்றி வேறு என்னதான் கொடுப்பினை.

பெரியவர்கள் வயதுக்காரர்கள் கூட செக்யூரிட்டி வேலைக்குப் போகிறார்கள். சின்னச் சின்ன குடிசைவீடுகள். மகன், மருமகள், பேரப் பிள்ளைகள் என வீடு நிறைந்து கிடக்கும். முதியவர்களுக்கு சின்ன இடத்தில் புழங்குவது எளிதானது இல்லை. பெரும்பாலும் ஒரே அறை. மூலையில் சமையலுக்கு அடுப்பும் பாத்திரங்களும் பொருட்களும் வேறு. மகனும் மருமகளும் கொஞ்சம் சின்ன வயசுக்காரர்கள் என்றால் அதிகபட்சத் தடுப்பாக ஒரு மூங்கில் தட்டி. இதில் எவ்வளவு தள்ளி அடுத்த சுவர் ஓரமாய் முடங்கினாலும் அது விக்கலும் சிறு செருமலும் கேட்கும் தூரம் தான்.

மாறிப்போன இந்தப் பருவ நிலைகளைப் போல முதுமையில் எல்லாமும் மாறிப்போகிறது. உண்பது, உறங்குவது என எல்லாமும் குறித்த காலத்தில் நிகழ்வதில்லை. வேலையில் அசதியாய் வந்து மனைவியைக் காலத்தில் கட்டிக்கொண்டு உறங்கி காலத்தில் எழுந்திருக்க வேண்டிய பிள்ளைகள். பெரியவர்களுக்கு அவ்வளவு சீக்கிரம் உறக்கம் வருவதில்லை. இரவெல்லாம் எப்பொழுது முழிப்பு வரும் என்று தெரியாது. உறக்கம் வந்தால் தானே முழிப்பு என்று சொல்ல. எழுந்து அமர்ந்துகொள்ள வேண்டியதிருக்கும். முதுமையில் படுக்கை விருப்பத்திற்கு உரியதல்ல. விருப்பமாய் வாழ்ந்துவிட்ட வாழ்வின் பயணம் சொல்லாமல் கொள்ளாமல் உறக்கத்தில் முடிந்துவிடவும் கூடும் என்கிற வருத்தம். பயம். யோசனை. இல்லை இன்னும் எஞ்சியிருக்கும் வாழ்க்கையை உறுதிப்படுத்திக் கொள்ள விழித்திருக்கவும் நடக்கவும் அவ்வப்போது இருமிக் கொள்ளவும் தேவையிருப்பவர்கள்.

கொஞ்ச வருடங்களுக்கு முன்பு வரைக்கும் இந்தக் கோவிலுக்கு முன்பு ஒரு மண்டபம் இருந்தது. இரவானால் பெருசுகள் எல்லாம் அங்கு வந்து சேர்ந்துவிடும். மார்கழிக் குளிருக்கு இளைப்பு கண்டவர்கள் கூட யோசிக்காமல் அங்கு வந்து சேர்ந்து விடுவதுண்டு. விடிய விடிய பேசிக்கொண்டும் இருமிக்கொண்டும் பொழுது கழியும். காலை பனி பெய்யும் நேரத்துக்கு ஒவ்வொருவராக எழுந்து வீடுபோய்ச் சேர்வார்கள்.

பெரியவர் வாலிபத்தில் இருந்தபோது அவர் நைனாவும் இரவானால் கிளம்பிவிடுவார்.

அது ஒன்றும் வாலிபம் இல்லை. இரண்டு மகன்கள் பிறந்து பள்ளிக்கூடம் போக ஆரம்பித்து விட்டார்கள். ஆனாலும் வயதாகி விட்டது என்று சொல்ல முடியுமா என்ன. ஏன் மனைவி உடன் இருந்தவரைக்கும் வயதாகிவிட்ட எண்ணம் வந்ததே இல்லை. சாதாரண ஜனத்துக்கு மனைவிக்குப் புருஷனும் புருஷனுக்கு மனைவியும் தான் குளிருக்கு வெதுவெதுப்பும் வெயிலுக்குக் குளிரும் அடிக்கிற மெஷின். அப்படித்தான் அவ இருக்கிற வரைக்கும் வாழ்ந்தது. இப்பமாதிரி ஏதோ ஃபேன் காத்து அடிக்கிற மாதிரிப் பனி இல்ல. அஞ்சு நிமிஷம் பனில நின்னா ஆளே நனைஞ்சு போயிருவம். அந்த மாதிரிக் காலத்துல அவளைக் கட்டிக்கிட்டுப் படுத்துகிற சுகத்த நினைச்சா இப்பவும் அந்த வெதுவெதுப்பு மனசுக்குள்ள வந்துபோகுது. நைனா நாசூக்கானவரு. ராவானா மண்டபத்துக்குக் கிளம்பிருவாரு.

நைனா கிளம்பும்போது நான் ஒண்ணும் சொல்லாமச் சும்மா இருப்பேன். ஆனால் அவள்தான் பாவம் துடிப்பாள். “சொன்னாக் கேளுங்க மாமா, இப்பயே பனி கொட்டித் தீக்குது. உங்களுக்கா இழுப்பும் இருமலும் ஞாஸ்தியாத்தான் கீது. பேசாம இங்கிட்டே படுங்க. மண்டபதுக்கெல்லாம் போகவேண்டாம்” என்பாள்.

இதை நான் சொல்லியிருக்கலாம்... நான் சொன்னால் சரின்னு அவர் தலையாட்டிப் பிடுவாரோன்னிருக்கும்! ஆனால் அவள் சொல்வதுதான் அழகும் மரியாதையும். நைனா அதில் ரொம்ப நெகிழ்ந்து போவார். அதுக்காகவே அவர் சீக்கிரம் படுக்கையைச் சுருட்டிக் கொண்டு கிளம்பி விடுவார்.

“ராவானா தூக்கம் வர்றதில்ல. அங்க மண்டபத்திலனா என்னொத்த வயசாளிங்க நாலுபேரு இருப்போம். நேரம் காலம் பாக்காம பேசிக்கிட்டுக் கிடப்போம் வேறென்ன” என்று சொல்லிக்கொண்டு கிளம்பி விடுவார். எல்லா நாளும் என்ன கூடிக்கிட்டா கிடந்திருப்போம். கிடையாது. ஆனாலும் துளி இடம் கூட இடைல இல்லாம ஒருத்தர ஒருத்தர் கட்டிக்கிட்டு ஒருத்தர் உடம்பு சூட்ட ஒருத்தர் வாங்கிக்கிட்டு மனசுக்குத் தோணுனதப் பேசிக்கிட்டு அப்படியே உறங்கிப் போவோம். எவ்வளவு தாமதமாத் தூங்கினாலும் அவளுக்கு வெள்ளனே நைனா வரும் நேரம் தெரியும். என் பிடிக்குள் இருந்து விலகி தாறுமாறாய்ப் படுத்திருக்கும் என்னை எழுந்து ஓரமாய்ப்

படுக்கச் சொல்லிவிட்டு அடுப்படியில் பாத்திரங்களை உருட்ட ஆரம்பித்து விடுவாள்.

சில நாள்ல ராவெல்லாம் பனி கம்மியா இருக்கும் ஆனா விடியறதுக்குக் கொஞ்ச முன்னாடி பொம்மை பிடிச்ச மணல் காய்ஞ்சா மாதிரி பனிமழை உதிரி உதிரியாக் கொட்டும். அந்த சமயத்துல வெளில தாங்க முடியாம நைனா சீக்கிரம் வந்திரும். ஆனா அந்த மாதிரி நாள் எல்லாம் அவளுக்கு எப்படித் தெரியுமோ, அவ அதுக்கு முன்னமே எழுந்து, நைனா வரும்போது வேலையப் பாத்துக்கிட்டு இருப்பா. அதுல நைனாவுக்கு ஒரு பெரும் சந்தோசமும் நிம்மதியும். சில பெருசுங்க விடிஞ்சு கோவில்ல பஜனைக் கோஷ்டி வந்த பின்னாடிதான் போகும். அப்பவும் அவங்க வீட்டு வாசல்ல ரொம்ப நேரம் நின்னு கொரல் கொடுத்துகினு இருக்கணும். பதினைஞ்சு வருசத்துக்கு முன்னாடி ஒரு மழைல லேசா அந்த மண்டபம் இடிஞ்சு போச்சு. நூறு வருசத்து மண்டபம் இடிஞ் சது ஒண்ணும் ஆச்சரியம் இல்ல. அத சரிபண்ணி புதுசாக் கட்டுறோம்னு இடிச்சாங்க. அத்தோட சரி. அதுக்கப்புறம் அதை எல்லோரும் மறந்தாச்சு. அங்க கோவில் சார்பில கடைகளக் கட்டி விட்டுட்டாங்க. ஒண்ணும் பெரிசாக் கிடையாது. ஒரு பேன்ஸி கடை இன்னொண்ணு பாத்திரக் கடை. அதை வாடகைக்கு விட்டுக் கோவிலுக்கு நிதி சேக்குறாங்களாம். முன்ன எல்லாம் திருவிழா அப்போ பெருமாள் அங்கதான் சேவை சாதிப்பார். இப்போ அவருக்கும் அந்த மண்டபம் இல்ல, ஊர் பெருசுகளுக்கும் அந்த மண்டபம் இல்லை. தானும் தன் வயசான காலத்துல அந்த மண்டபத்துல வந்து தங்குவோம்னு நினைச்சதுண்டு. அதெல்லாம் இல்லாமயே போச்சு.

இந்த இடப் பிரச்சனையாலேயே பெருசுகள் செக்யூரிட்டி வேலைக்குப் போய்விடுகிறார்கள். எல்லாம் ஒரு தட்டுக்குத் தாங்காத ஆட்கள். ஆனால் ஆள்க் கணக்கு. வீட்டில் கிடப்பதற்கு பதிலாக ஏதாவது ஒரு அலுவலகத்தில், அப்பார்ட்மெண்ட்களில், தொழிற்சாலைகளில் ஓர் சிறு கூரைக்குக் கீழ் முடங்கிக் கொள்கிறார்கள். எனக்கு அப்படி எதாவது ஒரு வேலைக்குப் போக ஆசைதான். மகன் பிடிவாதமாக மறுத்துவிட்டான்.

பெரியவருக்கு சம்மந்தா சம்பந்தம் இல்லாமல் என்ன என்னவோ நினைவில் ஓடிக் கொண்டிருந்தது. நினைவைத் துண்டித்துக் கொண்டு எழுந்து பெருமாளுக்கு ஒரு பெரிய கும்பிடு போட்டார்.

“போதும் சாமி, வைகுண்ட வாசா, இந்த மழைய இப்பத்தைக்கு நிறுத்திக் கொடு. பாவம் ஊர் சனம் கிடந்து தவிக்குது. கோகுலத்துல மலையத் தூக்கிக் காப்பாத்தின மாதிரி எதையாவது வச்சு மழைய மறைச்சுடு சாமி” என்று வேண்டினார். அவர் வேண்டவும் தூரத்தில் ஒரு பெரிய இடி விழும் சத்தம் கேட்கவும் சரியாக இருந்தது. உடனே சுவிட்சு போட்டது போல மழை மீண்டும் பிடித்துக் கொண்டது. அவருக்குச் சிரிப்பு வந்தது. வானத்தைப் பார்த்துவிட்டு மீண்டும் பெருமாளைப் பார்த்து, “கோவிந்தா, நீ என்ன சொல்றது நான் என்ன கேக்குறதுங்கிற மாதிரி இருக்கு. உன் இஷ்டம் செய்யி செய்யி” என்றபடி தலையில் துண்டைப் போட்டுக்கொண்டு வீடு நோக்கி நடந்தார். முழுவதும் இருட்டி விட்டிருந்தது. கூடவே மழையும் வலுக்க ஆரம்பித்தது.

இரவில் விடிய விடிய கச்சேரி திருவிழா ஆன்மிகப் பிரசங்கம்னு அது ஒரு காலம்ஞ் எல்லாமே இப்ப பேச்சேய்யா. மக்களுக்கு சாமி கும்பிட நேரம் இல்ல. பொறந்த நாளு நல்ல நாளுன்னா கோவில் பக்கம் போய் வர்றாங்க. மத்த நாளு கோவில் வாசல் பேன்ஸி ஸ்டோரோட திரும்பிப் போயிர்றாங்க...

என்ன மழை இது? பெருமாளு வில்லுலேர்ந்து பெய்யுற அம்பு மாதிரி மழைன்னு ஆண்டாள் பாடியிருக்காளே அந்த மழைதான் இது. ஒவ்வொரு துளியும் அம்பு மாதிரியில்ல சர்ரு சர்ருனு இறங்குது, குத்துது. கேசவா உம்ம அம்பெல்லாம் எங்கள மாதிரி அப்புராணி மேலயா போடுறது.

சாலையில் மீண்டும் தண்ணீர் ஓட ஆரம்பித்துவிட்டது. இப்பொழுது இன்னும் அதிகமாய்த் தண்ணீர் எங்கிருந்தோ ஓடி வருகிறது. பெருமாள் கோவில் தொடங்கி வீடு வருவதற்குள் தண்ணீர் முழங்காலுக்கு ஏறிவிட்டது. சனங்கள் எல்லாம் மீண்டும் தெருவுக்கே வந்துவிட்டார்கள். என்ன நடக்கிறது என்று எல்லோரும் திகைத்து நின்றார்கள். தொலைவில் போலீஸ் ஜீப்பின் சைரன் கேட்டது. அவர்கள் மைக் வைத்து என்னவோ சொல்லிக்கொண்டு வந்தார்கள். அருகில் வந்ததும் தெளிவாகக் கேட்டது.

“செம்பரம் பாக்கத்துல தண்ணி தெறந்திருக்கிறதால சீக்கிரம் எல்லோரும் கார்ப்பரேஷன் ஸ்கூலுக்கோ, இல்ல வேற பாதுகாப்பான இடத்துக்கோ போய்டுங்க. வெள்ளம் இன்னும் கொஞ்ச நேரத்துல இந்தப் பக்கம் வந்திரும். ஹலோ உங்களத்தான் இங்க என்ன எல்லாரும் கூடி

மீட்டிங் போட்டுகிட்டு. அடுத்து எந்தச் சுவர இடிக்கலாம்னு யோசனையா. மழை எல்லாம் நிக்கட்டும் அந்தப் பஞ்சாயத்த வச்சிக்குவோம். இப்போ எல்லாரும் மரியாதையாக் கிளம்பி போங்க. சீக்கிரம் சீக்கிரம்...”

செம்பரம் பாக்கத்தில் நீர் திறந்தால் இங்கு நீர் வருவது சகஜம் தான். மணப் பாக்கத்துக்குள் செம்பரம் பாக்கம் ஏரித் தண்ணீர் ஓடிவர மூன்று வழிகள் உண்டு. அதில் இப்பொழுது ஒன்றுதான் இருக்கிறது. மற்ற இரண்டும் வீடுகளாலும் பேக்டரிகளாலும் மூடப்பட்டு விட்டன. கொளப் பாக்கத்தில் இருந்து உள் நுழையும் கால்வாய் வந்து சேரும் தர்மராஜா நகர் ஒரு காலத்தில் பெரிய குளம். அது நிரம்பிப் பின் வழிந்தோடுவது என்பது ரொம்ப அபூர்வம்.

செட்டிநாட்டுக் குளங்களைப் போல வருஷம் பூராவும் தண்ணீர் நிற்கும் குளம். அதைத் தூர்த்து பட்டா போட்டு விற்றுவிட்டார்கள். பின்பு தண்ணி எங்குதான் போகும். போதாக் குறைக்கு விமான நிலையத்துக்குள் ஓட வேண்டிய அடையாறு வேறு வழியில்லாமல் ஊருக்குள்தான் மோதிக்கொண்டு வருகிறது. இரண்டும் சேர்ந்து வருவதென்றால், இந்த ஊர் எப்படித் தாங்கும்?

எல்லோரும் அவரவர்களுக்கான அத்தியாவசியப் பொருட்களைப் பொறுக்க ஆரம்பித்தனர். நிமிடங்களில் நீர் அளவு ஏறுவதைக் காண அச்சமாக இருந்தது.

“எல்லாரும் சீக்கிரம் கிளம்புங்கடே” என்றார் பெரியவர். பிள்ளைகளைத் தூக்கிக் கொண்டு கைவசம் சில மூட்டைகளோடு எல்லோரும் பள்ளி நோக்கிக் கிளம்பினர். பள்ளியிலும் விளக்கு இல்லை. அங்கே ஒரு ஜென்செட் போட்டு விளக்கு ஒன்றை எரிய விட்டிருந்தார்கள். அந்த வெளிச்சத்தில் தான் வழியைக் கண்டுபிடித்து எல்லோரும் நடந்க வேண்டி யிருந்தது. நீர்மட்டம் இப்போது தொடை வரைக்கும் ஏறியிருந்தது. சின்னப் பிள்ளைகள் கழுத்தளவு நீரில் பெரியவர்களை இறுகக் கட்டிக்கொண்டன. ஓடு தண்ணீரில் தூரத்து விளக்கு வெளிச்சம் துண்டு துண்டாக நெளிந்து கொண்டிருந்தது. பெண்களுக்கு ஒரு அளவிற்கு மேல் புடவையைத் தூக்கிக் கொண்டு நடக்க சங்கோஜப்பட்டு உடையை நனையவிட்டனர்.

பெரியவரால் நடக்க முடியவில்லை. கால்கள் எல்லாம் கடுமையாக உளைச்சல் எடுத்தது. பக்கத்தில் வந்த ஒரு

பையனைப் பிடித்துக் கொண்டுதான் நடந்தார். கடுமையாக அடித்த குளிர் காற்று அவருக்குள் உறங்கிக் கிடந்த இளைப்பை உயிர்ப்பித்து விட்டது. கடுமையான மூச்சிரைப்புடன் இருமல் தொடங்கியது. பள்ளி வரைக்கும் போய்விட வேண்டுமே என்று தன் சக்தி எல்லாம் திரட்டி நடந்து கொண்டிருந்தார். பெரும்பாலானவர்கள் பள்ளிக்குப் போய்ச் சேர்ந்துவிட்டார்கள். எல்லோரும் தரைத் தளத்திலேயே தங்கள் மூட்டைகளை வைத்தனர்.

அதைப் பார்த்துவிட்டுப் பெரியவர், "எல்லாரும் மொத மாடிக்குப் போங்கடா" என்று கத்தினார். தரைத்தளமே தரையில் இருந்து நாலு அடி உயரத்தில் தான் இருந்தது. மேடான பகுதியில் இருந்த பள்ளிக்கூடத்துக்குள் தண்ணீர் இப்பொழுதுதான் ஒரு அடியே ஏறியிருந்தது. இன்னும் நான்கடி ஏறுமா என்பது சந்தேகம். சோம்பேறித்தனமா சிலர் அங்கேயே உட்கார்ந்தார்கள். ஒரு சிலர் மாடி ஏறிப்போய் அங்கிருக்கும் வகுப்புகளில் அமர்ந்தார்கள். பெரியவர் மெல்ல படியேறி மாடிவந்தார். சளியும் இருமலுமாய் நடக்கையிலேயே உருமல் வந்தது. மாடி நடைபாதையில் நின்று வெளியே கம்பிகளின் ஊடாக எட்டிப் பார்த்தார். சுற்றும் முற்றும் இருள்தான் இருந்தது. ஏதும் தெரியவில்லை. அவர் கம்பியைப் பிடித்துக்கொண்டே நின்று பார்த்துக் கொண்டேயிருந்தார். ஒரு பெரிய மின்னல் வெட்டியது. மின்னலின் வெளிச்சம் மிக சமீபமாகத் தரையில் பிரதிபலிப்பது கண்டார். அப்படியானால் வெள்ளம் வந்துவிட்டது. மீண்டும் தொடர்ந்து மின்னல்கள். இப்பொழுது அதன் பிரதிபலிப்பை வைத்துத் தண்ணீரின் மட்டத்தைக் கணக்கிட்டார். நிச்சயம் அது பெருமாள் கோவிலின் சுற்றுச் சுவர் உயரத்துக்கு வந்துவிட்டது.

"டேய் கீழே இருக்கிற எல்லாரையும் மேல வரச் சொல்லு, வெள்ளம் ஜாஸ்தியா வருதுன்னு சொல்லு" என்றார். ஒருவன் கீழே ஓடி விசயத்தைச் சொன்னான். அதற்குள் அங்கு எரிந்துகொண்டிருந்த விளங்கு மினுங்க ஆரம்பித்தது. ஜென்செட் அடைத்து அடைத்து ஓடுவதுபோல சத்தமிட்டது. டீசல் தீர்ந்திருக்கலாம். இன்னும் எவ்வளவு நிமிடம் ஓடும் என்று சொல்வதற்கில்லை. எல்லோரும் வேகவேகமாக மேலே வந்தார்கள். எல்லோரும் மேலேறி வரவும் விளக்கு அணையவும் சரியாக இருந்தது. இரண்டு இளைஞர்கள் பொறுப்பாக ஜென்செட்டை எடுத்து உள்ளே வகுப்பு ஒன்றினுள்

வைத்துவிட்டு கதவைப் பூட்டிவிட்டு செல்போன் விளக்கு வெளிச்சத்தில் மேலேறி வந்தனர்.

ஒரு பெருங்குளிர் அங்கு படர்ந்தது. கூடவே ஒரு ஓசையும். தண்ணீர் சலசலத்து ஓடும் ஓசை. அவ்வப்போது எதுவோ உடைபடும் ஓசை. ஆடுகளும் மாடுகளும் மிரண்டு கத்தும் ஓசை. எல்லாம் பெருமாள் கோவிலுக்குப் பின்னால் இருக்கும் கோனார்கள் வீட்டில் இருக்கும் மாடுகளாக இருக்கலாம். அவர்கள் வீடுகள் நல்ல கல் வீடுகள். எனவே அவர்கள் பயப்படத் தேவையில்லை. ஆனால் இந்த மிருகங்கள். நேரம் ஆக ஆக அவற்றின் சத்தம் அதிகமாகிக் கொண்டே யிருந்தது. 'ஐய்யையோ எங்க லெட்சுமி எல்லாம் தெருவோட போகுதே' என்று பெண் எழுப்பிய சத்தம் அந்தப் பகுதி எங்கும் நிறைத்தது.

எல்லோரும் ஒருவருக்கொருவர் மிரட்சியோடு பார்த்துக் கொண்டார்கள். பெரியவருக்கு பயம் பிடித்துக் கொண்டது. குளிர்காற்றில் இளைப்பு அதிகமாகி விட்டது. அவரின் ஒவ்வொரு மூச்சுக்கும் இடைவெளி அதிகமானது. ஆனபோதும் எல்லோரும் தடுக்கவும் கேளாமல் அவர் வெளியே வந்து எட்டிப் பார்த்தார். வெளியே வெறும் இருள்தான் இருந்தது. தண்ணீர் வெளிச்சத்தைப் பிரதிபலிப்பதைப் போலவே இருளையும் பிரதிபலிக்கிறது. இருள் வெள்ளம். வானுக்கும் பூமிக்குமாய் விசுவரூபம் எடுத்த உலகளந்தான் போல இருள் வெள்ளம்.

ஒருவன் தன் கையிலிருந்த செல்போன் டார்ச் லைட்டை அடித்தான். பள்ளிக்கூடச் சுற்றுச் சுவருக்குப் பாதியில் வெள்ளம் ஓடிக் கொண்டிருந்தது. ஒரு மாடு வெள்ளத்தின் போக்கில் சத்தமிட்டபடியே போய்க் கொண்டிருந்தது. பெரியவர் திரும்பிக் கொண்டார்.

பெருமாளே என்ன இது சோதனை. மழை நின்றால் தானே வெள்ளம் குறைய. இப்படியே போனால் ஆஹா இது மகாபிரளயம் போல. நான் சரி, வாழ்ந்து எல்லாம் பார்த்த கட்டை. சின்னஞ் சிறுசுகள் இருக்கே, அதுங்களும் இந்த வாயில்லாத ஜீவன்களும் என்ன பாவம் பண்ணிச்சு? இதுங்களும் இதோ அடிச்சிகிட்டு போற ஆடுமாடுகளப் போல தண்ணீல தத்தளிக்கிறதப் பாக்கணுமா? அதெல்லாம் பாக்கவா இத்தனை காலம் உசுரோட வச்ச? பேசாம முதல்ல என் உயிர எடுத்துடு...

பெரியவருக்கு இளைப்பு அதிகமானது. சத்தமாக மூச்சுவிட ஆரம்பித்தார். வரவர சத்தம் அதிகமாகிக் கொண்டே வந்தது. ஒரு கட்டத்தில் இழுத்த மூச்சை அவர் திரும்ப விடவேயில்லை. அப்படியே மல்லாந்த வாக்கில் வாயைப் பிளந்து கிடந்தார் அவர். சத்தம் நின்றுபோனது.

சின்னப் பிள்ளைகளைத் தூர அழைத்து ஒரு வகுப்புக்குள் போகச் சொல்லிவிட்டார்கள். மகன் சத்தம் வராமல் விம்மினான். மருமகளால் முடியவில்லை. வாய்விட்டுக் கதறினாள். அப்பொழுது தண்ணீரில் இன்னுமொரு மாடு அடித்துச் செல்ல அது எழுப்பிய அபயக்குரல் கேட்டது. அவள் பயந்துபோய் வாய்மூடி அப்படியே அமர்ந்துகொண்டாள்.

***

19

பிரமோத் சட்டையைக் கழற்றி தன் கேபினில் உலர வைத்துவிட்டு அவசரத்துக்கு வைத்திருக்கும் டி சர்ட் ஒன்றைத் தன் அலமாரியில் இருந்து எடுத்துப் போட்டுக் கொண்டான். மின்சாரம் இல்லாததால் ஏசி ஓடவில்லை. ஆனபோதும் அறை அதிக சில்லிட்டிருந்தது. புண்ணியத்திற்குக் காப்பி மேக்கரில் பவர் இருந்தது. ஜென்செட்டாய் இருக்கலாம். வழக்கமான கருப்புக் காப்பியைப் பிடித்துக் கொண்டு அந்த ஹாலின் ஓரத்தின் கண்ணாடி அருகே நகர்ந்து வெளியே சாலையைப் பார்த்தான். சாலை என்ற ஒன்று அங்கு இல்லை. நடுவில் இருக்கும் கான்கிரீட் தடுப்புகள் மறைந்துபோகும் அளவுக்குத் தண்ணீர் ஓடிக் கொண்டிருந்தது. நடுவில் உயர்ந்து நிற்கும் விளக்குக் கம்பங்கள் மட்டும் இல்லை என்றால் சாலையின் மையத்தைக் கணிக்க முடியாது. வாகனங்கள் எதுவும் இல்லை. வந்தால் கார்கள்கூட நிச்சயம் நின்றுவிடும். லாரிகள் அல்லது பேருந்துகள் நிறுத்தாமல் ஓட்ட முடிந்தால் கடந்து விடலாம். ஓரிருவர் வண்டியைத் தள்ளிக் கொண்டு போனார்கள். சற்றுமுன் பிரமோத் தள்ளிக் கொண்டு வந்ததைப் போல.

பிரமோத் காலை ஒன்பது மணிக்கு சைதாப்பேட்டையில் கிளம்பி மதியம் பன்னிரெண்டு மணிக்கு ராமாபுரம் வந்து சேர்ந்தான். கிண்டியைத் தாண்டியதும் அவனுக்கு மூச்சே முட்டிவிட்டது. நந்தம்பாக்கம் திடல் அருகே ஓடிய ஆற்றின் இழுவை வேகம் அவனால் சமாளிக்க முடியாதிருந்தது. நடக்கும் மக்கள் ஒருவரை ஒருவர் கரம்பற்றிக் கொண்டு தான் நடந்தார்கள். கொஞ்சம் அசந்தாலும் கீழே தள்ளிவிடும் வேகம். பிரமோத்துக்கு அது மழையில் பெருகும் வெள்ளம் மட்டும் அல்ல என்று தோன்றியது.

இது ஒரு நதியின் வழிதானோ என்று நினைத்தான். வரும் வழியில் இப்படி ஓடிவரும் நதி வழிகள் என்று குறைந்தது மூன்று நான்கு நீர்ப் பாதைகளைச் சொல்லலாம். அப்படியானால் சென்னையில் ஒருகாலத்தில் ஓடிய நதிகள் தான் மொத்தம் எத்தனை. இதெல்லாம் எப்படி தூர்த்துபோனது. எப்படி மொத்த நிலமும் கட்டிடக் காடுகள் ஆனது. மனிதன் ஏன் நிலங்களின் மேல் இத்தனை பிரியமுள்ளவனாய் இருக்கிறான். இந்தப் பிரபஞ்சத்தில் நீர் விட்டுக்கொடுத்த பிச்சைத் துண்டு அல்லவா இந்த நிலம். அதனுடைய இடத்தில் இருந்துகொண்டே அதன் வழிகளைக் களவாடுவது எப்படி. ஏன் மனிதர்கள் உண்ட வீட்டிற்கு இரண்டகம் நினைக்கிறார்கள். ஒரே தாவலில் மொத்த நிலத்தையும் தன் வயிறுக்குள் சுருட்டிக்கொள்ளும் வல்லமை கொண்டதல்லவா நீர். ஆனாலும் மனிதன் நிலத்தை அவ்வளவு மோகிக்கிறான். வலிமையுள்ளவன் கையகப் படுத்துகிறான். வசதியுள்ளவன் அதை வாங்கிக் கொள்கிறான். அதில் தங்களின் பேராசையை அவர்கள் கட்டி எழுப்புகிறார்கள்.

பேராசைகள் தான் இந்த நிலமெங்கும் பெரும் கட்டிடங்களாகி விட்டன. பாருங்கள் இந்த நதிகூட அந்தக் கட்டிடங்களில் மோதி அவைகளை ஒன்றும் செய்யாது அதற்கு அண்மையாய் ஓடி இந்த நிலத்தை வாழவும், உழவும், தொழவும், வீழவும் மட்டுமே பயன்படுத்துகிற சனங்களின் குடிசைகளைத் தான் குலைத்து உருட்டிக்கொண்டு போகிறது. அடுக்கு மாடிகளின் மீதிருந்து தரையில் நுரை கொப்பளிக்க ஓடும் நதியைப் பார்ப்பது கூட ஓர் அழகான காட்சிதான். ஆனால் அதில் உருண்டு ஓடும் உயிர்களின் உடமைகளின் வழியும் இரத்தம் பற்றி யாருக்கு என்ன கவலை.

பிரமோத் காப்பியைக் காலி செய்ததும் கொஞ்சம் ஆசுவாசம் அடைந்தான். வந்து அவன் இருக்கையில் அமர்ந்துகொண்டான். செல்போனை நோண்டினான். இணையம் வேலை செய்யவில்லை. அலுவலக கம்பியூட்டரிலும் இணையம் வேலைசெய்யவில்லை. ஏன் என்று கேட்டபோது மோடம் இருக்கும் தளத்தில் உள்ள பேட்டரிகள் ஏற்கனவே செத்துவிட்டன என்றார்கள். அவனுக்குக் கொடுமையாக இருந்தது. வீட்டிலேயே இருந்திருக்கலாம். அவ்வப்போது அலைபேசியின் சிக்னல் வரும். அப்பொழுது ஒரு கணம் முகநூலில் ஓடி வெளிவரலாம். அதெல்லாம் இப்பொழுது சர்வ நிச்சயமாய் முடியாது.

லாவண்யா இன்று வாழ்த்தியிருப்பாளா. சொன்னதுபோல அவளின் புகைப்படத்தை ஏற்றியிருப்பாளா. அவள் எப்படி இருப்பாள். சரி எப்படி இருந்தால் தான் என்ன, அவள் என்னவள் என்று ஆகிவிட்டாள். காதலைச் சொன்னால் என்ன செய்வாள். வெறுப்பாளா, திட்டுவாளா அல்லது என் மூஞ்சிலேயே முழிக்காதே என்று பிளாக் செய்துவிடுவாளா. செய்யட்டுமே எதில் என்ன இருக்கிறது. அது அவள் உரிமை. ஆனால் ஏன் அப்படி எல்லாம் நினைக்க வேண்டும். கொஞ்சம் பாசிட்டிவ் ஆக நினைக்கலாம். அவள் இன்று தன் புகைப்படத்தை வலை ஏற்றினால் அவள் என் காதலை ஏற்பாள் என்று யூகிக்கலாம்.

பிரமோத்துக்கு இருப்பே கொள்ளவில்லை. அங்கும் இங்கும் நடந்து பார்த்தான். அலுவலகத்தில் பெரும்பாலானவர்கள் வரவில்லை. வந்த எல்லோருக்கும் ஏனடா வந்தோம் என்கிற மனநிலை தான். பிரமோத் ஒருகட்டத்தில் வெறுப்பாகி தன் இருக்கையில் அமர்ந்து கொஞ்ச நேரத்தில் உறங்கிவிட்டான். நண்பன் ஒருவன் வந்து தொட்டு எழுப்புகிறபோது மணி மூன்றாகியிருந்தது.

"ஏண்டா இங்க ஒரு போரே நடந்துகிட்டு இருக்கு நீ என்னடான்னா தூங்கிக்கிட்டு இருக்க, கெட் அப் மேன்."

பிரமோத் அதிர்ந்து விழித்தான்.

"வாட் ஹாப்பெண்ட் பையா?"

"நல்லாக் கேட்ட, நம்ம கம்பெனிக்குப் பின்னாடி இருக்கிற ஏரியா பையாஸ் எல்லாம் சேர்ந்து நம்ம கம்பெனி சுவத்த இடைச்சுட்டாங்க பையா. சோ தண்ணி நம்ம காம்பவுண்டு உள்ள ஒரு ஆறாட்டாம் ஓடிக்கிட்டு இருக்கு. வந்து பாரு"

பிரமோத் எழுந்து வந்தான். நண்பன் காட்டிய இடம் பில்டிங் இருந்த இடத்திலிருந்து கொஞ்சம் தொலைவில் குறைந்தது ஒரு 500 மீட்டர் தொலைவில் தண்ணீர் சலசலத்து ஓடிக்கொண்டிருந்தது. தூரத்தில் இருந்து பார்க்க ஒரு பெரிய நீரோடை போல இருந்தது. பிரமோத்துக்கு உறக்கம் கலைந்து போனது. கடகடவென்று கீழே இறங்கி ஓடினான். படிக்கட்டுக்கள் வழுக்கின. ஆனாலும் நில்லாமல் ஓடித் தரைத் தளம் வந்தான்.

அங்கு ஒரே பதட்டமாக இருந்தது. செக்யூரிட்டிகள் கூட்டமாகக் கூடிப் பேசிக் கொண்டிருந்தார்கள். மழை வெளுத்து வாங்கிக்

கொண்டிருந்தது. நனைவதைப் பற்றியெல்லாம் கவலைப் படாமல் கட்டிடத்துக்குப் பின்பக்கமாக நடந்தான். குறைந்தது அரைக் கிலோமீட்டருக்கும் மேலான தொலைவில் சுவர் எழுந்து நின்றது. சுவரின் ஒரு பகுதி உடைக்கப்பட்டு ஒரு பெரிய துளை உருவாக்கப் பட்டிருந்தது. அந்தத் துளையின் ஊடாக நீர் பாய்ந்து வந்துகொண்டிருந்தது.

சென்னையில் தரிசனம் தரும் மற்றுமொரு நதி. சென்னையில் பார்க்குமிட மெல்லாம் நீக்கமற நிறைந்திருக்கிறதே இந்த நதிகள். அடைப்பட்ட பாட்டிலின் மூடியைத் திறந்ததும் வெளியேறிப் பெருத்து நிற்கும் பூதம் இந்த நதிகள். சின்ன சீசாவுக்குள் எப்படி இவ்வளவு பூதங்கள். மந்திரக்காரனின் கட்டுகள் அவிழ்ந்துகொண்ட பிசாசுகளின் வேகம் இந்த நீரின் பாய்ச்சலில் இருக்கிறது. இது தனக்கு எதிர்ப்படுகிறவனில் நல்லவன் கெட்டவன் எல்லாம் பார்க்காமல் அறைந்து இழுத்துச் செல்கிறது.

யாரோ செய்த தவறுக்கு வேறு எவரோ அனுபவிக்க வேண்டி யிருக்கிறது.

பிரமோத் இந்த முறை ‘மா கங்கா’ என வணங்கவில்லை. இது கங்கா தான் ஆனால் தன் மார்பினை ஊட்டி உயிர்காக்கும் ‘மா’ இல்லை. தன் ஆங்கார ரூபத்தில் நாவினை நீட்டிக் காட்டி குருதி கேட்கும் மா காளி. இதைக் கண்டு, தொழுது கொள்வதுபோலவே கொஞ்சம் அஞ்சவும் தான் வேண்டியிருக்கிறது.

நடப்பதை நிறுத்திக்கொண்டான்.

அங்கு ஒரு செக்யூரிட்டி வந்துகொண்டிருந்தான்.

“கியா குவா பையா, ஹௌ டிட் திஸ்?”

“சார், தெர்ல சார், பின்னாடி ஏரியா ஜனங்கோன்றாங்க, அவங்க ஊட்டுக்குள்ளாற தண்ணி பூந்துகிச்சுன்னு சுவத்த இடிச்சிட்டுக்கிறாங்க. விசாரிச்சாத்தான் தெரியும்...”

“ஓகே, ஓகே, யூ ஃபிரம் தட் ஏரியா?”

“நோ சார் , நான் இன்னும் தூரம்” என்றான் படபடப்பாக.

“ஹரே பையா கூல், ஐ ஜஸ்ட் ஆஸ்க்டு. வாட் இஸ் யுவர் நேம்?”

"கோபால் சார்" என்று வெட்கத்தோடு சொல்லிவிட்டு நகர்ந்தான்.

*

தண்ணீர் ஓட்டத்தை எல்லோரும் கவனிக்க ஆரம்பித்தார்கள். சுவர் வழி ஓடும் நீர் கொஞ்சம் குறைந்திருந்தது. சலசலக்கும் சிறு ஓடை அவ்வளவுதான். ஆனால் இப்போது மழை மீண்டும் பிடித்துக் கொண்டது. இப்பொழுதும் தெருவில் நதி அப்படியே ஓடிக்கொண்டிருந்தது. ஆனால் பிரச்சனை வேறு திசையில் இருந்து வந்தது.

மழையில் சாலையில் ஓடும் நீரின் அளவு அதிகமாகி அது இப்பொழுது வாசல் வழியாக உள்ளே நுழைந்து கொண்டிருந்தது. வாசல் வரைதான் உயரம். அதைக் கடந்துவிட்டால் பள்ளம். குதிக்கும் தண்ணீருக்கு அதைவிட வேறு என்ன வேண்டும். நீர் வேக வேகமாக ஓடி வந்து வளாகத்துக்குள் பரவிப் படர்ந்தது. சில நிமிடங்களில் அது வேகமெடுத்து கட்டிடத்து அருகில் பெருகியது. துரத்தும் பகைக்குத் தப்ப புதிய வழிகளைக் கண்டுபிடிக்கும் கள்வனின் அவசரம். கட்டிடத்தின் முன்புறமாக சறுக்குகளில் தொடங்கும் கீழ்த்தளப் பார்க்கிங் ஏரியாவினைக் கண்டுகொண்டு அதனுள் ஊவென்று பாயத் தொடங்கியது.

ஒரு நீண்ட சறுக்கிற்குப் பின் முதல் கீழ்த்தளம் அதனில் இருந்து வளைந்து மற்றுமொரு சறுக்கினைத் தொடர்ந்து விரியும் அடுத்த தளம். அதனின்றும் வளைந்து இறங்கி ஓடும் சறுக்கு நிற்கும் இடம் மூன்றாம் கீழ்த்தளம். முதல் கீழ்த் தளத்தில் இரு சக்கர வாகனங்கள் நிற்கும். இன்று அதிகம் இல்லை. ஒன்றிரண்டு. தண்ணீர் ஓடும் வேகத்தில் சரிவில் பாய்வதுபோக மீதம் அத்தளத்திலும் பாய்ந்து மேடான பகுதிகளில் தேங்கி நிற்கத் தொடங்கியது. ஆனாலும் பெரும்பாலான நீர் மூன்றாம் கீழ்த்தளம் பி3 யை நிறைக்கத் தொடங்கியது. ஏற்கனவே நான்கில் மூன்று நின்று போக ஒரே ஜென்செட் ஓடிக் கொண்டிருந்தது. அது வெளியேற்றும் நீரின் வேகத்தை விட வந்து சேரும் நீரின் வேகம் மிகையாக இருந்தது. பி3 இல் இருந்த கார்களில் சில விலையுயர்ந்த கார்கள். சில நிறுவனங்களின் எம். டி போன்றவர்களின் கார்கள். தேவைக்கு மட்டுமே அவை எடுக்கப்படும். நீர் மட்டம் இப்பொழுது டயரை மூழ்கடித்துவிட்டது. உடனடியாக மற்ற ஜென்செட்களும் ஓடவில்லை என்றால் நிச்சயம் அவை சீக்கிரம் மூழ்கிவிடலாம்.

கோபாலுக்கு ஒரு யோசனை தோன்றியது. அங்கிருந்த வேன் ஒன்றிலிருந்து டீசலை எடுத்துப் பயன்படுத்தலாம், என்றான். எல்லோருக்கும் அப்படி ஒரு மகிழ்ச்சி. முதலில் வேனில் இருந்து ஒரு கேன் டீசலை எடுத்தார்கள். இப்பொழுது மற்றுமொரு ஜென்செட் வேலை செய்தது. இதே யோசனையைக் கார்களுக்கும் பயன்படுத்தினால் என்ன என்று தோன்ற ஊழியர்களை அழைத்துவர இருக்கும் டீசல்கார்கள் ஒன்றிரண்டு அங்கு இருந்தது. அதிலிருந்தும் டீசலை எடுத்து மீதமிருந்த ஜென்செட்டையும் ஓடவிட்டார்கள். நான்கு ஜென்செட்களும் சேர்ந்து மழைக்கு சவால் விட்டுக் கொண்டிருந்தன. மழை பெய்து தண்ணீர் வந்துகொண்டிருந்த போதும் மூழ்கியிருந்த டயர்கள் தெரிய ஆரம்பித்தன. இன்னும் கொஞ்ச நேரத்தில் நிலைமை கட்டுக்குள் வந்துவிடும் போல இருந்தது.

*

பிரமோத் பேசாமல் வீட்டுக்கு நடந்தே போய்விடலாமா என்று நினைத்தான். ஆனால் அது அத்தனை பாதுகாப்பானதல்ல என்றும் தோன்றியது. அலுவலகக் கேன்டீனில் கடும் டீயும் பிரெட் சான்ட்விச்சும் தவிர வேறு கிடைக்கவில்லை. டோஸ்ட் செய்யாத மென்னியைப் பிடிக்கும் காய்ந்த சாண்விட்சுகள். ஆனாலும் பசிக்கு வேறு என்ன செய்வது. அதைத் தின்று பசியாறினான். மீண்டும் கேபின் திரும்பியபோது இருட்டடாய் இருந்தது. அலுவலகத்தில் இருந்து வெளியில் பார்க்க எதுவும் தெரியவில்லை. குளிர்காய்ச்சல் காரனுக்கு காதுவரைக்கும் மூடிவிடுவதைப்போல இருள் நகரத்தை மூடிவிட்டிருந்தது. நேரம் தெரிந்து கொள்ள முடியாத இருள். அலுவலகத்திலும் ஒரு தளத்திற்கு ஒன்றிரண்டு விளக்குகளுக்கு மேல் இல்லை.

வெளியே மழை நன்கு பிடித்துக்கொண்டதும் பிரமோத்திற்குள் மீண்டும் லாவண்யாவின் நினைவுகள் தூற ஆரம்பித்தன. ஒரு ஜடம் போல உறைந்துபோயிருந்த மொபைலை மீண்டும் உருட்டிக் கொண்டான். அது நாடிபிடித்துப் பார்ப்பதைப்போல அதில் எண்களை அமுக்கினான். நோ நெட்வொர்க். அட போங்கடா. கேபினின் தடுப்பை எட்டி உதைத்தான். கால் வலித்தது. அதை அப்பொழுது உள்ளே வந்த நண்பன் ஒருவன் பார்த்துவிட்டான்.

“ஹரே தும் ஹியா கர்ரே, என்னப்பா ஆச்சு, வாட் இஸ் யுவர் பிராபளம்?”

பிரமோத்துக்கு நாணமாக இருந்தது. சிரித்தான்.

“நத்திங் யார், அதான் பிராபளம். இதோ திஸ் மொபல், நோ சிக்னல், நோ இண்டெர்நெட், ஐ நீடு டொ டாக் டு சம். சீ சம் மெசேஜ். பட் குட் நாட். டெல் மீ, கோபம் வராதா”

அட இதுதானா உன் பிரச்சனை. மீ டூ ஹேட் டு மேக் அ கால். (இதுதான் உன் பிரச்சனையா. எனக்குக் கூட ஒரு கால் பண்ண வேண்டியிருந்தது. கீழ்த்தளம் ஒன்றிற்குப் போனேன். அங்குதான் சர்வர் உள்ளது. உனக்குத் தெரியுமா, இப்பொழுதும் சர்வர் வேலை செய்கிறது. அதற்கென்று நீடித்துளைக்கும் பேட்டரியோடு பொருத்தப் பட்டிருக்கிறது. அதனோடு இணையும் டிரான்ஸ்மீட்டர் செயல்படத்தான் மின் இணைப்பு இல்லை. அதனால் சர்வரைச் சுற்றி பத்துமீட்டருக்கு இன்னும் இணையம் வேலைசெய்கிறது. நான் வீட்டுக்கு வாட்சப் கால் பேசிவிட்டுத்தான் வருகிறேன். வேண்டுமானால் நீ ஒன்று செய். நீ போய் உன் அதிர்ஷடத்தை சோதித்துத்தான் பாரேன்.)

பிரமோத் பரபரத்தான், கீழ்த்தளம் நோக்கி ஓட்டமும் நடையுமாகச் சென்றான்.

*

“ஹலோ, ஆதி கேசவன் நான் பேசுறது கேக்குதா, எங்க இருக்கீங்க, உங்க போன் ரொம்ப நேரமாப் போகவேயில்லை, ஹலோ ஹலோ?”

“டிஜே, கேக்குது டிஜே, இங்க செம மழை. அதோட சத்தம் தான் அதிகமா இருக்கு. நான் செம்பரம் பாக்கத்துல இருந்து கிளம்பி ரொம்ப நேரமாச்சு. நான் இப்போ பட்டாபிராம்ல இருக்கேன்.”

“என்ன ஆச்சு, எப்போ செம்பரம் பாக்கதுல இருந்து கிளம்பினீங்க, அங்க என்ன நிலவரம்?”

“சார், எதுவும் சொல்றதுகில்ல சார், நாம பயந்தமாதிரி இல்லை, அதைவிட மோசமா எல்லாம் நடக்குது. மொத்தம் அஞ்சு ஷட்டரையும் முழுசா திறந்தாச்சு. விநாடிக்கு 30 ஆயிரம் கன அடி தண்ணீர் வெளியேறிட்டு இருக்குது.”

“என்ன சொல்றீங்க ஜீ, 30 ஆயிரமா? கொஞ்சம் முன்னாடி வரைக்கும் இருபதாயிரம் தான சொன்னாங்க. இப்போ ஏன் அவ்வளவு திறக்கிறாங்க?”

“சார் இதுவே குறைவுதான். மொத்த ஷட்டரையும் திறந்தாச்சு. இதுக்குமேல அதிகமா வெளியேத்த முடியல. ஆனா வர்ற அளவு அதுக்கும் மேல இருக்கு... ஒரு நிமிஷம் நிறுத்தினாக் கூட ஏரி தாங்காது. அதனால வேற வழியே இல்லாம இதச் செஞ் சுட்டாங்க. சுத்துப்பட்டு எல்லாம் பேய்மழை. பூண்டி வேற நிரம்பி அந்தத் தண்ணீ வேற இங்கதான் வருது. இது இல்லாம நந்திவரம், மணிமங்கலம் பெருங்களத்தூர்னு சுத்துப்பட்டு ஏரி எல்லாம் நிறைஞ்சிடுச்சு. இப்போ அந்தத் தண்ணி, செம்பரம் பாக்கம் தண்ணி எல்லாம் சேர்ந்து ஊருக்குள்ள வந்துகிட்டு இருக்கு சார். என்ன நடக்குமோ...”

“இன்னும் எவ்ளோ நேரத்துல அவ்ளோ வெள்ளம் வரும் ஆதி?”

“தெர்ல சார், திருநீர்மலை, குன்றத்தூருக்கு இப்பவே வந்திருக்கும். அப்படியே குளத்தூர் மணப்பாக்கம் வர இன்னும் அரை மணி நேரம் ஆகலாம் சார். மழை பேய்மழை சார்... உங்க வீட்டாண்ட எல்லாம் ஒண்ணும் பிரச்சனை இல்லையே?”

“அதெல்லாம் இல்ல ஆதி, நீங்க சேஃபா இருங்க. நான் முடிஞ்சா நெட்வொர்க் கிடைச்சா திரும்பக் கூப்பிடுறேன்.”

“சரி சார். ஒரு விசயம், மழை எப்ப சார் நிக்கும்?”

“தெரியல ஆதி சார், இப்போ இருக்கிற நிலமையப் பார்த்தா இன்னும் ரெண்டு நாளைக்கு கனமழை இருக்கிற மாதிரித்தான் இருக்கு. அப்படிப் பெஞ்சா நிலமை இன்னுமே மோசமா இருக்கும். நாம எப்பிடிச் சமாளிப்போம்னே புரியல.”

“உலகத்துல எங்க பொளைக்க முடியலைன்னாலும் இந்த ஊருக்கு வந்தாக்காப் பொளைச்சுக்கலாம் சார். அப்படி எத்தினியோ ஜனம் வந்து வாழ்ந்திருக்கு. அதுல எதுனா புண்ணியம் இருந்தா இந்த ஊரு திரும்ப சரியாகும்.. பாக்கலாம். சரி சார். வைக்கிறேன்.”

*

மழை குறைவாக இருந்தபோதும் வாசலில் ஓடும் நீரும் கீழ்த் தளத்துக்குள் நுழையும் நீரும் அதிகமாகிக் கொண்டே யிருந்தது. செக்யூரிட்டிகள் ஓடி ஓடி ஏதோ வேலை செய்து கொண்டிருந்தார்கள்.

பிரமோத் படிக்கட்டுகள் வழியாக தரைத் தளத்தில் இறங்கி உள்வழியாக பி 1க்கு நடந்தான். இறங்கிவரும்

படிக்கட்டுகளுக்குப் பின்னால் சர்வர் ரூம் இருந்தது. அவன் போவதை யாரும் பார்க்கவில்லை. அவர்களுக்கு அதிக வேலை இருந்தது. பிரமோத் கடைசிப் படிக்கட்டில் நின்றபடி அந்தத் தளத்தைப் பார்த்தான். எல்லா வாகனங்களின் டயரும் நீரின் பாதி மூழ்கியிருந்தது. எட்டி சர்வர் ரூமைப் பார்த்தான். சர்வரில் பச்சை விளக்கு எரிந்து கொண்டிருந்தது. தன் மொபலை எடுத்து வைஃபை ஆன் செய்தான். சில நிமிடப் போராட்டங்களில் கனெக்ட் ஆனது.

அவசரமாக முகநூலைத் திறந்தான். திறந்தால், வாவ். லாவண்யா அவளின் புகைப்படத்தைப் பதிவிட்டிருந்தாள்.

அவள் அத்தனை அழகாய் இருந்தாள். இன்று வலையேற்றுவதற்காகவே அவள் இந்தப் படத்தை எடுத்திருக்க வேண்டும். அவள் கண்களுக்குக் கீழ் சிறு சுருக்கத்தில் சிரிப்பு ஒன்றும் நன்கு மொழுமொழு வென்று புசுபுசுத்திருந்த கன்னங்களில் ஒரு வெட்கமும்!

“ஹுர்ரே” பிரமோத் கத்தினான். கால் செய்ய முயன்றான் போகவில்லை. சிக்னல் இருக்கும் நேரத்தில் எதாவது செய்யவேண்டும் என்று தோன்றியது. அவளுக்குத் தனிச் செய்தி ஒன்றை டைப் செய்தான்.

Lavanya, your profile pix is awesome. here heavy rain. So No Internet. Even today rain got worse. Almost I came by swimming to office. Y I came you know, because I need internet. My office has Uninterrepted internet. Y I need net? Because I need to chat with you. OMG, I saw your pix And became crazy about you. I take this pix as my birthday gift. And I am going to tell you one thing, Even if you didn’t upload ur pix I will be telling the thing. Now I cant resist myself from telling that thing. That is I LOVE YOU lavanya. Bye

டைப் செய்து அனுப்பிவிட்டு மொபலையே பார்த்துக் கொண்டு நின்றான். ஏதேனும் பதில் வருமா என்று எதிர்பார்த்தான். ஆனால் சிக்னல் நிலைகொள்ளாமல் துடித்தது. சில நிமிடங்கள் அங்கேயே நின்று பார்க்கலாம் என்று யோசித்தான். அவன் யோசித்துப் பார்த்துக் கொண்டிருக்கும் போதே சறுக்கல் வழியாக பெரும் திரளாக தண்ணீர் இறங்கத் தொடங்கியது.

ஹா, எங்கிருந்து வருகிறது இந்த நீர்? மதகு ஒன்றைத் திறந்தாற் போல தண்ணீர் நுரைத்துக்கொண்டு உள்ளே

நுழைகிறது. ஓர் நிமிடத்தில் உட்புகுந்த நீர் வேகவேகமாக ஓடி பி3 ஐ நிறைத்தது. பி3 இல் இருந்து பெரும் சத்தம் கேட்கிறது. பிரமோத் செய்வதறியாது திகைத்தான். கீழிருந்து 'ஹ^' என்ற சத்தம் எழுந்தது. அந்தச் சத்தத்தில் பிரமோத்தின் உடல் ஒரு கணம் நடுங்கியது. அவன் தன் மன வலிமையனைத்தையும் திரட்டிக்கொண்டு படியிலிருந்து இறங்கி அந்தத் தளத்தின் மையத்துக்கு வருகிறான். அந்தத் தளத்திலேயே தண்ணீர் கால் முட்டிவரை சேர்ந்துவிட்டது. ஆனால் பெரும்பான்மை நீர் கீழ்நோக்கிதான் சரசரவென்று ஓடியது. அங்கிருந்த செக்யூரிட்டிகள் ஓடி மேலே வந்தார்கள்.

பிரமோத் ஒரு கைப்பிடிச் சுவர் அருகே போய் கீழே எட்டிப் பார்த்தான். சுருள் போல் இறங்கிய அந்தச் சறுக்குகளின் ஊடாக கீழ்த் தளங்களைப் பார்க்க முடிந்தது. கீழ்த்தளம் பார்க்க நீச்சல்குளம் போல் இருந்தது. கார்கள் அதில் மிதந்தன. அப்படியானால் தண்ணீர் அந்தத் தளத்தை முழுசாய் மூழ்கடித்துவிட்டது. செக்யூரிட்டிகள் மேலே வர முடியாமல் மேலே மேலே நீர் அவர்களை அமுக்கி அமிழ்த்தி யிருக்குமோ? இன்னும் எஞ்சியிருப்பது பி2 தான். அங்கிருந்து சில செக்யூரிட்டிகள் ஏறிவர முயன்றார்கள். அவர்களில் சிலரால் கீழ் நோக்கிவரும் நீரின் எதிர்த் தாக்குதலைச் சமாளிக்க முடியாமல் அலறியபடி கீழேயே சரிந்து விழுந்ததை அவன் பார்த்தான். அதிலும் ஓரிருவர் சுவர் ஓரமாக நகர்ந்து மேலே ஏறி வர முயன்றனர். பிரமோத் அவர்கள் இன்னும் கொஞ்சம் மேலே ஏறி வந்தால் கைகொடுத்து அவர்களைத் தூக்கிவிடத் தயாரானான். அந்த செக்யூரிட்டிகளில் முன்னால் வந்தவன் மதியம் பார்த்தவன்.

"ப்ரோ, கம் சேஃப், பாஸ்ட்."

அவர்கள் சர்வ ஜாக்கிரதையாக சுவரில் முதுகை ஒட்டிக்கொண்டு மெல்ல மெல்ல நகர்ந்து கொண்டிருந்தார்கள். அருவிபோல் மேலே மோதி விழும் நீர். இன்னும் சில அடிகளில் அவர்கள் பி1 இல் கால் வைத்துவிடலாம். தண்ணீர் இப்பொழுது இன்னும் வேகமாகப் பாய்கிறது. கால்கள் சறுக்குகின்றன. நகராமல் நிலைத்து நிற்கிறார்கள். பின்பு மெதுவாக அடி எடுத்து வைக்கிறார்கள். இப்பொழுது பிரமோத்திற்கே நிற்க சிரமமாக இருந்தது. ஆனாலும் அங்கிருந்து நகர்ந்து படிக்கட்டு வரை போக மனமில்லை. இதோ ஒரு நிமிடம் அவர்கள் மேலே வந்துவிடக் கூடும்.

பிரமோத் தன் கைகளைத் தேய்த்து அதைக் காயவைத்துக் கொண்டு காத்திருந்தான். இன்னும் நாலைந்து அடிகள் போதும், அவர்கள் மேலே வர. பிரமோத்திற்குக் கொஞ்சம் நம்பிக்கை வந்தது.

"கமான் ப்ரோ கம் குயிக்." அவன் சொல்லிமுடித்த கணத்தில் அணை உடைந்ததுபோல ஓர் வெள்ளம் உள்ளே பாய்ந்தது. சறுக்கும் தளத்தின் மேற்கூரையும் நிறையும்படிக்கு இருந்தது வெள்ளம். எங்கிருந்து வந்தது, எங்கு போகிறது. பிரமோத் பார்த்துக்கொண்டே இருந்த விநாடிகளில் அது உள் நுழைந்தது. அவர்கள் பி1 ல் கால்வைத்தார்கள். பிரமோத் அவர்களைப் பற்றி தரைக்கு இழுத்தான். அப்பொழுது பாய்ந்த அந்தப் பெருவெள்ளம் தளத்தில் இருந்த சில வாகனங்களைப் புரட்டித் தூக்கி அடித்தது. அதில் ஒன்று பிரமோத் மேல் விழுந்தது. அதில் அவன் நிலைகுலைந்து கீழே விழுந்தான். அவனோடு சேர்ந்து அந்த செக்யூரிட்டிகளும் வீழ்ந்தார்கள். பிரமோத் பற்றிக்கொள்ள எதையாவது தரையில் தேடினான். எதுவும் அகப்படவில்லை. அதற்குள் வெள்ளம் அவர்களை மூன்றாம் கீழ்தளத்துக்குக் கொண்டுபோய் அமுக்கி விட்டது. பிரமோத் ஹெல்ப் என்று கத்த வாய் திறந்தான். அதற்குள் வெள்ளம் அவனை மூழ்கடித்தது. திறந்த வாய்க்குள் நீர் புகுந்தது. அவன் மார்புக் கூட்டுக்குள் நீர் நிறைவதை அவன் உணர்ந்தான். கண்களுக்கு எதுவும் தெரியவில்லை அடுத்து என்ன என்பதை அவன் அந்த நொடியில் உணர்ந்தான். உடல் உதறியது அவன் கண்களை மூடிக்கொண்டான். கண்களுக்குள் சந்தனப் பொட்டுடன் சிரிக்கும் லாவண்யா. அவன் மூழ்கிக்கொண்டிருந்த நீர் மட்டத்துக்கு மேலாக சில நீர்க்குமிழிகள் எழும்பின.

***

20

காய்ந்த தடங்களில் இருந்து உருப்பெற்று விடுகிற இந்த நதிகளைப் போலத்தான் பெண்கள். காலத்துக்கும் தேவைக்கும் ஏற்ப வளரவும் தேயவும் படரவும் பாயவும் முடிகிறவர்கள். வேறு வழியில்லை என்று நிலை வருகிறபோது எல்லாத் தடைகளையும் முட்டித் திறக்கிறவர்கள். ரேவதி கூட அப்படித்தான். கொஞ்சகாலம் முன்பு வரைக்கும் அவள் வாழ்க்கை ஒரு சிறு குட்டையின் தேக்கம் போலத்தான் இருந்தது. வீடு, அதில் சமையலறை, குளியலறை பால்கனி என்று அந்தவீட்டில் சமைத்துத் துவைத்து உலரவைத்து சுத்தம் செய்து... என அதுதான் அவள் உலகம். இவையெல்லாம் கார்த்திக்குக்காக மட்டுமே. அவன் ருசிக்க, அவன் உடுத்த, அவன் களிக்க, அவன் ஓய்வெடுக்க. அவள் அவனுக்கானவளாக வாழ்வதில் அப்படி ஒரு நிம்மதி கொண்டிருந்தவள். எல்லாம் ஒரேநாளில் மாறிப் போனது. மோசமான கனவுகளில் வரும் அதி பயங்கரக் காட்சிபோல அந்த நாள் வந்து சேர்ந்தது.

கடல் போலப் பிரச்சனைகள் என்று சொல்வார்கள். இங்கு கடல் போன்ற வெள்ளமே பிரச்சனை என்றாகிவிட்டது. கார்த்திக் எதை விரும்புவானோ அதிலேயே அவன் வீழ்ந்தான். அவன் சிந்தை முழுவதும் வெள்ளம் ஓடும் காட்சிகள் மட்டுமே நிறைந்துகொண்டது. சடசடக்கும் மழையின் ஓசைமட்டுமே அவன் காதுகளில் கேட்கும் ஒலியாகிவிட்டது. பக்தனையே காவுகொள்ளும் தெய்வம்போல மழை தன் ரசிகனின் மதியையே காவுகொண்டது.

அன்று மொட்டைமாடியில் திகைத்து அமர்ந்திருந்த அவனைக் கண்ட கணத்தில் மனம் எப்படித் துடித்தது. அவனை அன்று முதல் கையாள்வது எத்தனை சிரமமாக இருந்தது. முதல்

மாடி வரைக்கும் ஓடிக் கொண்டிருந்த வெள்ளத்தில் இருந்து மீட்க வந்த படகுகளில் ஏற அவன் அப்படி பயந்தான். ஆறு முறை படகுகள் வந்தன. அப்பார்ட்மெண்டில் பெரும்பாலும் எல்லோரும் வெளியேறிவிட்டார்கள். இவனோ படகில் காலை வைக்கவே அஞ்சி நடுங்கினான். அவனை சமாதானம் செய்து ஏற்றி அமரவைத்து அரசுப் பள்ளி ஒன்றில் அடைக்கலம் புகும் வரைக்கும் என் தோள்களில் முகம் புதைத்துக் கிடந்தவன் நிமிர்ந்து பார்க்கவே யில்லை. அதன் பின்னான நாட்களிலும் அவன் அஃறிணை போலவே தான் இருந்தான்.

வைத்தியனுக்கும் வாணிபனுக்கும் தெய்வத்துக்கும் எவ்வளவோ கொடுத்தாகி விட்ட பின்னும் கார்த்திக் அப்படியேதான் இருந்தான். வாழ்க்கை அத்தனை வறட்சியானதாகவும் கொஞ்சமும் ஈரமற்றதாகவும் மாறிவிட்டதை எண்ணி மனம் புழுங்கிக் கொண்டிருந்த கணத்தில் தான் கோடைகாலத்தில் திடீர் என்று மேகம் திரள பெய்யும் மழையைப் போலத்தான் அவள் மனம் திரள முடிவு செய்தாள். இனி, கார்த்திக் என் குழந்தை. அவன் எப்படி யிருந்தாலும் அவனைப் பராமரிக்கும் பெரும் பொறுப்பு தனக்கு இருப்பதை அவள் உணர்ந்தாள். அந்தக் கணத்தில் இருந்து அவள் தன் கரைகளை விஸ்தரித்துக் கொண்டாள். வேலை தேடிக்கொண்டாள். முதன்முறை வேலைக்குப் போகிறவள் என்பதால் ஆரம்பத்தில் சிரமமாய் இருந்தது. ஆனால் அவைகளை அவள் பொருட்படுத்த வில்லை. வேலையைக் கற்பதில் ஆர்வம் காட்டினாள். அவளுக்கு கார்த்திக்கை நன்கு பார்த்துக்கொள்ள வேண்டும். அவன் காட்டிய, ஆளை சுழற்றிப் போடுகிற புயல்போன்ற பாசத்தை அவனுக்குத் திரும்பத் தரவேண்டும். அவன் நினைவுகள் வேண்டுமானால் குலைந்திருக்கலாம். ஆனால் ஆழ்மனம் நிச்சயம் அதைப் பாதுகாத்து வைத்திருக்கும். அதால் வாய்திறந்து பேசமுடியா விட்டாலும் செலுத்தும் அன்பையும் அக்கறையையும் அது நிச்சயம் அங்கீகரித்து நெகிழும் என்று நிச்சயம் நம்பினாள். கூடவே அதில் ஒரு பெருமையும் அவளுக்குப் பிடிபட்டது. தன்னைக் காதலித்தவனுக்காகத் தன்னால் எல்லாம் செய்யமுடியும் என்கிற பெருமை.

கார்த்திக்கைப் பகலில் பார்த்துக் கொள்ள ஒரு பெண்மணியை அமர்த்தினாள். கார்த்திக்கைப் பார்த்துக் கொள்வதென்றால் நிறைய மெனக்கிட வேண்டாம். வேளைக்கு சாப்பிடச்

சொல்லவேண்டும். அதைத் தட்டில் வைத்துத் தரவேண்டும். அவனுக்கான மாத்திரைகளை சாப்பிடச் சொல்லவேண்டும். அவ்வளவுதான். என்ன கண்றாவி மாத்திரைகளோ அதைச் சாப்பிட்டதும் அவன் ஒரு குழந்தையைப் போல உறங்கிப் போய்விடுவான். சில நாட்கள் அவள் வேலையில் இருந்து திரும்பிவரும் வரைக்கும் உறங்கிக் கொண்டிருப்பான். சிரமப்பட்டு எழுப்பி அவனை முகம் கழுவ வைத்து சாப்பிடக் கொடுத்து அவன் அருகிலேயே இருப்பாள். அந்த மாதிரியான நாட்களில் அவனுக்கு இரவு மாத்திரைகளை அவள் தருவதேயில்லை. சாப்பிட்டதும் மாத்திரை அவனை மயங்கடிப்பதை அவள் வெறுத்தாள். அவைகளைச் சாப்பிடாவிட்டால் அவன் நீண்ட நேரம் விழித்தே இருப்பான். பரவாயில்லை என்று அவளும் அவன் கூட விழித்திருப்பாள்.

இரவு உடையை மாற்றிக்கொண்டு படுக்கையறையில் அமர்ந்திருக்கும் அவன் அருகில் வந்து அமர்ந்துகொள்வாள். அவன் கைகளுக்குள் தன் கையைக் கோர்த்துக்கொண்டு நெருங்கிக்கொள்வாள். அவன் ஓரிரு முறை அவளைத் திரும்பிப் பார்ப்பான். பின்பு சமத்தாக எங்கோ வெறித்துப் பார்க்க ஆரம்பித்து விடுவான். அவள் மாத்திரம் பொம்மையை வைத்து விளையாடும் சிறுபிள்ளை போல அவன் கன்னங்களை வருடி முத்தமிட்டு அவன் தலை கேசத்தைக் கோதிவிட்டு அவன் உடலை மெல்ல உரசியபடியே அமர்ந்திருப்பாள். முன்பெல்லாம் தலையில் விரல் அலையவிட்டாலே சில நிமிடங்களில் உறங்கிவிடுபவன் மணிக்கணக்கில் அவள் தலையைக் கோதிவிட்டுக் கொண்டே யிருக்க எங்கோ பார்த்தபடி அமர்ந்திருப்பான். அதற்கெல்லாம் அவள் கவலைப் படுவதில்லை. அவன் விழித்திருக்கும் வரைக்கும் அவள் விழித்திருப்பாள். சில நாட்கள் விடிகாலை வரைக்கும். பின் அவன் உறங்கியதும் அவள் படுக்கையில் இருந்து எழுந்து பல்துலக்கி வேலைக்குக் கிளம்பிவிடுவதும் உண்டு. ஞாயிற்றுக் கிழமைகளில் வீட்டிலேயே இருப்பதில்லை. அவனை அழைத்துக்கொண்டு எங்காவது கோவில்களுக்கு, கடற்கரைக்கு என்று சென்றுவிடுவாள். என்ன அங்கு வந்துபோகிறவர்கள் எல்லாம் அவளையும் அவனையும் ஒரு பரிதாபம் பொங்கப் பார்ப்பார்கள். ஆரம்பத்தில் அது நிறைய சங்கடமாக உணர்ந்தாள். அதன் பின் அதெல்லாம் அவளுக்கு ஒரு பொருட்டேயில்லை. கடற்கரையில் அமர்ந்திருக்கும் நேரங்களில் ஒரு சில பெண்கள் நெருங்கிவந்து விசாரிப்பது

கூட உண்டு. அவர்களுக்கெல்லாம் முகம் கோணாமல் ஓரிரு வார்த்தைகளில் பதில் சொல்லி அனுப்புவாள்.

கோவில்களில் அவன் வித்தியாசமாக நடந்து கொள்வதில்லை. ஆனால் கடற்கரையில் அவன் கொஞ்சம் மிரளுவான். கடல் நோக்கி அவனை அமரவைக்கவே முடியாது. அவனுக்குக் கடலில் காற்று பிடிக்கும். ஆனால் எப்பொழுதும் பொங்கிக் கொண்டிருக்கும் கடல் பிடிக்காது. கடலுக்கு எதிர் திசை நோக்கி அமர்ந்துகொள்வான். அவளும் வேறு வழியின்றித் திரும்ப அமர்ந்துகொள்வாள். வீட்டை விட்டு வெளியே இருக்கும் கணங்களை அவன் ஆழ்மனம் நிச்சயம் அனுபவிக்கும் என்பது அவள் நம்பிக்கை. அந்த நாட்களில் அவன் மாத்திரைகள் உண்ணாமலேயே உறங்கிப் போவான்.

அந்த சாமியாரைப் போய்ப் பார்த்துவந்த பின்பு கொஞ்சம் நம்பிக்கை வந்தது. ஒருவேளை தொடர் மாத்திரைகளின் மாயமாகவும் இருக்கலாம். சில வார்த்தைகள் பேசினான். குளிக்கவும் உண்ணவும் யாரும் சொல்ல வேண்டியதிருக்கவில்லை. அவனே பார்த்துக்கொண்டான். அது பெரும் ஆறுதலும் நம்பிகையையும் கொடுத்தது. டி.வி. போட்டுவிட்டால் பார்ப்பான். ஆனால் வேண்டாம் என்றால் சேனல்களை மாற்றவோ அணைக்கவோ மாட்டான். சில நாட்களில் சத்தத்தைக் குறைத்துவிட்டுத் தூங்கத் தொடங்கினான். மழையின் சத்தம் ஓய்ந்து டி.வியின் சத்தம் அவனுக்குக் கேட்பதென்பது எவ்வளவு மாற்றம். ரேவதி இப்பொழுது ஒவ்வொரு நாளும் உற்சாகமாய் வேலைக்குக் கிளம்பிப் போகிறாள்.

*

ஒரு ஞாயிற்றுக்கிழமையின் காலை ஏழு மணிக்கெல்லாம் காலிங் பெல் அடித்தது. ரேவதி எழுந்து சென்று கண்ணாடி வழியாகப் பார்த்தாள். சரசு நின்று கொண்டிருந்தாள்.

இவள் ஏன் இவ்வளவு சீக்கிரம்...

கதவைத் திறந்தாள்.

“என்ன சரசு, இவ்ளோ சீக்கிரம் வந்துட்ட?” சரசு சிரித்துக்கொண்டே உள்நுழைந்தாள். அவளோடு அவள் சின்னப் பையனும் வந்திருந்தான். கறுப்புதான். ஆனால் பார்க்கச் சுட்டியாய் இருந்தான். அவன் வெட்கத்தோடு சிறு

புன்னகை செய்துவிட்டுத் தலைகுனிந்து கொண்டான்.

“இல்லம்மா, கொஞ்ச சொந்தக்காரங்க வீட்டுக்குப் போவணும். ஒரு விசேசம். அதான் சீக்கிரமா வேலைய முடிச்சிட்டுப் போய்டலாம்னு வந்தேன்”

நேற்றைக்குக் கிடந்த இரண்டு மூன்று பாத்திரங்களை ரேவதியே தேய்த்துப் போட்டுவிட்டாள். டீ கூட இன்னும் போடவில்லை. எனவே அதுவும் இல்லை.

“இப்போ என்ன வேலை இருக்கு சரசு. இனி நான் ஏதாவது செய்தாத் தான் வேலை உனக்கு. நீ வேண்ணா கிளம்பு. இன்னைக்கு நான் பாத்துக்கிறேன்.”

“அம்மா, பேசாது துணியெல்லாம் எடுத்துப் போடும்மா மிஷின்ல போட்டுட்டு அப்படியே வீடத் தொடச்சிடுறேன். அதுக்குள்ள துணி ஆச்சுன்னா காயப் போட்டுட்டு போறேனே.”

ரேவதிக்கும் சரி என்று பட்டது.

“சரி, செய். அதுக்கு முன்னாடி ஒரு டீ போடு. அவருக்கும் சேத்து. டேய் தம்பி இங்க வா, இப்படி சேர்ல உட்காரு”

அவன் வெட்கத்தை இன்னும் முடித்துகொண்ட பாடில்லை. தலை குனிந்தே இருந்தான்.

“அட என்னடா இவ்ளோ வெக்கப்படுற. சரி டி.வி. பாக்குறியா?”

அவன் மெல்ல நிமிர்ந்து சிரிக்கலாமா வேண்டாமா என்பதுபோலப் பார்த்துவிட்டு சரசுவைப் பார்த்தான்.

“அட, அம்மா பெர்மிஷன் கேட்டுதான் செய்வியா, அவ்ளோ நல்ல புள்ளையா நீ?”

“அய்ய, யாரு இதுவா, சரியான அராத்தும்மா. சும்மானா இங்க நடிக்குது. பொழுதன்னைக்கும் டி.வி தான். எதுனா கார்ட்டூனப் பாத்துகினே உக்காந்திருப்பானுங்க ரெண்டு பேரும். பேசுறதுகூட அதுல வர்றமாதிரியே பேசுவானுங்களா, நமக்கு ஒண்ணும் புரியாது…”

ரேவதி அவனைப் படுக்கை அறைக்குள் அழைத்துப் போனாள். கார்த்திக் அப்பொழுதுதான் முகம் கழுவிவிட்டு வந்து அமர்ந்திருந்தான். டி.வியை ஆன் செய்து கார்ட்டூனை வைத்துவிட்டு ரிமோட்டை அவனிடம் தந்தாள்.

“கார்த்திக், இது நம்ம சரசுவோட பையன்.”

கார்த்திக் எந்த உணர்வும் இல்லாமல் அவனைப் பார்த்தான். என்ன செய்யவேண்டும் என்பது போல இருந்தது அந்தப் பார்வை. ரேவதி பதிலுக்குப் புன்னகைத்தாள்.

அந்தப் பையன் ரிமோட்டை வாங்கியதும் சேனல்களை ஓடவிட்டு அவனுக்குப் பிடித்தமான ஒரு சேனலை வைத்துவிட்டான். அதில் அவனைப் போலவே ஒரு பொடியன் அராஜகமாய்ப் பேசிக்கொண்டிருந்தான்.

ரேவதி சமையல் அறைக்குச் சென்று டீ எடுத்துக்கொண்டு வந்தபோது கார்த்திக் எழுந்துவந்து அந்தப் பையனுக்கு அருகில் கட்டிலில் அமர்ந்திருந்தான். கார்த்திக் டிவி பார்க்கும் அந்தப் பையனையே பார்த்துக் கொண்டிருந்தான். அவன் வாய்விட்டுச் சிரிக்கும் போது கார்த்திக்கின் கண்களில் ஒரு வெளிச்சம் இருந்ததுபோல் தோன்றியது. ரேவதி டீயைக் கொடுத்துவிட்டு தள்ளிப்போய் அமர்ந்துகொண்டாள்.

அந்த நாளில் அவன் முகம் கொஞ்சம் தெளிவு பெற்றாற்போல ஆகியிருப்பதை அவள் கண்டுகொண்டாள். அந்தப் பையன் ஒன்றும் சின்னக் குழந்தை இல்லை. ஆனபோதும் குழந்தமை மீதமிருக்கும் சிறுவன். குழந்தைகளைக் கண்டதும் குதூகலிக்கும் குழந்தையின் நடவடிக்கையா கார்த்திகினுடையது. இதற்கு முன்பு இப்படி கார்த்திக் குழந்தைகளையோ சிறுவர் சிறுமியரையோ கண்டு வியந்தவன் இல்லை. இப்பொழுது அவனுள் அந்தப் பையன் ஏதோ சொல்கிறான். அவன் பேச்சும் செயலும் கார்த்திக்கிற்குள் ஏதோ செய்கிறது...

எல்லாம் சரியாக இருந்திருந்தால் இந்நேரம் அவள் கூட ஒரு குழந்தையின் தாயாகி யிருக்கலாம். அந்த முதல் ஓராண்டில் குழந்தை வேண்டாம் என்று முடிவு செய்திருந்தது சரியா தவறா புரியவில்லை. குழந்தை பிறந்திருந்தால் ஒரு தந்தையாக கார்த்திக் கூடுதல் பொறுப்பும் கவனமும் கொண்டு அதன்மீதான கவனத்தில் இந்தப் பேதலிப்பிலிருந்து தப்பியிருக்கலாம். அப்படியும் மனம் தவறியிருந்தால் கைக்குழந்தையும் கார்த்திக்கையும் வைத்துக்கொண்டு எப்படி சமாளித்திருக்க முடியும். கார்த்திக்கை விட்டுவிட்டு அலுவலகம் போவதுபோல குழந்தையையும் விட்டுவிட்டுப் போகமுடியுமா? அது எத்தனை கொடுமையாக இருக்கும். ஆனாலும் குழந்தைகள் மகிழ்ச்சியின் வடிவங்கள் தாம், அதில் சந்தேகம் இல்லை.

கார்த்திக் சீக்கிரம் நீ சரியாகிவிடு. எனக்கு உன்னைப்போல ஒரு குழந்தை வேண்டும். எப்போதும் நம்மோடு இருக்கும் மகிழ்ச்சி.

ரேவதி தனக்குள்ளாக என்ன என்னவெல்லாமோ நினைத்துக்கொண்டாள்.

"அம்மா வேலை ஆச்சு, நான் கிளம்புறேன்"

" சரி சரசு. பையனுக்கு எப்ப லீவு விட்டாலும் இங்க வர்றப்பக் கூட்டிக்கிட்டு வா" என்றவள் குனிந்து அவன் கன்னங்களை ஒரு கையால் தாங்கிப் பிடித்துக்கொண்டு "பைடா. அப்புறம் ஸ்கூல் லீவுன்னா அம்மா கூட எங்க வீட்டுக்கு வா. சரியா" என்றாள். அவன் அதற்கும் வெட்கத்தோடு தலையாட்டினான். செருப்பை அணிந்துகொள்ளப் போய் அவசர அவசரமாக செருப்பை விட்டுவிட்டு சரசுவையும் ரேவதியையும் பிளந்துகொண்டு உள்ளே ஓடினான். எதையாவது விட்டுட்டானா... பின்னாலேயே வந்தாள். அவன் படுக்கையறைக்குள் போய் கார்த்திக்கை பார்த்து,"பை அங்கிள்" என்றான்.

கார்த்திக் உதடுகள் லேசாக முறுவலித்தது. படுக்கையில் ஊன்றியிருந்த தன் கைகளை லேசாக உயர்த்திப் பின் கீழேயே போட்டுவிட்டான். ஆனால் அந்தப் புன்னகை மட்டும் அப்படியே இருந்தது. அவன் பதில் பை எதிர்பார்க்காமல் வேகமாக ஓடி வெளியே வந்தான்.

ரேவதிக்கு ஒரு கணம் கண்கள் கலங்கிவிட்டது. கார்த்திக்கிடம் அந்த முறுவல் அன்றைய தினம் முழுக்க இருந்ததை ரேவதி கண்டுபிடித்தாள். அடுத்தவாரம் சரசுவை அவன் பையனை அழைத்துவரச் சொன்னாள். அன்றைய தினம் அவனுக்காக சிறப்பாக சமைத்தாள். அவன் பார்ப்பானோ என்று பாகுபலி சி.டி வாங்கிவந்தாள். அவள் தேர்வு மிகச் சரியாக இருந்தது. அவன் உணவையும் படத்தையும் ரசித்தான். படம் அப்பொழுதுதான் தொடங்கியிருந்தது. ஆனால் சரசுவுக்கு வேலை முடிந்துவிட்டது. சரசு கிளம்பினாள். அவன் கிளம்ப மனம் இல்லாமல் டி.வியையே பார்த்துக் கொண்டிருந்தான். பக்கத்திலேயே கார்த்திக்கும் அமர்ந்து பார்த்துக் கொண்டிருந்தான்.

"சரசு நீ வேண்ணா கிளம்பு. அவன் இருக்கட்டும். நீ வேண்ணா அப்புறம் வந்து கூட்டிக்கோ. இல்லை, நான் அப்புறமாக் கொண்டுவந்து விடுறேன். என்னடா இருக்கியா?" என்றாள்.

அவன் பதில் கூடச் சொல்லாமல் டிவியிலிருந்து பார்வையை எடுக்காமல் தலையாட்டிவிட்டு படம் பார்த்தான்.

அந்த நாளில் கார்த்திக் இன்னும் உற்சாகமாக இருந்தான். முழுப்படம் எல்லாம் அவன் உட்கார்ந்து பார்த்தது அதிசயம் தான். ஆனாலும் அவன் அந்தச் சிறுவனிடம் எதுவும் பேசவில்லை. உண்மையில் கார்த்திக்கின் பேச்சு குறைந்துதான் போய்விட்டது. அதுகூட மகிழ்ச்சிதான். சமீப காலமாக அவன் எப்பொழுதும் பேசுவது மழை பெய்கிறது என்பதுதான். அது கொஞ்சம் கொஞ்சமாகக் குறைந்து தூறி நிற்கும் மழை போல அது நின்றுவிட்டால் மகிழ்ச்சிதான். ஆனால் வேறு ஏதாவது பேசவேண்டுமே.

அடுத்தடுத்த வாரங்களிலும் ரேவதி சரசுவின் பையனை வற்புறுத்தி அழைத்துவரச் சொன்னாள். பெரியவனையும் கூட வேண்டுமானலுல் வரச்சொல், என்றாள். ஆனால் அவன் வளர்ந்த பையனாகி விட்டான். அவன் நோக்கமெல்லாம் விளையாடுவதிலும் ஊர் சுற்றுவதிலுமே இருந்தது. அதனால் சரசு அவனை அழைக்கவில்லை. சின்னவன் இங்கு வந்தால் ஜாலியாக இருக்கிறான். கூடவே சுவையான உணவு. என்ன வெறும் மரக்கறிதான். ஆனாலும் வீட்டில் கிடைக்காத சுவையோடு. எனவே சரசு மறுக்காமல் சின்னவனை அழைத்து வந்தாள்.

அடுத்தடுத்த சந்திப்பு நாட்களில் கார்த்திக் அவனோடு பேச ஆரம்பித்தான். ஓரிரு வார்த்தைகள். அதுபோதும். பையன் பதிலுக்கு அதிகம் அதிகமாய்ப் பேசினான். அவன் பேசுவதைக் கேட்கப் பிடித்திருக்கிறாற் போல கார்த்திக் அவன் வாயையே பார்த்துக் கொண்டிருப்பான். ரேவதி அவர்கள் பேசிக்கொள்வதை வெளியறையில் இருந்து கேட்டபடி இருப்பாள். அவன் போனதும் கார்த்திக் அவன் பேசிய விஷயங்கள் குறித்து அவளிடம் சொல்ல விரும்புவது போல சில வார்த்தைகளைக் கோர்த்துப் பேசிப் பார்ப்பான். இவையெல்லாம் ரேவதிக்கு நம்பிக்கையின் வேரை அவளுள் ஆழமாக ஊன்றியது.

ஒரு நாள் அது நடந்தது. கார்த்திக் எதையோ கேட்கப் போக அவை வார்த்தைகளாக வராமல் திண்டாடிக் கடைசியில் ‘அப்பா’ என்று சொன்னான். பையன் என்ன புரிந்துகொண்டானோ.

“யாரு எங்க அப்பாவா அங்கிள்?” என்று கேட்டுவிட்டு அதுதான் கேட்கிறாரா என்கிற உறுதிப்படுத்தல் இன்றி சிறு இடைவெளியில் தொடர்ந்தான்.

“அவரு செத்துட்டாரு அங்கிள். ரெண்டு வருஷம் முன்னாடி ஒரு வெள்ளம் வந்ததுல்ல, அதுல செத்துட்டாரு.”

வெளி அறையில் வேலைபார்த்துக் கொண்டிருந்த ரேவதிக்கும் சரசுவுக்கும் அதிர்ச்சி. சரசு அவன் பேச்சை நிறுத்தச் சொல்ல படுக்கையறை நோக்கிப் போனாள். ரேவதி கை ஜாடையில் அவளைத் தடுத்து அமைதியாய்ப் போகும்படிச் சொன்னாள்.

“அங்கிள் அவரு வேலைபாத்த கம்பெனிக்குள்ளாற வெள்ளம் வந்துருச்சு. பெரிய வெள்ளம். இந்த வீடு உசரத்துக்கு தண்ணி வந்துருச்சாம். அப்பா அங்கதான் செக்யூரிட்டி வேலை பாத்தாரு. தப்பிக்க முடியாம அந்தத் தண்ணிலையே மாட்டி செத்துட்டாரு. நாலு நாளாச்சு அங்கிள். செத்து அதுக்குள்ளாறையே தான் கிடந்தாரு. அவர வெளில எடுக்கும் போது இம்மாந் தண்டிக்கு ஆயிட்டாரு. எங்களையெல்லாம் அவரத் தொடக்கூடாதுன்னு சொல்லிட்டாங்க. அப்படியே எடுத்துகினு போய் அடக்கம் பண்ணிட்டாங்க. பாவம் அங்கிள் எங்க அப்பா, அவரு ரொம்ப நல்லவரு” என்று சொல்லி முடிக்கும்போது அவன் குரல் கம்மி விட்டது. கேட்டுக் கொண்டிருந்த சரசுவின் கண்களில் கண்ணீர் திரண்டிருந்தது. ரேவதி கார்த்திக்கையே பார்த்துக் கொண்டிருந்தாள்.

சரசு உள்ளே போய் பையனைக் கூட்டிக்கொண்டு வெளியே வந்தாள். ரேவதி உள்ளே போனாள். கார்த்திக் முகம் கவிழ்ந்திருந்தான். அவன் தாடையைப் பற்றி முகத்தைத் தூக்கிப் பார்த்தாள். கடவுளே அவன் கண்கள் முழுவதும் குளமாகயிருந்தது. சற்றுமுன் இடித்த இடிக்குப் பிடித்துக்கொண்ட மழை. கார்த்திக்கின் நா தழுதழுத்தது. ரேவதியைப் பார்த்ததும் அவன் என்ன நினைத்தானோ அவளைக் கட்டிக்கொண்டான். அவன் கண்களில் இருந்து கண்ணீர் வழிவதுமட்டும் நிற்கவே யில்லை. சத்தம் இல்லாமல் அப்படி ஒரு அழுகை. அவன் மார்பு அவள் மேல் அதிர்ந்து உராய்வதில் அவன் அழுகையின் வேகம் அவளுக்குப் புரிந்தது. அவனைச் சமாதானம் செய்யும் பொருட்டு அவன் முதுகைத் தடவி விட்டாள். அவன் கன்னத்தில் சிறு முத்தமிட்டு அவனைக் கட்டிக்கொண்டாள். அவன் அவளை விடவேயில்லை. அந்த நாளில் அவன் அவளை நீண்ட நேரம் அணைத்தபடியே தான் இருந்தான். அடுத்தடுத்த நாட்களில் அவன் சகஜமாகிக்கொண்டே வந்தான்.

டாக்டர்களுக்கு நல்ல மகிழ்ச்சி. கார்த்திக் சீக்கிரம் நார்மல் ஆகிவிடுவான், என்றார்கள். ரேவதி தான் வணங்கிய தெய்வங்களுக்கு நன்றி சொல்லத் தொடங்கினாள்.

“கிரகம் எல்லாம் மாறுதாம்மா, அதான் ஐயா சரியாயிகிட்டே வர்றாரு” என்றாள் சரசு. அவள் பையன் வந்தால் கார்த்திக் அவனோடு விளையாட ஆரம்பித்துவிட்டான். சின்னச் சின்ன வேலைகளை எடுத்துப் பார்க்கிறான். தனது பழைய நண்பர்களுக்கு போன் செய்து பேசுகிறான். அவன் அலுவலகத்தில் உள்ளவர்கள் கூட வந்து பார்த்தார்கள். சீக்கிரம் திரும்ப வேலைக்கு வந்துவிடு, வந்து எதாவது லைட்டா வேலை எடுத்துக்கலாம், என்று சொல்லிப் போனார்கள்.

இன்று காலை காஞ்சிபுரம் போகும் வழியில் இருக்கும் ஒரு கோயிலுக்குப் போய்விட்டுத் திரும்பும் போது கார்த்திக் பழைய கார்த்திக்காகத் திரும்பினாற்போல இருந்தது. காரில் வரும்போது டிரைவர் அறியாமல் அவள் இடுப்பைக் கிள்ளினான். அவளுக்கு உடல் சிலிர்த்துக்கொண்டது.

இறைவா, இது கனவா. இல்லை இத்தனை நாட்கள் வாழ்ந்தது கனவா. இனி ஒருபோதும் ஒருமலர் கூடப் பூக்காத, இலைகள் அற்ற வேனில்மரமாகவே வாழ்க்கை கடந்துவிடுமோ என்று கதறிமருகிய நாட்கள் எத்தனை. அதெல்லாம் இன்று மாறிவிட்டது. இதோ கார்த்திக் அவனாகவே மாறிவிட்டான்.

வீடு திரும்பியதில் இருந்து கார்த்திக் உற்சாகமாகவே இருந்தான். அவன் பார்வையில் குறும்பு இருந்தது. அதன் பொருள் அவள் அறிவாள். உள்ளூர அவள் அதற்காக ஏங்கத் தொடங்கினாள். அவள் எதிர்பார்த்ததற்குக் குறைவில்லாமல் அந்த நாள் அத்தனை இனிமையாக முடிந்தது. எல்லாவற்றுக்குப் பிறகும் கார்த்திக் இன்னும் அவளை நெகிழவிடாமல் அணைத்துக் கொண்டிருப்பது அவளுக்கு ஆச்சரியமாய் இருந்தது. கொஞ்சம் நகர்ந்து ஆசுவாசமாய்ப் படுத்தால் நன்றாக இருக்கும்... ஆனால் கார்த்திக் விடுவதாய் இல்லை. உடைகளை உடுத்திக்கொள்ள அனுமதிக்காமல் அவன் பிணைந்திருந்தான். ரேவதிக்கு வேறு வழியின்றி அதை ரசிப்பதைத் தவிர. இப்படியாகக் கட்டிக்கொண்டு கிடந்து எத்தனை நாட்கள் ஆகிவிட்டது.

கொஞ்ச நேரம் கழித்து அவன் ஏதோ முணுமுணுப்பது போலக் கேட்டது.

“என்ன கார்த்தி” என்றாள்.

அவன் கண்களைத் திறந்து பார்த்தான்.

“ரேவதி, வெளில மழை பெய்யுதுன்னு நினைக்கிறேன். சத்தம் கேட்குது கொஞ்சம் பாரேன்” என்றான்.

ரேவதிக்கு பகீர் என்றது.

அடக் கடவுளே என்ன இது. மீண்டும் முதலில் இருந்தா? எல்லாம் சரியாகி விட்டதாக எண்ணி மகிழ்கிற தருணத்தில் அதைக் குலைத்துப் போடுவது போல என்ன இது. வாழ்வின் மகிழ்ச்சி என்பது நிலையில்லாதது தான் ஆனால் இவ்வளவு நிலையில்லாததா. இந்த இரண்டாண்டுகளின் சிரமம் எல்லாம் வீண்தானா.

“அதெல்லாம் ஒண்ணும் இல்ல கார்த்திக், நீ தூங்கு”

அவன் கேட்பதாய் இல்லை. உதறி எழுந்தான். படுக்கையறையில் இருந்து வெளியே வந்தான். ரேவதி ‘கார்த்தி கார்த்தி’ என்று அழைத்தபடியே வந்தாள். ஹாலின் நீட்சியாக இருந்த பால்கனியின் கதவுகளைத் திறந்தான்.

அங்கே மழை தூறிக்கொண்டிருந்தது.

ரேவதி கார்த்திக்கையும் மழையையும் வெறித்துப் பார்த்துக்கொண்டே நின்றாள். பால்கனியில் காய வைத்திருந்த துணிகளை மழை கொஞ்சம் நனைத்திருந்தது. கார்த்திக் அவசர அவசரமாகத் துணிகளை அள்ளி ரேவதியின் கைகளில் திணித்தான். அவள் கனவைப் போன்ற அந்த நொடியில் இருந்து விலகி சுதாரித்து துணிகளை வாங்கிக்கொண்டு படுக்கையறைக்கு ஓடினாள்.

***

21

மழை நின்றுவிட்டதென்று ஆறுதல் கொள்ள முடியாது தவித்தது நகரம். கிழக்கிலிருந்து ஓடிவரும் கரும் பெரும் மேகக் கூட்டங்களை நகரம் அச்சம் கொண்டு பார்த்தபடி யிருந்தது. அவ்வப்போது தூறும் சிறு தூறல்களுக்கெல்லாம் அது நடுங்கத் தொடங்கிவிட்டது. எங்கு போவதென்று அறியாமல் காற்றின் திசைக்கு ஓடும் மேகங்களைப் போல இந்நகரின் மக்கள் பதறி சிதறி ஓடத்தொடங்கி விட்டார்கள். ஆனால் பாதுகாப்பான இடம் என்று எதுவும் எஞ்சி யிருப்பதாகத் தெரியவில்லை. மீளமுடியாத ஆழத்துக்குள் நகரம் மூழ்கிக் கொண்டிருப்பதாக அஞ்சினார்கள். பாலங்களின் மேல் வெள்ளம் ஓட ஆரம்பித்துவிட்டது. சப்வேக்கள் என்கிற சுரங்கப் பாதைகள் குளங்களைப் போல நிறைந்தாயிற்று. போக்கிடமும் போக வழியும் அற்று நகரமும் அதன் மக்களும் ஸ்தம்பித்துப் போயினர். பல காலமாக இந்த நதி நகராது நின்றுதேங்கி சாக்கடையாகி அழுகல் எடுத்து நின்றது. இன்று அது நகர்கிறது. ஆனால் நகரம் அழுகல் எடுத்து ஸ்தம்பித்து நிற்கிறது. எல்லாவற்றுக்கும் மேல் உறக்கமற்று விழித்திருந்த நகரத்தின் அடிவயிற்றில் பசி ஒரு நெருப்பாகக் கனல ஆரம்பித்திருந்தது.

துயரங்களுக்கு நடுவில் உறக்கம் வருவதில்லையே ஒழிய பசிக்கிறது. ஈரத்தில் நின்று நின்று கால்களும் கைகளும் விரைத்துப் போகின்றன. அடிக்கடி பெய்யும் மழை உடையைக் காய விடாமல் நிரந்தர ஈரமாக வைத்துவிடுகிறது. நேற்றைய இரவெல்லாம் யாரோ சில புண்ணியவான்கள் அடிக்கடி டீ கொண்டுவந்து தந்தார்கள். ஆனால் அவையும் காலை விடிவதற்குள் இல்லாமல் ஆகிவிட்டது. டீ போட பால் இல்லை. சர்க்கரை இல்லை. அதை வாங்க கடைகள் இல்லை.

சின்னப்பிள்ளைகள் எல்லாம் பாலுக்கு அழுதுகொண்டிருந்தன. பசியும் வெள்ளத்தின் சீற்றமும் பெரியவர்களையும் சோர்வடையச் செய்துகொண்டிருந்தன. அடுக்குமாடி குடியிருப்புகளில் தரைத்தளங்கள் மூழ்கிக்கிடக்க மக்கள் மேல்தளங்களுக்குக் குடிபெயர்ந்தனர். யாராவது வந்து எதாவது தரமாட்டார்களா என்பது போல எல்லோரும் மாடிகளில் நின்று கையேந்திக் கொண்டிருந்தனர். சில பகுதிகளில் மக்கள் அடுக்குமாடி குடியிருப்புகளிலேயே இருந்துவிடத் தீர்மானித்து விட்டனர். ஒருவகையில் அது நல்லதுதான். எல்லோரையும் எங்குகொண்டு தங்க வைப்பது. பள்ளிகளும் கோயில்களும் தேவாலயங்களும் மசூதிகளும் நிரம்பி வழிந்தன. அங்கு இருக்கும் மக்களுக்கு உணவு செய்வதென்பதே பெரும் போராட்டமாக இருந்தது.

யூனஸ் வயிறு உள் நோக்கித் திரும்பிக்கொண்டு வலி கொடுப்பதை உணர்ந்தான். கடந்த நாலுமணி நேரமாக அப்படித்தான் படுத்துகிறது. கடுமையாக உழைக்கவேண்டி யிருக்கிறது. அதற்கு உடல்சக்தி தேவைப் படுகிறது. சக்திக்கான உணவு மட்டும் கிடைக்கவே யில்லை. நீண்ட நேரமாகப் போராடி உடன் இருந்த பாய் ஒருவர் எப்பொழுதாவது கிடைக்கும் சிக்னலைப் பிடித்து ஜமாத்துக்கு போன் செய்தபோது அவர்கள் இருக்கும் பகுதிக்கு ஐந்தாயிரம் பொட்டலங்கள் தயார் செய்து அனுப்பியிருப்பதாகச் சொன்னார்கள். சொன்னபடி கொஞ்ச நேரத்தில் வண்டி வந்தது.

"பாய் நம்ம ஆளுக்கு ஒரு பாக்கெட் எடுத்து வச்சிக்கிட்டு மிச்சத்த எல்லாம் கொடுத்துடுங்க" என்றார். யூனஸ் உடனிருந்த ஆறு பேருக்கு ஆறு பாக்கெட்களை எடுத்து வைத்துவிட்டு மக்கள் இருக்கும் இடத்துக்கு வண்டியை நகர்த்தினார்கள். வண்டியில் உணவு வருகிறதென்பது வாசனையிலேயே செய்தி சுற்றி இருப்பவர்களுக்குப் போய்ச் சேர்ந்தது. எல்லோரும் அந்த வண்டியை நோக்கி ஓடிவந்தார்கள். அவர்களை வரிசைப் படுத்த முயன்றார்கள். ஆனால் அது கூடாத காரியமாக இருந்தது. கடந்த இருபது மணி நேரத்தில் இவர்கள் எதுவும் சாப்பிட்டிருக்கவில்லை. நதி இவர்களின் வீடுகளுக்குள் சென்று தன் அலைகளில் கிடைத்தவற்றையெல்லாம் அள்ளிக்கொண்டு சென்றுவிட்டது. பசித்த நதியின் நாக்குகள் கிடைத்ததை யெல்லாம் கபளிகரம் செய்துகொண்டு போயிருந்தது. வெறும் வீட்டைக் காவல்காத்துக் கொண்டு

அமர்ந்திருப்பவர்கள். கைகள் வண்டியை நோக்கி நீண்டபடி இருந்தது. சிறுவர்கள் நசுக்கப்பட்டார்கள். இளம் பெண்கள் தங்கள் மேல் இடித்துக்கொண்டு உணவுக்குக் கை நீட்டும் ஆண்களுக்கு அஞ்சி விலகி நின்றார்கள். முதிய பெண்களோ இடிபாடுகளை எல்லாம் பற்றிக் கவலைப் படாமல் கூட்டத்தில் முண்டியடித்தனர். அவர்களை ஒழுங்கு செய்யவே முடியாது போல் இருந்தது. அவசர அவசரமாகப் பாக்கெட்டுகளை அள்ளித் தந்தபடி இருந்தார்கள் தோழர்கள். பாக்கெட்கள் தீர்ந்துகொண்டே யிருந்தது. ஆனால் வாங்க நீளும் கரங்கள் மட்டும் குறையவே யில்லை. இன்னும் கூடிக் கொண்டிருந்தது. ஒருவன் வாங்கிய உணவுப் பொட்டலத்தை மற்றொருவன் மிக இலகுவாகப் பிடுங்கிக் கொண்டான். அவனோடு திரும்பிச் சண்டையிடக் கூட இடமில்லை. மீண்டும் அந்த ஆள் கை நீட்டினான்.

பசி அவர்களை மிருகமாக மாற்றி யிருக்கிறது. வயதானவர்களை வீதிக்குத் துரத்துகிற இரக்கமற்ற பிள்ளையைப் போல வெள்ளம் இவர்களிடமிருந்து எல்லாவற்றையும் பிடுங்கிக்கொண்டு வீதியில் நிறுத்திவிட்டது. ஒரே நாளில் நகரைப் பிச்சைக்காரர்களின் கூடாரமாக்கிவிட்டு இன்னும் அடங்காத வெறியோடு வேகத்தோடு ஓடிக் கொண்டிருக்கிறது. நேற்று வரைக்கும் இங்கு சதுர அடி எட்டாயிரம் ரூபாய். ஆனால் இன்று அதன் உரிமையாளர்கள் கூட இந்தக் கூட்டத்தில் தான் நின்று கையேந்திக் கொண்டிருக்கிறார்கள். இப்போதைக்கு இவர்களுக்குள் ஒழுங்கும் விதியும் வெட்கமும் இல்லை. உணவை அவர்கள் கவ்விக்கொள்ளத் துடிக்கிற நேர்த்தி அசூயை சூழ்ந்து கிடக்கிறது. ஆனாலும் வேறு வழியில்லை. ஏதாவது சாப்பிட்டாக வேண்டும். அடுத்து மீண்டும் நதி பெருகினால் இங்கிருந்தும் ஓட வேண்டி வரலாம். அதற்குள் உடலை வலுச் செய்துகொண்டாக வேண்டும். யூனஸூம் தோழர்களும் பெண்கள் மற்றும் குழந்தைகளின் கைகளைத் தேடிக் கண்டுபிடித்து பொட்டலங்களைத் திணித்தனர்.

எண்ணிக்கை என்னவோ கேட்க ஐயாயிரம் என்று மலைப்பாய் இருந்தது. ஆனால் பத்தே நிமிடங்களில் எல்லாம் காலியாகி விட்டது. படம் முடிந்ததும் திரையரங்கை விட்டு வெளியேவந்த கூட்டம் போல. இன்னும் கூட மக்கள் கையேந்தி நின்றபடி யிருந்தனர். அவர்களுக்கு இல்லை என்று சொல்ல மனம் வலித்தது. யூனஸ் தங்களுக்கென எடுத்துவைத்திருந்த ஆறு

பொட்டலங்களையும் எடுத்துக் கொடுத்துவிட்டு அமர்ந்தான். அவனை 'எதுனா கொடேன்' என்னும் குரல்களும் நீளும் கைகளும் சூழ்ந்திருந்தன. காதுகளையும் கண்களையும் மூடிக்கொண்டான்.

என்ன வாழ்க்கை இது சக மனிதர்கள் பசியில் உணவு கேட்க அவர்களுக்கு அதைத் தரமுடியாது, இல்லை, என்று சொல்லும் வாழ்க்கை. வாழ்வின் மீது வெறுப்பு மிகுந்தது. வண்டியிலிருந்து இறங்கிக்கொண்டு வண்டியைக் கிளம்பிப் போகச் சொன்னான். வண்டி கிளம்பியது. யூனஸ் கொஞ்சம் ஆசுவாசமாகி அங்கு நின்ற ஒரு படகில் சாய்ந்துநின்ற வாக்கில் அப்படியே ஒரு தூக்கம் போட்டான்.

*

உறக்கம் என்பது அடுத்தடுத்த நாட்களில் முற்றிலும் இல்லாததாகி விட்டது. வெள்ளம் புகுந்த இடங்களுக்குச் சென்று சிக்கி இருப்பவர்களை மீட்கும் பணி மூன்று நாட்களாகியும் முடியவே யில்லை. அந்தப் பகுதிக்குப் படகுகளோடு யூனஸும் தோழர்களும் போனார்கள். அந்தப் பகுதியின் வாசலிலேயே அந்தப் பெண் நின்று அழுதுகொண்டிருந்தாள். அவள் அருகே போனார்கள்.

"என்ன ஆச்சுமா?"

அவள் ஓ வென்று அழுதாள்.

"அய்யா எம் மாமனாரு பூட்டாருய்யா. செத்து நாலு நாளு ஆச்சு. பொணம் கிடந்து அழுகுது. எடுக்க நாதியில்ல. என்ன பண்றதுன்னே தெரியலைய்யா."

யூனஸும் தோழர்களும் படகில் அவளை ஏற்றிக்கொண்டு அவள் காட்டிய வழியில் போனார்கள். வழி ஏதோ ஏரிக்குள் புகுந்தமாதிரி இருந்தது. ஆங்காங்கே வீடுகளின் கூரைகள் தெரியவில்லை என்றால் அது ஏரியோ குளமோ என்றுதான் சொல்லவேண்டும். கொஞ்ச தூரத்தில் திசைகள் தெரியாதபடிக்கு நீர் நின்றது. நல்லவேளை வானம் கொஞ்சம் வெளுத்திருந்தது. உச்சிக்கு நேராக சூரியன் இருக்கலாம் ஒரு மேகக் கூட்டம் அதை மறைத்து வைத்திருந்ததால் ஒளிர்ந்து கொண்டிருந்தது. அவள் படகை பள்ளிக்கூடத்துக்கு அழைத்துச் சென்றாள்.

முதல் மாடியில் பெரியவர் இறந்து கிடந்தார்.அவர் உடலெங்கும் ஈக்கள் மொய்க்கத் தொடங்கி யிருந்தன. நாற்றம்

குடலைப் புரட்டுவதாக இருந்தது. எல்லோரும் தள்ளியே நின்றார்கள். நோய் தொற்றிவிடும் பயம்.

“எப்போ இறந்தாரு?”

“ஒண்ணாந்தேதி ராத்திரி…”

“ஓ அப்போ மூணு நாளாச்சு, அதான் டீகம்போஸ் ஆக ஆரம்பிச்சிருச்சு. ஆம்புலஸ் சொன்னீங்களா?”

“சொல்லியாச்சு சார், ஆனா யாரும் வரமாட்றாங்க. அவங்களையும் ஒண்ணும் சொல்லமுடியாது, வர வழி இருந்தாத்தான வருவாங்க. பேசாம வெள்ளத்தோட வெள்ளமாத் தூக்கி வீசியிருக்கலாம். அன்னைக்கே போயிருக்கும். மனசு வரலை சார். பெத்த அப்பா. அவருக்கு நல்லபடியா ஒரு காரியம் கூடச் செய்யமுடியலையே…” அவர் மகன் குலுங்கிக் குலுங்கி அழுதான்.

மக்கள் எத்தனை துயரிலும் தங்களை சமாதானம் செய்துகொள்ளப் பழகிக் கொள்கிறார்கள்.

“இங்க விஏஓ எங்கயிருக்காரு?”

சொன்னார்கள். யூனஸ் அவர்களில் ஒருவரை வழிகாட்டச் சொல்லி ஒரு தோழரை அனுப்பி அனுமதிக் கடிதம் வாங்கிவரச் சொன்னான். அரைமணி நேரத்தில் கடிதத்தோடு வந்தார்கள். உடனடியாக உடலைத் துணியைச் சுற்றிப் போர்த்தி நன்கு இறுகக் கட்டினார்கள். பிணத்தைப் படகில் ஏற்றினார்கள். “உடன் யாராவது வருகிறீர்களா?” மகன் மட்டும் ஏறிக்கொண்டான். இடத்தை நன்கு பினாயில் விட்டுக் கழுவிவிடச் சொல்லிவிட்டுப் படகை நகர்த்தினார்கள். மகன் வழியெல்லாம் அழுதபடியே வந்தான்.

“இங்க இருந்து கிண்டி மிலிட்ட்ரி குவார்டர்ஸ்க்கு போற வழில இருக்கிற சுடுகாட்டுப் பகுதில தண்ணி இல்ல. நல்லா இருக்கு. பேசாம அங்க அடக்கம் பண்ணிடலாம். என்ன சார் சொல்றீங்க. உங்களுக்கு ஒண்ணும் ஆட்சேபனை இல்லையே?”

அவன் மீண்டும் அழுதான். ” கிடந்து அழுகிறதுக்கு பதில் எங்கையாவது அடக்கம் பண்ணமுடிஞ்சா சந்தோஷம் சார்.”

ராமாபுரம் மெயின் ரோட்டில் வெள்ளம் வடிந்திருந்தது. நடந்தால் முழங்கால் அளவுக்கு மட்டுமே தண்ணீர் போனது. ஆற்றைக் கடந்துவிட்டால் அதுவும் குறைந்துவிடும். யூனஸ்

இறங்கிகொண்டு படகைத் தள்ளினான். ஆற்றைத் தாண்டியதும் தரை தெரிந்தது. அங்கே ஜமாத்தின் லாரி ஒன்றிருந்தது. உடலை அதில் ஏற்றிக்கொண்டு சுடுகாடு நோக்கிச் சென்றார்கள்.

நந்தம்பாக்கம் ட்ரேட் சென்டர் அருகே ஒரு பஸ் நின்றது. அதில் இருந்தவர்கள் ஏதோ தகராறு செய்து கொண்டிருந்தார்கள். ஏறக்குறைய அடிதடி போல இருந்தது. லாரியை நிறுத்திவிட்டு யூனஸ் என்ன என்று பார்த்துவரச் சொல்லி ஒருவனை அனுப்பினான். அவன் திரும்பிவந்து வண்டியில் ஏறிக்கொண்டான்.

“அதை ஏன் பாய் கேக்குறீங்க வயித்தெரிச்சல். அந்த பஸ் காரவுக மதுரைல இருந்து வந்திருக்காங்க. மக்களுக்கு விநியோகம் பண்ண பாய், பெட்ஷிட், மெழுகுதிரின்னு என்னென்னமோ கொண்டாந்திருக்காங்க. அந்த வண்டியை மறிச்சு உள்ளூர் அரசியல்வாதி, நாங்க கொடுத்துக்கிறோம்னு சொல்றானாம். அவங்க அதெல்லாம் முடியாது. நாங்கதான் கொடுப்போன்னு சொல்லிட்டாங்க. சரி, அப்போ எங்க கட்சிக் கொடியோட படத்தை ஒட்டிக்கோ இல்லைன்னா நீ எதையும் யாருக்கும் கொடுக்க முடியாதுன்னு மிரட்டுறாராம்.”

“அடப் பாவிகளா, ஏண்டா, இவ்வளவு அழிவுக்கும் பெறகுமா அறிவு வரலை. இன்னுமா கட்சியையும் தலைவனையும் எல்லாம் பலசாலின்னு நெனைக்கிறாங்க. அவங்க பலத்தை எல்லாம் காட்டி ஆத்தைத் தடுத்து நிறுத்துறது தானே, அது முடியாதுல்ல அப்புறம் ஏன்? தானும் நல்லது செய்யமாட்டாங்க, செய்யுறவனையும் விடமாட்டோம்னா என்ன அர்த்தம். இதுக்கெல்லாம் அந்த அல்லாஹ் நிச்சயம் கொடுப்பான். நீங்க வண்டி எடுங்க பாய், நாம போலாம்”

“ஆமா பாய், இல்லைன்னா இந்தத் தாத்தா மேலையும் ஸ்டிக்கரை ஒட்டிருவாங்க.” எல்லோரும் விரக்தியாய்ச் சிரித்தார்கள். சுடுகாடு வந்தது. எல்லோரும் சேர்ந்து பிணத்தை இறக்கினார்கள். ஒரு பாய் குழி தோண்டினார். தோண்டத் தோண்டத் தண்ணீர் சுரந்துகொண்டிருந்தது. அதை அள்ளி வீசிவிட்டு நன்கு ஆழமாகத் தோண்டினார். நான்கு அடிக்கு மேல் ஆழம் ஆகிவிட்டது. பெரியவர் உடலை சாக்கிரதையாக லாரியில் இருந்து இறக்கினார்கள். மகன் ஒருமுறை கட்டிக்கொண்டு அழுதான். பின்னர் நாலுபேராகத் தூக்கி குழிக்குள் இருந்த இருவரிடம் கொடுத்தனர். மகன் சத்தமாக ‘கோயிந்தா கோயிந்தா கோயிந்தா’ என்று கத்தினான்.

உடன் இருந்தவர்கள் யாரிடமும் பதில் சத்தமில்லாததால் நிறுத்திக்கொண்டான்.

“அப்பா இப்படி கோயிந்தா போடக்கூட ஆள் இல்லாமப் போறியேப்பா” என்று சொல்லிக் கதறினான். ஒரு பிடி மண்ணை எடுத்து பெரியவர் உடல் மேல் போட்டான். அப்பொழுதும் ‘கோயிந்தா கோயிந்தா கோயிந்தா’ என்றான். இந்த முறை உடன் நின்ற யூனஸுௗம் தோழர்களும் கூடவே ‘கோயிந்தா கோயிந்தா கோயிந்தா’ என்று பெருங்குரல் எடுத்து சத்தமிட்டனர். மகனுக்கு அழுகை வெடித்து எழுந்தது. ‘கோயிந்தா கோயிந்தா’ என்றபடி மண்ணைத் தள்ளினான். தோழர்கள் எல்லோரும் சேர்ந்து குழியை நிரப்பினார்கள். மண் படிந்த கையோடு மகன் யூனஸின் கைகளைப் பற்றிக்கொண்டான். அவன் கைகளைக் கண்களில் ஒற்றிக்கொண்டு கைகூப்பினான். பின்பு எல்லோரையும் பார்த்துக் கைகூப்பினான். கண்ணைத் துடைத்துக் கொண்டு சற்று தெளிந்தான். ‘நான் போய்க்கிடுறேன், நீங்க சோலியப் பாருங்க’ என்று சொல்லிவிட்டு அழுதபடியே நகர்ந்தான். யூனஸுௗம் தோழர்களும் அவன் போவதையே பார்த்துக் கொண்டிருந்தனர். பின்பு லாரியிலேறி அமர்ந்து வண்டியை வேறு ஒரு பகுதிக்கு விடச் சொன்னார்கள். யூனஸ் தோழர்களிடம், ‘பாய் யாரும் ஜமாத்ல வந்து கோயிந்தா போட்டோம்னு சொல்லிடாதீங்க சாமிகளா’ என்று சொல்லிச் சிரித்தான்.

“யாரு நாங்களா, முத ஆளா அமீன் கிட்ட நீ சொல்லாம இரு, போதும்.”

துயரங்களுக்கு மத்தியிலும் சிரிக்க முடிவது இறையருள் தான் என்று யூனஸ் எண்ணிக்கொண்டான்.

***

22

மூந்நூறு நபர்களும் முந்நூறு கணினிகளும் பணி செய்யும் இடம். அதற்கேற்ற குளிர்சாதனம். இப்போது இருவர் மட்டுமே. ஆனாலும் நவீனுக்கு அப்படி வியர்த்தது.

சனிக்கிழமையில் அலுவலகத்துக்கு வந்ததோடு நவீனையையும் வரச் சொல்லியி ருந்தாள் லாவண்யா. சமீபத்திய நாட்களில் அவளுக்கு நவீனைப் பார்க்கப் பாவமாக இருந்தது. அவன் அவளை விரும்புகிறான் என்பது புரிந்தது. ஆனால் அவன் அன்பை ஏற்கும் நிலையில் அவள் இல்லை. அதேநேரம் அவன் காணக் கூடாதவைகளைக் கண்டு மிரண்டும் போனான். அவனால் அவளிடம் அதுகுறித்துக் கேட்கவும் முடியாத, அவள் சொல்லவும் முடியாத நிலை. இதே நிலை நீடித்தால் அவன் மனச்சோர்வுக்கு ஆளாகலாம். அதற்கு ஏதாவது செய்தாக வேண்டும் என்று நினைத்தாள். நேற்று மாலை எல்லோரும் கிளம்பிவிட்ட நிலையில் லாவண்யாவுக்குக் கொஞ்சம் வேலையிருந்தது. வேலை முடித்து எழுந்துகொள்ளப் போகும் போது பிரமோத் வந்து நின்றான். எழுந்தவள் அப்படியே சேரில் அமர்ந்துவிட்டாள். முதல் முறையாக பிரமோத்தைப் பார்ப்பதில் அவளுக்கு சலிப்பு மேலிட்டது. வேலைப் பளு காரணமாகவும் இருக்கலாம். பிரமோத்துக்கு அவள் நிலைமை பார்க்கப் பரிதாபமாக இருந்தது. லாவண்யா செயற்கையாய்ப் புன்னகைத்தாள்.

“என்ன சார ஒரு வாரமாக் காணோம். இப்ப என்ன திடீர்னு”

பிரமோத் சிரித்தான். “நீ என்னப் பாக்கணும்னு இந்த வாரத்துல எத்தனை தடவை நினைச்ச...?”

லாவண்யாவின் முகம் அவமானத்தால் உருவான வெட்கத்தில் சிவந்தது. இந்த வாரம் முழுவதும் கடினமான

வேலை. போதாத குறைக்கு நவீயின் நிலை வேறு அவளுக்கு உறுத்தலாய் இருந்தது. அதை மறக்கவும் மறைக்கவும் அவள் வேலையில் மூழ்கித்தான் போனாள்.

"பிரமோத் உனக்குத் தெரியாதா, எவ்ளோ வேலைன்னு..."

"தப்பில்லை லாவண்யா, வாழ்பவர்களுக்கு என்று சிக்கல்கள் இருக்கிறது. அதை என்னால் புரிந்துகொள்ள முடியும்."

"அப்புறம் குற்றப்படுத்திறா மாதிரி பேசுற"

"அட, உன்னோடு விளையாடக் கூடக் கூடாதா"

லாவண்யா சகஜமானாள். ஆனாலும் அவளுள் ஏதோ உறுத்தலாக இருந்தது. சுற்றி முற்றிப் பார்த்துக்கொண்டாள்.

"என்ன பார்க்கிறாய், நவீன் இருக்கிறானா என்றா?"

அவள் 'ம்' என்று தலையசைத்தாள்.

"கவலைப் படாதே. அவன் இப்பொழுது திருவேற்காடு கோவிலுக்குப் போய்க் கொண்டிருக்கிறான். அவனுக்கு இப்பொழுதெல்லாம் பயம் ஜாஸ்தியாக இருக்கிறது. ஒருவிதத்தில் அதற்கு நாமும் பொறுப்பு."

"சரிதான், நாம் என்ன பொறுப்பு, நானா அவனை மிரளச் சொன்னேன். நானா என்னை பாலோ பண்ணச் சொன்னேன். அவனா பாலோ பண்ணி கண்டதையும் பார்த்து பயந்து ஓடினா அதுக்கு நானா பொறுப்பு?"

"தப்பு லாவண்யா, நாம தான் பொறுப்பு. நீ கவனிக்காம இருந்திருந்தாலும் நான் கவனிச்சிருக்கணும். நம்ம சுத்தி என்ன நடக்குதுன்னு கூடத் தெரியாமல் இருக்கக் கூடாது."

"அதுக்கு என்ன பண்றது?"

"என்ன பண்றதா, நம்மால ஆரம்பிச்ச பிரச்சனையை நாம தான் சரி பண்ணனும். நீ அவனைக் கூப்பிட்டுப் பேசு."

"வேறு வேலையில்லை. சும்மாயிரு. அவனே ஒரு வாரத்தில சரியாயிடுவான். நான் கூப்பிட்டு என்ன பேச..."

"என்ன வேண்ணா பேசு, அவன்கிட்ட நம்ம கதையைச் சொல்லு. இல்ல உனக்குக் கற்பனையாத் தோணுற கதையைச் சொல்லு. ஆனா எதையாவது சொல்லி அவனை சரிபண்ணு."

"அது ரிஸ்க், பிரமோத். நாம் ஏதாவது சொல்லப் போக அவன் இன்னும் பயந்துட்டா?"

"அதுக்கும் வாய்ப்பிருக்கு ஆனா நீ அவன் கிட்ட கண்டிப்பா இதைப் பத்திப் பேசு. ஏன் சொல்றேன்னா, அவன் உன்ன லவ் பண்றான். அதாவது உனக்குப் புரியலையா?"

"புரியாம என்ன, அதை என்கரேஜ் பண்ணக் கூடாதுன்னுதான் நான் அவன் எக்கேடு கெட்டுப் போனாலும் போகட்டும்னு இருக்கேன்."

"சரியான சாடிஸ்டா இருக்கியே, சக மனுஷன் கிட்ட காட்ட முடியாத அன்பையா கண்ணுக்குத் தெரியாத ஆத்மாக்கள் கிட்ட காட்டிட முடியும்."

"சரி, நான் சாடிஸ்டாவே இருந்துட்டுப் போறேன், நீ கிளம்பு."

"ஏய், என்ன வரவர எல்லாத்துக்கும் கோவிச்சுக்கிற?"

"ஆமாம் அப்படித்தான். நீ கூடத் தான் வரவர என்னைக் கொலைகாரி ரேஞ்சுக்கு சித்தரிக்கிற."

"கூல் பேபி கூல். நான் என்ன சொல்ல வர்றேன்கிறதப் புரிஞ்சுக்க. நான் எது சொன்னாலும் அது உன் நல்லதுக்காகத் தான் இருக்கும்னு நம்புறியா?"

"நம்பினேன், ஆனா இப்போ இல்ல. நீ கொஞ்சம் கெட்ட ஆவியாயிட்டியோன்னு சந்தேகம் வருது."

"சொல்லும்மா சொல்லு, ஏன் சொல்லமாட்ட. உனக்குத் தொந்தரவுன்னா நான் இனி உன்னப் பாக்க வரலை போதுமா. நீ ரிலாக்ஸ்டா இரு."

பிரமோத்தின் குரலில் ஒரு தீர்க்கம். அது லாவண்யாவை நெகிழ வைத்தது. மறுகணம் அவனை ஏறிட்டுப் பார்த்தாள். அவள் கண்களில் கண்ணீர் விழக் காத்திருந்தது.

"சரி சரி அழாதே. நான் சொல்றதக் கேளு. நவீனக் கூப்பிட்டுப் பேசு."

"என்ன பேச பிரமோத். அவன் பாத்ததெல்லாம் பொய்யுன்னா, பேசாம நான் பைத்தியம்னு சொல்லிடவா. அது பெட்டர். அவனும் புரிஞ்சிகிட்டு விலகிட வாய்ப்பிருக்கு."

"மறுபடியும் தப்பு லாவண்யா. அவன் உன்னை நேசிக்கிறான். அவன் கிட்டையே ஏன் பொய் சொல்ற. யாராவது தன்னை நேசிக்கிறவங்களுக்கு உண்மையா இல்லாம இருப்பாங்களா?"

"அய்யோ பிரமோத், குழப்பாத நீ என்ன சொல்ல வர்றே?"

“இல்ல லாவண்யா, நீ பேசு, உனக்கு என்ன தோணுதோ பேசு. உண்மையக் கூடச் சொல்லு. அதை அவன் எப்படி எடுத்துக் கிட்டாலும் சரி. ஒருவேளை அவனுக்கு அது உதவியாக் கூட இருக்கலாம். ஆனா இப்படியே தொடராதே. அது அவனுக்கும் நல்லதல்ல, உனக்கும் நல்லதல்ல...”

பிரமோத் எதையோ மனதில் வைத்துக்கொண்டு தான் பேசுகிறான் என்று புரிந்தது. நாளையே நவீனை வரச் சொல்லிப் பேசிவிடுவது என்று முடிவு செய்தாள். அப்படியே அவனை வரவும் சொல்லியிருந்தாள். வரும்போது நவீன் அவளுக்கு நேற்று சாமிகும்பிட்ட அம்மனின் பிரசாதத்தை அவளுக்கு எடுத்து வந்திருந்தான். ஒருவேளை துணைக்குக் கொண்டு வந்திருக்கிறானாக இருக்கும் என்று நினைத்து லாவண்யா உள்ளூர சிரித்துக் கொண்டாள். அந்த நிலையில் அவனுக்கு ஒரு பேய்க் கதையைச் சொன்னால் எப்படி இருக்கும், என்று நினைத்தாள். யாருமற்ற தனிமையில் நடுக்கும் குளிரில் பயப்படும் ஒருவருக்குப் பேய்க்கதை சொல்லிப் பாருங்கள். எவ்வளவு திரில்லிங்காக இருக்கும், என்று. லாவண்யா தன் கதை முழுவதையும் சொல்லிவிட முடிவெடுத்துச் சொல்லத் தொடங்கினாள். அவள் சொல்லச் சொல்லத் தான் நவீனுக்கு வியர்க்க ஆரம்பித்துவிட்டது. முழுவதும் அவள் சொல்லி முடித்தபோது அவன் தன் கையில் இருந்த கைக்குட்டையால் முகத்தைத் துடைத்துக் கொண்டான். கைக்குட்டை நனைந்துபோனது.

“நவீன்..., நவீன் என்ன பாக்குற?”

நவீன் வார்த்தைகளைத் தேடினான்.

“லாவண்யா என்ன சொல்ற, நீ சொல்றதெல்லாம் உண்மையா? இல்லைன்னா என்னை பயம் காட்ட இப்படியெல்லாம் சொல்றியா?”

“நான் ஏன் பொய் சொல்லணும் நவீன். இதுதான் என் வாழ்க்கை. அதை நான் உனக்கு கொஞ்சமும் மறைக்காமச் சொல்றேன்.”

“அப்போ பிரமோத்தோட ஆவி இங்கதான் சுத்திகிட்டு இருக்கா, அப்போ நாம பேசிக்கிட்டு இருக்கிறத அவன் இங்க எங்கையாவது இருந்து பாத்துகிட்டுத்தான் இருக்கானா” என்று சொல்லிவிட்டு சுற்றிமுற்றிப் பார்த்தான். அவன் பார்வையிலும் உடலிலும் சிறு நடுக்கம் தெரிந்தது. எதாவது சிறு அசைவோ

இருளோ கூட அவனை இன்னும் நடுங்கச் செய்துவிடும் என்று அவள் அறிந்துகொண்டாள். அடுத்த கணம் அவளுக்கு அவன் மேல் அன்பு பிறந்தது.

"நவீ, நான் சொல்றதப் புரிஞ்சிக்க பிரமோத் என்ன லவ் பண்ணினது, நான் பிரமோத்த லவ் பண்ணினது, அவன் இங்க இறந்துபோனது, எல்லாம் உண்மைதான். ஆனா பிரமோத்தை நான் பாக்கிறது அவனோட பேசுறது பழகுறது எல்லாம் எவ்வளவு உண்மைன்னு எனக்கே தெரியலை. ஒருவேளை அது என் மனப் பிரம்மையாக் கூட இருக்கலாம். பிரமோத்தோட இழப்பை சகிக்கமுடியாம என் ஆழ்மனம் உருவாக்கின கதையாகக் கூட இருக்கலாம். பிரமோத்தப் பாக்கிறதும் அவன் கூடப் பேசுறதும் அதுல ஒரு காட்சியாக்கூட இருக்கலாம். அப்படியானால் நான் ஒரு மனநோயாளி. என்ன, நான் விரும்புகிற ஒரு நோய் எனக்கு வாய்ச்சிருக்கு, அதை என்ஞாய் பண்றேன். அவ்ளோதான். சோ பிரமோத், ஆவி உண்மைன்னா உண்மை, பொய்யின்னாப் பொய்."

நவீனுக்கு இதையெல்லாம் புரிந்துகொள்வதில் சிரமமிருந்தது. ஆனாலும் ஒன்று புரிந்தது.

லாவண்யா பிரமோத்தைத் தன் உயிரைவிட மேலாகக் காதலித்திருக்கிறாள் அல்லது காதலிக்கிறாள். அதுதான் அவளை இந்நிலைக்கு ஆளாக்கி யிருக்கிறது. இதில் நாம் பீதியடைய என்ன இருக்கிறது. லாவண்யா சில விஷயங்களைத் தெளிவாகத்தான் பேசுகிறாள். அவள் சொல்வது போல அவளுக்கு மனநோய் என்றால் அது சரிசெய்யப் பட வேண்டியது. இல்லை அவள் பிரமோத்தின் ஆவியுடன் தான் பேசிக் கொண்டிருக்கிறாள் என்றால் அதுவும் நிறுத்தப்பட வேண்டியது. லாவண்யா வாழ வேண்டியவள். முதலில் அவளுக்கு என்ன சிக்கல் இருந்தாலும் அதை சரிசெய்தாக வேண்டும். இந்நிலையில் அவளிடம் என் காதலைச் சொல்லமுடியுமா. சொன்னால் ஏற்பாளா. பக்கத்திலேயே நின்று கொண்டிருக்கும் பிரமோத் அதற்கு எப்படி ரியாக்ட் செய்வான். என்ன என்ன வெல்லாம் யோசிக்கவேண்டி யிருக்கிறது. உலகில் எத்தனை பேர் காதலிக்கிறார்கள். அவர்களுக்கெல்லாம் இல்லாத சிக்கல் ஏன் நமக்கு வந்து வாய்க்கிறது.

நவீன் அவளிடம் தன் காதலைச் சொல்வதைக் கொஞ்சம் தள்ளிப்போட வேண்டும் என்று முடிவு செய்தான். அது அவளிடம் என்ன மாதிரியான விளைவுகளை ஏற்படுத்துமோ

தெரியவில்லை. முதலில் அவள் சரியாக வேண்டும். அதற்கு என்ன செய்யவேண்டும் என்று யோசிக்க வேண்டும்.

"லாவண்யா இவ்ளோ தெளிவா பேசுற, ஆனா..."

"இதோ பாரு நவீ. இதெல்லாம் நீ சொல்ல வேண்டாம். நான் உன்னைக் கூப்பிட்டுப் பேசினதுக்குக் காரணம், தேவையில்லாம என் பிரச்சனையால நீ திண்டாடக் கூடாதுன்னுதான். என் பிரச்சனைக்கும் உனக்கும் சம்பந்தம் இல்லை. தேவையில்லாம பயப்படவோ பரிதாபப் படவோ தேவையில்லை."

எப்படி வெடுக்கென்று பேசுகிறாள். இவளிடம் காதலைச் சொல்லி அவமானம் வேறு படவேண்டும்.

நவீனுக்கு இவ்வளவு நேரம் இல்லாத ரோசமும் அவமானமும் பொத்துக் கொண்டு வந்தது. எழுந்துகொண்டான். இனி எல்லாவற்றையும் மறந்துவிட்டு வேலையைப் பார்க்கவேண்டும் என்று முடிவு செய்தான்.

"எனிவே லாவண்யா, நான் கிளம்புறேன்."

அவன் இப்படி எந்த உணர்ச்சியும் காட்டாமல் கிளம்ப நேர்வதைப் பார்க்கப் பாவமாக இருந்தது. ஆனாலும் செய்வதற்கு எதுவுமில்லை என்று நினைத்துக் கொண்டாள்.

நவீன் வேகமாக வெளியே வந்தான். வானம் இருட்டிக்கொண்டு மழை வரும்போல இருந்தது. லேசாகத் தூறியிருக்க வேண்டும் தரைகளில் ஈரம். கேன்ட்டீன் அருகே இருந்த ஸ்மோக்கிங் ஏரியாவுக்குப் போய் சிகரெட் ஒன்றைப் பற்றவைத்தான். முதல் இழுப்பிலேயே பெரிய ஆசுவாசம் ஏற்பட்டது. எல்லாப் பிரச்சனைகளையும் வெளியேறும் புகையோடு வெளியேற்ற ஆசைப்பட்டான். மனம் லேசானது. முழு சிகரெட்டையும் பிடித்து முடிக்கும் போது அவனை யாரோ தொடுவதுபோல இருந்தது. திரும்பினான். அங்கு ஒருவன் நின்றிருந்தான். கன்னங்கள் பெருத்து மூக்கு உள்வாங்கிய கொஞ்சம் மஞ்சள் கலந்த நிறம் கொண்ட வழக்கமான கிழக்கிந்திய முகம்.

"நீங்க நவீன்தானே..."

நவீன் தலையாட்டிவிட்டுக் கை குலுக்க நீட்டினான். அவன் ஆர்வமாய் அவன் கைகளைப் பற்றிக் குலுக்கினான். அவன் கை ஐஸ்போல சில்லிட்டிருந்தது. அவனும் ஏசி அறையில் இருந்து வந்திருக்கலாம்.

"ம்... நீங்க...?"

"சொல்றேன் நண்பா, நானும் நம்ம ஆபிஸ்தான் ஆனா வேற ப்ராஜெக்ட். உங்களுக்குத் தெரியாது. ம் சொல்லுங்க. நீங்க லாவண்யாவ லவ் பண்றீங்களா?"

யார் இவன் இதை ஏன் கேட்கிறான். இவனுக்கும் லாவண்யாவிற்கும் என்ன தொடர்பு. தான் லாவண்யாபின் அலைவது ஊரறிந்த ரகசியம் என்றபோதும் இப்படி வெளிப்படையாகக் கேட்கும் இவன் யார்? இவனிடம் சொல்வதா வேண்டாமா? ஒருவேளை இவனுக்கு லாவண்யா குறித்து கூடுதல் தகவல்கள் தெரிந்திருக்கலாம். நீண்ட தயக்கத்துக்குப் பின் "ம்" என்றான்.

"அப்படியானால் அதை முழுமையாகச் செய் நண்பா. லாவண்யாவுக்கு இப்பொழுது முழுமையான ஓர் அன்பு தேவை. நிபந்தனைகள் அற்ற அன்பின் மழை அவள் மேல் பொழியப்பட வேண்டும். அதுதான் அவளை நடைமுறை வாழ்வுக்கு இழுத்துவரும். நீ அவள் எதிர்வினை பற்றிக் கவலைப் படாமல் அவளிடம் உன் காதலைச் சொல்லிக்கொண்டேயிரு. நான் அறிந்தவரையில் அவளுக்குள்ளும் உன்மீதான காதல் துளிர்த்துவிட்டது. இன்னும் கொஞ்சம்தான். நீ முயன்றால் அதை ஒரு மரமாக வளர்த்துவிடமுடியும். எனவே நீ தயங்குவது அர்த்தமற்றது."

ஓ, சரிதான் இவன் எல்லாம் அறிந்துவைத்திருக்கிறான். அப்படியானால்...

"நீங்க யாருன்னு சொல்லவேயில்லையே...?"

அவன் புன்னகைத்தான். அப்புன்னகையில் ஒரு அபரிமிதமான தோழமை இருந்தது. புறப்படும் ஆயத்தங்களுடன் அவன் கைகளை மீண்டும் குலுக்கி விடைபெற்றுக் கொள்பவனைப் போலப் பாவனை செய்து திரும்பிக்கொண்டான். அடுத்த நொடி இவன் பக்கம் பார்த்து, "என் பெயர் பிரமோத்" என்று சொல்லிவிட்டு நடந்தான். நவீன் ஒரு அசமந்த பாவனையுடன் கேட்டுவிட்டுப் பின் சுதாரித்து 'பிரமோத்தா' என்கிற கணத்துக்குள் அவன் அங்கிருந்து கிளம்பியிருந்தான்.

★★★

சில குரல்கள்

“எதிர்க்கட்சிகள் என்றால் எப்பொழுதும் எதிர்த்துக்கொண்டே இருப்பவர்கள் அல்ல. பொறுப்பான ஓர் எதிர்க்கட்சியாக நாங்கள் மீட்புப்பணியில் களத்தில் இறங்கி அரசு இயந்திரத்திற்கு உதவி செய்தோம். இனியும் செய்வோம். ஆனால் அதற்காக எழுப்பப் படவேண்டிய கேள்விகளை எழுப்பாமல் இருக்க முடியாது. கடந்த வாரம் பெய்த மழையின் போது செம்பரம் பாக்கத்தில் இருந்து பதினெட்டாயிரம் கன அடி தண்ணீர் திறந்துவிடப் பட்டபோது ‘அணை அதன் கொள்ளளவில் இரண்டு அடி மட்டுமே இன்னும் நிரம்ப வேண்டியிருப்பதால் அணையின் பாதுகாப்பு கருதித் திறந்துவிட்டதாகச் சொன்னார்கள். அப்போது அணையின் நீர் மட்டம் 22 அடி. திசம்பர் ஒன்றாம் தேதி வரலாறு காணாத மழை பெய்தது என்பதை நாங்களும் மறுக்கவில்லை. ஆனால் தலைமைச் செயலாளரின் தகவல்படி டிசம்பர் காலை ஒன்பது மணிக்கு அணையின் இருப்பு 23.4 அடி. ஏறக்குறைய முழுக் கொள்ளளவு. அப்படியானால் அணையின் பாதுகாப்பு கருதி ஏன் முந்திய நாளே திறந்துவிடவில்லை. யாருடைய உத்தரவுக்காகக் காத்திருந்தார்கள். அப்படிப் பார்த்தால் இந்தப் பேரழிவு மனித அசட்டையினால் உருவான ஒன்றுதானே. இது குறித்து அரசு விரிவான வெள்ளை அறிக்கை ஒன்றை வெளியிடவேண்டும்.”

*

“சார், இந்த ஏரியாவில இப்போ இடமே கிடையாது. எல்லாத்தையும் பெரிய கன்ஸ்ட்ரெக்‌ஷன் கம்பெனிங்க வாங்கிட்டாங்க. சுத்தி மல்டி ஸ்டோரேஜ் பில்டிங்ஸ் வருது. அவுட்டர் ரிங் ரோடு கூட கனெக்ட் பண்ணித்தான் வண்டலூர் பஸ் டெர்மினஸ் வரப்போகுதுன்னு உங்களுக்கே தெரியும். சொல்லப்போனா நெக்ஸ்ட் கோயம்பேடு இந்த ஏரியாதான் சார். ரொம்ப யோசிக்காதீங்க வாங்கிப் போடுங்க. பிள்ளைங்க பியூச்சர் நல்லாயிருக்கும் சார். நீங்கதான் பர்ஸ்ட் கேட்டவங்க, அதனால தான் உங்களுக்கு மட்டும் பழைய விலையச் சொல்றேன். இப்போ வர்ற புது கஸ்டமருக்கெல்லாம் இதைவிட ஸ்கொயர் பிட் 500 மேலதான் சொல்றேன். அட என்ன சார் நீங்க இன்னும் அதையே சொல்லிக்கிட்டு இருக்கீங்க, வெள்ளம் எல்லாம் என்ன வருச வருசமா வருது. நூறு வருசத்துக்கு ஒரு தடவை வரும் சார். நாம என்ன நிலத்தை வச்சிக்கிட்டு சோறு

பொங்கியா சாப்பிடப் போறோம். நாலே வருஷம் டபுளோ, டிரிபுளோ ஆகும், வித்துட்டுப் போயிட்டாலும் ஆச்சி. சரி, நீங்க யோசிச்சிட்டு அப்புறமா வாங்க, இடம் இருந்தா நிச்சயம் தர்றேன். இடத்தை வச்சிக்கிட்டு நான் என்ன பண்ணப் போறேன். விக்கத் தானே வச்சிருக்கேன். வாங்க சந்தோஷம்.”

*

“என்னாத்துக்கு இப்போ தலைவரு புகழு பாடிக்கினுகீறீங்க. என்ன உங்க தலைவரு சுவர் இடிச்ச பிரச்சனை எதுவுமில்லாம நான் பாத்துகிறேன்னு சொல்லிட்டாராக்கும். ஏன் பிரச்சனை தான் பண்ணச் சொல்லேன். நாமளாவது சின்ன ஓட்டைதான் போட்டோம். அந்த சாமியார் மடத்துல சுவத்தையே இடிச்சுத் தள்ளிட்டானுங்க தெரியுமா. அதுவும் கம்பெனிப் பின்னால் சுவத்தோட தான இருக்கு. அதை மட்டும் இடிக்காமகண்டி இருந்திருந்தா மடம் முழுசா மூழ்கிப் போயிருக்கும். அடையாறு தண்ணியெல்லாம் தான் அந்தப் பக்கம் பாஞ்சது. போலீஸ்காரங்கள அங்க போய் ஆக்‌ஷன் எடுக்கச் சொல்லமுடியுமா? அதும் போக கம்பெனிக்குள்ளாற வெள்ளம் புகுந்து செத்தது எத்தனை பேருன்னு கேட்டு மீடியா இம்சை பண்ணிகினுகீறாங்க. அதுக்கு பதில் சொல்லமுடியுமா? முடியாதுல்ல. இதைத் தோண்டினா அதுக்கெல்லாம் பதில் சொல்லணும்னு கம்பெனிக்காரங்களுக்குத் தெரியாதா. அதான் தலைவரு வாய மூடிகினு கீறாரு. நீங்க என்னடான்னா இன்னும் அவரப் பத்தியே புகழ்ந்துகினு கிடங்க!”

*

“இந்த ஊருலதான் அப்படி ஒரு வெள்ளம் வந்ததான்னு நினைச்சுப் பாக்கவே முடியலை. அதெல்லாம் நகரத்துக்கு ஒரு கெட்ட கனவு. அதான் அதை உடனே இந்த நகரம் மறந்துடுச்சு. இல்லைன்னா பல லெட்சம் சதுர அடில தண்ணி ஓடுற இடத்துல ஷாப்பிங் மால் எல்லாம் கட்டுவாங்களா. அவ்ளோதான் சார் நகர வாழ்க்கை. வாழ்ற வரைக்கும் வாழ்க்கை. இதுக்கு பயந்து இடத்தை வித்துட்டு ஓடுனவங்க எல்லாம் இங்க வாழத் தகுதியில்லாத ஆட்கள். ஏமாந்த ஆள்கள் இடத்தை ஆக்கிரமிப்புன்னு சொல்லி நோட்டீஸ் விட்டு இடிச்சாச்சு. ஆனா பல வருஷமா காலேஜையும் ஆஸ்பத்திரியையும் நடத்துறவங்களை என்ன செய்யமுடியும். எல்லாம் சும்மா கணக்குக் காட்டுற வேலை. எல்லாத்தையும் கேள்வி கேட்டுக்கிட்டே இருந்தா வாழ முடியாது.”

***